வரலாற்று மானிடவியல்

தமிழ்ச் சமூக வரலாற்று வரைவியலில் மானிடவியல் நோக்குகள்

பக்தவத்சல பாரதி
புதுச்சேரி மொழியியல் பண்பாட்டு ஆராய்ச்சி நிறுவனம்
புதுச்சேரி

அடையாளம்

முதல் பதிப்பு 2013
இரண்டாவது மீளச்சு 2020

© பக்தவத்சல பாரதி

வெளியீடு: அடையாளம், 1205/1 கருப்பூர் சாலை, புத்தாநத்தம் 621310, திருச்சி மாவட்டம், இந்தியா, தொலைபேசி: 04332 273444

நூல் வடிவம்: த பாபிரஸ், அச்சாக்கம்: அடையாளம் பிரஸ், இந்தியா

ISBN 978 81 7720 208 3

விலை: ₹ 200

Varalaatru maanitaviyal, Historical Anthropology in Tamil by Bhakthavatsala Bharathi, Published by Adaiyaalam, 1205/1 Karupur Road, Puthanatham 621310, Trichy District, Tamilnadu, India. email: info@adaiyaalam.net

தமிழ்ச் சூழலில் முப்பதாண்டுகளுக்கும் மேலாகத் தத்துவம், மார்க்சியம், சமூகம் சார்ந்து தீவிரமாக இயங்கி வருகின்ற பேராசிரியர் ந.முத்துமோகன் அவர்களுக்கு...

பொருளடக்கம்

முன்னுரை vii

I. **அணுகுமுறைகள்**

1. புதிய வரைவியல்: வரலாறு எழுதுவதற்கான அணுகுமுறைகள் 1

2. அடித்தள மக்கள் வரலாற்றியல்: கீழிருந்து மேல்நோக்குப் பார்வை 14

3. வட்டார வரலாற்றியல்: வழக்காறுகள் கொண்டு வரலாறு எழுதுதல் 36

II. **பூர்வகுடி வரலாற்றியல்**

4. பண்டைய அகண்ட தமிழகம்: பழங்குடிகள் வரலாற்றியல் 56

5. இந்தியாவில் ஆரியமும் திராவிடமும்: வரலாற்றோடு வளர்ந்த பண்பாட்டு வரலாறு 81

III. **சாதிய வரலாற்றியல்**

6. தென்னிந்திய வடஇந்திய தலித் தொன்மங்கள்: பிராமணியத்துக்கான இனவரைவியல் 95

7. வரலாறாகும் தலித் வன்முறைகள்: ஆனந்த் தெல்தும்தே வரைவுகள் 104

IV. **காலனிய வரலாற்றியல்**

8. தென்னிந்தியாவில் காலனியமும் வரலாறும்: ஐரோப்பிய மையவாதத்தின் இந்திய நிகழ்வுகள் 128

9. குற்றவாளிச் சமூகங்கள்: காலனிய அதிகாரத்தின் உருவாக்கங்கள் 146

V. **பிரதேச வரலாற்றியல்**

10. ஈழத்தமிழர் பண்பாட்டு வரலாற்றியல்: கார்த்திகேசு சிவத்தம்பியின் முன்னெடுப்புகள் 153

11. யாழ்ப்பாணத்து நினைவுகள்:
 ஈழம் பற்றிய ஒரு ஞாபக வரலாறு 167

VI. **வழக்காற்று வரலாற்றியல்**
12. நாட்டார் வழக்காறுகளின் வரலாற்றியல்: தொழில்நுட்ப
 வரலாற்று வரைவியல் 184

 உசாத்துணை 203
 சுட்டி 211

முன்னுரை

இந்த நூல் ‘வரலாறு எழுதுதல்’ பற்றியது; எழுதப்பட்ட வரலாற்றை அணுகுவது பற்றியது; தமிழ்ச் சமூகத்திற்கான வரலாற்று வரைவியலில் மானிடவியலின் நோக்கு நிலைகளை அறிவது பற்றியது. காலனிய காலத்து வரலாற்று வரைவியலை அறிவதற்கும் அணுகுவதற்குமான மானிடவியல் பார்வையை இந்நூல் முன்னிலைப்படுத்துகிறது. மேலும், காலனிய ஆட்சியாளர்கள், நிர்வாகிகள், அலுவலர்கள், அவர்களைத் தொடர்ந்து ஆங்கிலக் கல்விமுறையில் உருவானவர்கள் ஆகியோர் உருவாக்கிய ‘வரலாறு எழுதுதல்’ போக்கினை மறுவாசிப்பு செய்வதற் கான தேவைகளையும் இந்நூல் முன்னிறுத்துகிறது. பிந்தைக் காலனியம் (post-colonialism) எனும் கருத்தியலை விளங்கிக்கொள்ளவும் அந்நிலைப் பாட்டிலிருந்து வரலாற்றை எவ்வாறு அணுகுவது எனும் புரிதலையும் இந்நூல் காட்டுகிறது.

தேசம், மன்னர் சார்ந்து வரலாறு எழுதுவதிலிருந்து வட்டார வரலாறு, குடும்ப வரலாறு, இனக்குழு வரலாறு, சிறு சமூகத்தின் வரலாறு, குலத்தின் வரலாறு, நுண் வரலாறு, ஞாபக வரலாறு, அழிவு மீட்பு வரலாறு (salvage history) எனப் புதிய வகைமைகளில் வரலாறு எழுதப்பட வேண்டியதன் அணுகுமுறைகளையும் இந்நூல் காட்டுகிறது.

மனிதகுலத்தைப் பற்றிய அறிவியலாக விளங்கக்கூடிய மானிட வியல் துறையில் மானிடவியலர்கள் வரலாறு சார்ந்து நோக்குகின்ற கருத்தியல்கள் பலவாகும். தொல்குடிகளின் வரலாறு தொடங்கி, காலனிய வரலாறு வரை அதன் களம் விரிந்து நிற்கிறது. இந்தியப் பண்பாட்டு வரலாற்றில் ஆரியம் திராவிடம் ஓர் எதிரிணையாவது போல (binary-opposition) பிராமணியமும் பஞ்சமரியமும் ஓர் எதிரிணையாகும். இதில் பிராமணியத்தை மறுதலிக்கும் தலித் தொன்மங்கள் இந்தியாவின் பூர்வ பண்பாட்டை விளக்குவதாகும். இனவரைவியல் (ethnography) சார்ந்த தலித் தொன்மங்கள் இதற்கு மூலமாக அமைகின்றன.

வரலாறு எழுதுவதில் இனக்குழும வரலாறு எவ்வாறு துணை நிற்கிறது என்பது இந்நூலில் ஓர் இயலாக அமைகிறது. அடுத்ததாக, அண்ணல் அம்பேத்கர் அவர்களுடைய பெயர்த்தியின் கணவராகிய

ஆனந்த் தெல்தும்பே எழுத்தின் மொழியாக்கம் தலித் வரைவியலைக் கூர்மைப்படுத்துகிறது. தலித் வன்முறைகள் வரலாறாக நீளும் போக்கு களை எவ்வாறு அணுகுவது என்பதையும் காட்டுகிறது. தமிழ்ச் சூழலில் பழங்குடிகளின் அடையாளச் சிக்கல்கள் (identity crisis) எவ்வாறு அவர்களின்மீது தொடர்ச்சியாக அழுத்தத்தைக் கொடுக்கிறது என்பதும் ஆராயப்படுகிறது.

வரலாற்றை அணுகுவதற்கான முறையியல் சார்ந்த பார்வையைத் தேடுவது இந்நூலின் இலக்குகளில் ஒன்றாகும். அதே நேரத்தில் நம்முடைய சூழலில் சுதேசியான தேடுதல் முறை எவ்வாறிருக்கிறது என்பதை அறியும் முயற்சியும் இந்நூலில் இடம்பெறுகிறது. ஈழத்துப் புலமை மரபில் இலக்கியத் தளத்திலிருந்து அறிஞர் கார்த்திகேசு சிவத்தம்பி முன்னெடுத்த பண்பாட்டு வரலாறு பற்றிய புரிதலையும் இந்நூலில் காணலாம். நான்காம் போருக்குப் பிந்தைய யாழ்ப்பாணச் சமூகத்தை நேரில் கண்ணுற்றுத் திரும்பிய நிலையில் என்னுடைய நினைவுகளிலிருந்து எழுந்த ஞாபக வரலாறுங்கூட இந்நூலில் ஒரு பகுதியாக அமைகிறது.

வழக்காறுகளிலிருந்து வரலாறு எழுதுவதும் வரலாற்றோடு வளர்ந்த வழக்காறுகளையும் இன்றைய சூழலில் அறிய வேண்டும். நவீன வாழ்வில் வரலாற்றின் கருத்தியல்கள் கருவி நியாயங்களாக ஏற்கப்பட்டு அவை அதிகாரங்களாகவும், அரசின் கருவிகளாகவும் வெளிப்படுகின்ற போக்குகளை ஆராய்வதும் இந்நூலின் பன்முகக் களங்களில் ஒன்றாகும். தொழில்நுட்பத்தின் வரலாறு சமூகத்தோடும் பண்பாட்டோடும் வழக்காறுகளோடும் எவ்வாறு பின்னிப் பிணைந்து அசைவியக்கம் கொள்கிறது என்பதும் இந்நூலில் ஓர் இயலாக அமைகிறது. இவ்வாறாக இந்நூல் அணுகுமுறைகள், பூர்வகுடி வரலாற்றியல், சாதிய வரலாற்றியல், காலனிய வரலாற்றியல், பிரதேச வரலாற்றியல், வழக்காற்று வரலாற்றியல் எனும் ஆறு பகுதிகளாகப் பகுக்கப்பட்டு அவற்றில் 12 இயல்கள் இடம்பெற்றுள்ளன.

'வரலாற்று மானிடவியல்' எனும் இப்படைப்பு என்னுடைய நிறுவனத்தில் நான் மேற்கொண்ட ஓர் ஆய்வுத் திட்டத்தின் ஒரு பகுதியாகும். இந்த ஆய்வினைப் பல அரங்குகளில் வழங்கியிருக் கிறேன். ஆதலின், இந்நூலின் இயல்கள் தொடர்ச்சியான காலகட்டங் களில் எழுதப்பட்டவையாகும். இவ்வெழுத்துகள் *காலச்சுவடு, ஆராய்ச்சி, இந்தியா டுடே, உங்கள் நூலகம், சமூக விஞ்ஞானம், சமூக வெளி* (இலங்கையிலிருந்து வெளிவரும் இதழ்), *மணற்கேணி, வல்லினம், அணங்கு* போன்ற இதழ்களில் வெளியாகின. இத்தருணத்தில் இவ்விதழாசிரியர்களுக்கு மனமார்ந்த நன்றியை உரித்தாக்குகிறேன்.

இவை யாவும் வரலாற்று மானிடவியல் நோக்கில் எழுதப்பட்டவை. அவற்றுடன் வெளியிடப்படாத சில புதிய இயல்களும் சேர்க்கப்பட்டு ஒரு தனி நூலாக உருவாக்கப்பட்டிருக்கிறது.

இந்நூலில் இடம்பெறும் கட்டுரைகள் பலவும் ஆய்வுத்திட்டம் நடந்துகொண்டிருந்த காலகட்டத்தில் பல்வேறு அரங்குகளில் கருத்தரங்கப் பொழிவுகளாக வழங்கப்பட்டவை. அத்தருணங்களில் என்னுடன் கலந்துரையாடிய அறிஞர்களுக்கும் ஆய்வாளர்களுக்கும் மாணவர்களுக்கும் நன்றிகூற கடமைப்பட்டுள்ளேன்.

யாழ்ப்பாணப் பல்கலைக்கழகச் சமூகவியல் துறையில் ஏறக்குறைய 200 மாணவர்களுடன் தொடர்ந்து இரண்டு வாரங்கள் வகுப்பெடுத்த அனுபவம் இந்நூலில் பேசப்பட்டுள்ள கருத்துகளுக்கு வலு சேர்த்துள்ளது. இந்நூலில் விவாதித்துள்ள பல பொருள்கள் குறித்து மாணவர்கள் முனைப்புடன் கலந்துரையாடினார்கள்.

யாழ்ப்பாணப் பல்கலைக்கழகத்தின் அன்றைய துணைவேந்தர் சமூகவியல் பேராசிரியர் கலாநிதி என். சண்முகலிங்கன் அவர்களுக்கு இந்நூல் வெளிவரும் சூழலில் நன்றி பாராட்டி மகிழ்கிறேன். அவருடைய சமூகவியல் துறையில் பணியாற்றும் ஆசிரியர்கள் இராஜேஷ் கண்ணன், ச.சிறிகாந்தன் ஆகியோருக்கும் இத்தருணத்தில் நன்றி கூறி மகிழ்கிறேன். இப்போது என்னுடைய ஆய்வுப் பணிகளில் உதவி வருபவர் சிறிகாந்தன் அவர்கள். இந்த நூலில் இடம்பெற்றுள்ள சிவத்தம்பியின் பங்களிப்பு, யாழ்ப்பாணத்து நினைவுகள் ஆகிய கட்டுரைகள்மீது கருத்துகள் வழங்கி விவாதித்தவர்கள் பேராசிரியர் கலாநிதி என். சண்முகலிங்கன், சிறிகாந்தன். இவ்விரு கட்டுரைகள்மீது கருத்துரைத்தவர் அரசறிவியல் அறிஞர் கே.ரீ. கணேசலிங்கம் அவர்கள். இம்மூவருக்கும் தனிப்பட்ட நன்றிகள்.

வரலாறு எழுதுவதில் இன்று 'கீழிருந்து மேல்நோக்கிச் செல்லுதல்' எனும் போக்கு விளிம்புநிலை சார்ந்த வரலாறாகப் பேசப்படுகிறது. அத்தகைய முறையியலைக் கோட்பாடாகப் பார்ப்பது எனும் நிலையிலிருந்து விலகி, தரவுகளிலிருந்து கோட்பாடு நோக்கிச் செல்லுதல் எனும் அனுபவம் அனைவருக்கும் கிடைக்காது. எனக்கு அத்தகைய தொரு நல்ல வாய்ப்பு கிட்டியது. தமிழகத்தில் நரிக்குறவர்களுக்காக மின்னணு ஆவணக் காப்பகம் உருவாக்கும் திட்டத்தில் பணியாற்றும் வாய்ப்பினை எனக்கு வழங்கியவர் அறிஞர் எம்.டி. முத்துக்குமாரசாமி, இயக்குநர், தேசிய நாட்டுப்புறவியல் உதவி மையம், சென்னை.

சத்திரபதி சிவாஜியின் படைவீரர்களாக இருந்து முகலாயர்களின் படையெடுப்பால் சிதறி ஓடித் தென்னகம் நோக்கிப் புலம்பெயர்ந்து

வந்துவிட்ட இம்மக்கள் இன்றைக்கும் விளிம்பு நிலையிலேயே வாழ்கிறார்கள். இவர்களை ஆய்வு செய்யும் தருணம் என்பது கிடைத்தற்கரிய அனுபவங்களாகும். களத்தில் நின்று கற்றுக்கொண்ட பாடங்கள் மிகவும் அதிகம். அந்த நல்ல வாய்ப்பினை வழங்கிய எம்.டி.எம். அவர்களுக்கு நன்றி கூறுவது என் கடமையாகும்.

என்னுடைய ஆய்வுகளுக்குத் தேவையான பல உதவிகளைச் செய்பவர் ரெங்கையா முருகன் அவர்கள். என் அறிவுப் பசிக்குத் தீனி போடுபவர் அவர். நல்ல நூல்களையும் கட்டுரைகளையும் தக்க நேரத்தில் கொடுத்து உதவுபவர். அவருக்கும் என்னுடைய நன்றிகள்.

இந்நூலினை மிகவும் நேர்த்தியான முறையில் உருவாக்கியுள்ள அடையாளம் பதிப்புக் குழுவினருக்குக் கடமை கருதியோ சடங்கு ரீதியாகவோ நன்றி கூறவில்லை. அவர்கள் நூல் தயாரிப்பில் காட்டும் செய்நேர்த்திகள் நுட்பமானவை. அவற்றிற்காக நன்றி கூறுகிறேன்.

இந்நூலுக்கான பெரும்பகுதி பணிகள் அதிகாலையில் எழுந்து செய்யப்பட்டவையாகும். நான் எழுந்து பணியாற்றும் அதேவேளை யில் எழுந்து நல்ல தேநீர் வழங்குபவர் துணைவியார் ர.விஜயா. என்னுடைய பணிகளைத் தொடர்ந்து செய்வதற்குப் பல வகைகளில் உதவிசெய்பவர் மகள் ப. வைஷ்ணவி. இவர்கள் இருவரும் என்னுடைய ஆய்வுலகத்தில் மிகவும் முக்கியமானவர்கள்; தினமும் சந்திக்கக் கூடியவர்கள். இவர்களுக்கு நன்றி என்பதைவிடவும் மேலான சொல் ஒன்று தேவைப்படுகிறது.

பக்தவத்சல பாரதி
bharathianthro@gmail.com

புதுச்சேரி
31 ஜூலை 2013

1

புதிய வரைவியல்: வரலாறு எழுதுவதற்கான அணுகுமுறைகள்

தமிழர்களின் அரசியல் வரலாறு ஆவணங்களை மையமிட்டு எழுதப் படுகின்றது. ஆனால், சமூக-பண்பாட்டு வரலாறு ஆவணங்களை யும் தாண்டியதாகும். இவ்வரலாறு பல காலகட்டங்களைக் கடந்து வந்துள்ளது. ஆகவே, வெவ்வேறு காலகட்டத்திற்குரிய சிந்தனை மரபை முன்வைத்து ஆராயும்போதுதான் சமூக, பண்பாட்டு வரலாற்றை நுட்பமாகக் காண முடியும்.

தமிழர்கள் அயலவர் கலப்பின்றி சுயமாகச் சிந்தித்துச் செயல்பட்ட காலமொன்று இருந்தது. அது ஏறக்குறைய கிறித்து பிறப்பதற்கு முந்தைய காலமெனலாம். இதனைச் 'சுய உருவாக்கக் காலகட்டம்' (orthogenetic stage) எனலாம். அடுத்து, கி.பி. 6ஆம் நூற்றாண்டு வரையிலான இரண்டாம் கட்டமானது ஆசீவகம், சமணம், பௌத்தம், வைதிகம் ஆகிய அயற் சமயங்களின் தாக்கம் பெற்ற காலமாகும். இதனையடுத்து கி.பி. 7ஆம் நூற்றாண்டு முதல் கி.பி. 18ஆம் நூற்றாண்டு வரையிலான கட்டம் வைதிகச் சமயம் எனக்கூடிய இந்து சமயக் காலமெனலாம்.

நான்காம் கட்டம் இன்றைய நவீன காலகட்டமாகும். கடந்த காலங்களையும் உள்ளடக்கி அயலவர்களுடன் கலப்புற்றுப் பல்வேறு கூறுகளை ஏற்றுக்கொண்ட 'கலப்புற்ற காலகட்ட'மாக (heterogenetic stage) இது காணப்படுகிறது. ஆதலின் தமிழ்ச் சமூகத்தின் சமூக-பண்பாட்டு வரலாற்றை ஆராயும்போது அவர்தம் வாழ்வியலைத் தீர்மானிக்கும் சிந்தனை மரபு (சமயம், தத்துவம் உள்ளிட்ட அறிவுமுறை) மிகுந்த முக்கியத்துவம் பெறுகிறது.

மானிடவியல் களங்கள்

வரலாறு என்பது நமக்குப் புதிய ஒன்றல்ல. ஆனால் 'வரலாறு எழுதுதல்' என்கிற 'வரலாற்று வரைவியல்' இன்று வளர்ந்துகொண்டிருக்கிறது.

நம்முடைய கருத்தியலை எவ்வாறு காலம், இடம் சார்ந்து முன்வைக்க வேண்டும் என்பதே இன்றைய பிந்தைக் காலனியச் சூழலில் ஒவ்வொரு தேசிய இனத்தின் தேவையாக அமைகிறது. அடித்தள மக்கள் வரலாறு (subaltern history) எனும் போக்கு ஒரு புதிய கருத்தியலாக 1980களில் உருவெடுத்துள்ளதை நாம் காண்கிறோம். வரலாற்றை இனவரலாறு (ethnohistory), வாய்மொழி வரலாறு (oral history), சமூக வரலாறு, பண்பாட்டு வரலாறு, காலனிய வரலாறு, பிந்தைக் காலனிய வரலாறு எனப் பல தளங்களில் அதனை நுட்பமாகப் பாகுபடுத்தி ஆராய வேண்டியுள்ளது.

மானிடவியலர்கள் வரலாறு எழுதுதலில் பல கருத்தியல்களை உருவாக்கியுள்ளனர். குறிப்பாக, இன வரலாறு, வட்டார வரலாறு, வாய்மொழி வரலாறு, காலனிய வரலாறு, பிந்தைக் காலனிய வரலாறு எனும் தளங்களில் மானிடவியலின் நோக்கு நிலைகள் மிகவும் முக்கியமானவையாகும்.

பிரிட்டிஷ் இந்தியாவுடன் கடைசியாக இணைக்கப்பட்ட புதுக்கோட்டை சம்ஸ்தானம் பற்றி இனவரலாற்று (ethnohistory) அணுகுமுறையில் *வெற்றுக் கிரீடம்* (Hollow Crown: Ethnohistory of an Indian Kingdom, 1989) எனும் தலைப்பில் நிக்கோலஸ் டிர்க்ஸ் ஆய்வு செய்துள்ளார். இது ஒரு முக்கியமான ஆய்வாகும். ஒரு தேசத்தை அல்லது மன்னரை முன்னிறுத்திய வரலாற்றையே நாம் காண்கிறோம். மாறாக, தொண்டைமான் சமூகத்தை முன்னிறுத்தி அவர்களின் சம்ஸ்தானத்தின் வரலாற்றை ஆராயும் நூலிது. இத்தகைய வகைமைகளில் இதுவே முதல் மாதிரி எனலாம்.

காலனிய இந்தியாவில் குடிமதிப்பு (census), மாவட்டக் கையேடுகள் போன்ற முயற்சிகளுக்கான தேவையும் நோக்கமும் என்ன என்பதையும் மானிடவியல் நோக்குடன் டிர்க்ஸ் *மனதின் வார்ப்பு* (Castes of Mind, 2001) எனும் தலைப்பில் ஆய்வு செய்துள்ளார். மானிடவியலில் இனவரலாற்று அணுகுமுறைகள் இன்னும் பலவாகப் பெருகியுள்ளன. மிகவும் முக்கியமான சில எடுத்துக்காட்டுகளைக் காண்போம்.

வரலாற்றுக்கும் மானிடவியலுக்குமான உறவு மிகவும் ஆழமானது. அதனால்தான் மானிடவியல் துறையில் வரலாற்று மானிடவியல் எனும் உட்பிரிவு மிக முக்கியமானதாகத் திகழ்கிறது. இந்த உட்பிரிவைச் சார்ந்து நம்முடைய சூழலில் பல ஆய்வுகள் மேற்கொள்ளப்பட்டுள்ளன. *திராவிடச் சான்று* (Dravidian Proof) எனும் ஒரு தலைசிறந்த நூலை எழுதியுள்ள தாமஸ் ட்ரவுட்மன் திராவிடவியல் ஆய்வுகளில் மிகவும் முக்கியமானவர். இவர் ஏ.எல். பாஷம் அவர்களிடம் பயின்று முனைவர்

பட்டம் பெற்றவர். அமெரிக்காவிலுள்ள மிஷிகன் பல்கலைக்கழகத்தில் மானிடவியல், வரலாறு ஆகிய இரண்டு படிப்புகளுக்குமான பேராசிரியராக விளங்கியவர். அவர் எழுதிய *திராவிட உறவுமுறை* (*Dravidian Kinship*, 1981) எனும் ஆய்வு திராவிடவியல் ஆய்வுகளில் மிகவும் முக்கியமானதாகும்.

திராவிட உறவுமுறை என்பது இந்தியத் துணைக் கண்டத்தின் வரலாற்றால் உருவாக்கப்பட்டதொரு முறை ('it is a historical construct') என்கிறார் ட்ரவுட்மன். இதனை நிறுவுவதற்காக மிக விரிவான தளங்களில் நின்று ஒப்பிட்டு ஆராய்ந்துள்ளார். 'வரலாறுதான் இதனை உருவாக்கியது' என்பது அவருடைய கோட்பாடாகும். இத்தகைய தொரு மிக ஆழமான, நுட்பமான ஆய்வைச் செய்வதற்கு வரலாறு, மானிடவியல், மொழியியல் ஆகிய மூன்று முக்கிய துறைகளின் புலமையையும் ஒரு சேர இணைத்துள்ளார். திராவிடப் பண்பாட்டியல் ஆய்வில் இதுவொரு அச்சு அசலான, மிக முக்கியமான ஆய்வாகத் திகழ்கிறது. இத்துணைக் கண்டத்தின் வரலாற்றை அறிய முற்படும்போது நான்கு முதன்மையான மொழிக் குடும்பங்களைச் சேர்ந்த சமூகங் களையும் அவற்றின் பண்பாடுகளையும் ஒப்பிட்டு அறிய வேண்டியதை தாமஸ் ட்ரவுட்மன் மிக நேர்த்தியாக இந்த ஆய்வின்வழி நமக்கு உணர்த்தி விடுகிறார். நிகழ்கால இனவரலாற்றுச் சான்றுகளுடன் கடந்த காலத்தின் தரவுகளுக்கு விளக்கங்கள் தருகிறார். பண்டைய அரச குடும்பங்களில் நடந்த திருமண முறைகளையும், புராண இதிகாசங் களில் காணப்படும் உறவு நிலைகளையும் இணைத்து திராவிட உறவு முறையை விளக்குகிறார்.

அடுத்து, மானிடவியலர் பிரந்தா பெக் கொங்கு தேசத்தில் அண்ணன்மார் சாமி கதை ஒரு கதைப்பாடலாக, சமூக வரலாறாக ஆண்டுதோறும் நிகழ்த்தப்படுவதன் போக்கினை இனவரைவியல் நோக்குடன் விளக்கியுள்ளார் (பிரந்தா பெக் *1972, 1982*). அண்ணன்மார் சாமி கதை சடங்கியலுடன் சமய விழாவுடன் தொடர்புகொண்டுள் ளதால் அது வாய்மொழி வழக்காறாகவும், நிகழ்த்துதல் சார்ந்த கலையாகவும், ஒரு பனுவலாகவும் பரிணமித்துள்ளது. இத்தகைய பண்புகள் கொண்ட வழக்காறுகள் சமூக வரலாற்றில் மிக முக்கியமான இடத்தைப் பெற்றிருக்கின்றன. சமூக வரலாற்றை எழுதும்போது இவையெல்லாம் முக்கியமாக கவனிக்கப்பட வேண்டும்.

தமிழக நாட்டார் மரபில் வாய்மொழி நிகழ்த்துதல்கள் வரலாற்றை மீண்டும் மீண்டும் சமூகத்தின் ஞாபகத்திற்குக் கொண்டுவரும் முறைகளை ஸ்டூவர்ட் பிளாக்பர்ன் *(1981)* விளக்குகிறார். மேலும், வீரயுக நாட்டார் கதைப்பாடல்கள் எவ்வாறு சமூகத்தின் கூட்டுணர்வை

நாட்டார் மக்களிடம் கொண்டு செல்கின்றன என்பதை வேறொரு ஆய்வில் (1978) காட்டுகிறார். அடுத்ததாக, ஒரு வட்டாரத்திற்குரிய நுண் வரலாற்றில் பிறப்புக் கதையும் இறப்புக் கதையும் எவ்வாறு நாட்டார் மரபில் நுண் வரலாறாக இயங்குகின்றன என்பதையும் இன்னொரு ஆய்வில் (1983) விளக்குகிறார்.

தமிழ் மரபில் வட்டார வரலாறும் சமூக வரலாறும் வாழ்வியலோடு ஒன்றிப்போனவை. வாழ்வும் வரலாறும் ஒன்றாகவே சேர்ந்தியங்கு கின்றன. வாழ்க்கை வட்டச் சடங்குகளிலும் விழாக்களிலும் அவை மீள நிகழ்த்தப்பட்டு மக்களின் நினைவுக்குக் கொண்டுவரப்படு கின்றன. இத்தகைய வரலாறுகள் நுண் வரலாறாகவும், வட்டார வரலாறாகவும் அறியப்பட வேண்டும் (இவ்விரண்டு வரலாற்று முறைகளை அறிவதற்குக் காண்க: இயல் 3).

இந்தியச் சமூகமும் தமிழ்ச் சமூகமும் பண்டைய நாகரிகத்தின் தொடர்ச்சியைக் கொண்டிருப்பதுடன், அவை காலந்தோறும் பல்வேறு தாக்கங்களைப் பெற்று மாற்றமடைந்தும் வருகின்றன. ஆங்கிலக் காலனியத்தால் இந்தியச் சமூகம் முதல்முறையாக நகரவயமாக்கம், தொழில்வயமாக்கம், மேற்கத்தியவயமாக்கம் எனும் மூன்று பெரிய தாக்கங்களுக்கு ஆளானது. அத்தகைய தாக்கத்தினால் இந்தியாவில் சமூக மாற்றம் ஒரு புதிய திசையில் அசைவியக்கம் பெற்றது. இச்சூழலில் நாட்டார் மரபுகள் தனிமரபுகளாக (little traditions) விளங்க, இம்மரபு களின் தொகுப்பாக வளர்ந்த பெருமரபு எனக்கூடிய பொதுமரபு (great tradition) இந்நாகரிகத்தின் உரைகல்லாக விளங்கி வருகிறது.

காலனியத்திற்குப் பின்னர் இப்பொதுமரபு எவ்வாறு காலனியம் தூண்டிய நவீனத்துவத்தால் மாற்றம் பெறத் தொடங்கியது என்பதை மில்டன் சிங்கர் ஒரு பெருமரபு நவீனமயமாகும்போது (When a Great Tradition Modernizes, 1972) எனும் ஆய்வில் விளக்குகிறார். சென்னையை மையமாகக் கொண்டு தமிழ்ச் சமூகத்தின் பெருமரபு ஏற்றுவந்த மாற்றங்களை இந்த ஆய்வில் இனவரைவியல் நுட்பங்களுடன் காட்டுகிறார். தமிழ்த் தேசத்தின் சமூகப் பண்பாட்டு வரலாற்றை முன்னெடுக்கும்போது இத்தகைய ஆய்வுகளின் முறையியலை நாம் கவனிக்க வேண்டும்.

இந்தியா போன்ற பழைமையான தேசத்தில், தமிழர்கள் போன்ற பூர்வ குடிகளின் தொன்மங்களும் புராணங்களும் தேச வரலாறு, இன வரலாறு, குடி வரலாறு, சமய வரலாறு சார்ந்தவையாக உள்ளன. இவை பற்றி டேவிட் ஷுல்மன் செய்துள்ள தமிழ் கோயிற் புராணங்கள் (Tamil Temple Myths, 1980) எனும் ஆய்வு மிகச் சிறந்ததோர் ஆய்வாகும்.

தமிழ்ச் சமூகத்தில் தல வரலாறு என்பது சமூகம், சமயம் இரண்டோடும் எவ்வாறு பின்னிப் பிணைந்துள்ளது என்பதை மிக விரிவாக ஆராய்ந்துள்ளார். மேலும், இரண்டு மனைவி சாமிகள், முருகன்-கார்த்திகேயன், வள்ளி-தெய்வானை போன்ற புராணப் பதிவுகள் இந்த தேசத்தின் இரண்டு பெரு மரபுகள் ஏற்றுக்கொண்ட இயைபைக் காட்டுகின்றன. இன்னொரு பக்கம் நாட்டார் மரபுகள் தனிமரபுகளாகத் (little traditions) தொடர்வதையும் விவரிக்கிறார்.

ஒரு தனிப்பட்ட சமூகத்தின் இனவரலாற்றை ஆராய்வது இன்றைய இனவரலாற்று ஆய்வு முறையில் முக்கியமானதாகக் கருதப்படுகிறது. ஒரு பெரும் தேசம் முழுமைக்குமான வரலாற்றை முன்னெடுக்க வேண்டிய தேவை கடந்த காலகட்டத்தில் ஏற்பட்டது. தேசத்தின் விடுதலைக்குப் பிறகு தேசத்தின் உறுப்புகளாகத் திகழும் சமூகங்கள் முன்னேற வேண்டும்; அவற்றிற்கான வசதி வாய்ப்புகள் பெருக வேண்டும் என்பதே இன்றைய விழைவாக உள்ளது. இந்நிலையில் நுண்ணோக்கிய ஆய்வுமுறை மூலம் முழுமையைக் கட்டமைக்கும் பகுதிகளை ஆராயவேண்டிய தருணம் ஏற்பட்டுள்ளது. அது பழங்குடிச் சமூகமாக இருக்கலாம்; கிராமச் சமூகமாக இருக்கலாம்; நகரச் சமூகமாக இருக்கலாம் அல்லது கிராம-நகரங்களில் சுற்றித் திரியும் நாடோடிச் சமூகங்களாக இருக்கலாம்.

இச்சமூகங்களின் வரலாற்றைத் தேடுவதால் மட்டுமே அவர்களுக்கான இருப்பை நிலைநிறுத்த முடியும்; எதிர்பார்ப்புகளுக்கு விடைகாண இயலும். அந்த வகையில் சமூகங்களின் இனவரலாறு (ethnohistory) என்பது எண்ணற்ற தரவு மூலங்களைக்கொண்டு மீட்டுருவாக்கப்பட வேண்டும். அதற்கான சிறந்த முறையியல், கோட்பாட்டுப் பின்புலங்கள், ஆய்வு அணுகுமுறைகள் ஆகியன மானிடவியல் துறையில் உருவாக்கப் பெற்றுள்ளன. மேலை ஆய்வாளர்களும் நம்முடைய ஆய்வாளர்களும் இத்தளத்தில் குறிப்பிடத்தகுந்த பங்களிப்பைச் செய்துள்ளனர்.

மும்பை பல்கலைக்கழகப் பேராசிரியராக விளங்கிய கமலா கணேஷ் அவர்கள் கோட்டைப் பிள்ளைமார் சமூகத்தின் சமூக வரலாற்றை *எல்லைச் சுவர்* (Boundary Walls, 1993) எனும் தலைப்பில் ஆராய்ந்துள்ளார். இராபர்ட் டெலீஜ் (1997) பறையர் சமூகத்தின் இனவரைவியலை வெகு நேர்த்தியாக உருவாக்கியிருக்கிறார். தீண்டாமையின் வரலாற்றை மைக்கேல் மொஃபாத் (1979) ஆராய்ந்திருக்கின்றார். பால் ஹாக்கிங்ஸ், ஹார்டுகிரேவ் ஆகிய இருவரும் முறையே படகர், நாடார் சமூகங்களின் இனவரலாற்றை ஆராய்ந்துள்ளனர். பக்தவத்சல பாரதி நரிக்குறவர் உள்ளிட்ட நாடோடிச் சமூகங்கள் சிலவற்றின் இனவரலாற்றை

ஆராய்ந்துள்ளார். இவ்வாய்வுகள் சமூக வரலாற்றை ஆராய்வதற்குரிய நல்ல முன்மாதிரிகளாகும்.

தமிழ்ச் சூழலில் மேலும் சில முக்கிய ஆய்வுகள் மேற்கொள்ளப் பட்டுள்ளன. ஆ. சிவசுப்பிரமணியன் (2002) எழுதியிருக்கும் அடித்தள மக்கள் வரலாறு என்பது ரணஜித் குகா தலைமையில் இந்தியாவில் உருவான விளிம்புநிலை மக்கள் வரலாறு எனும் சிந்தனைக் குழுவின் கருத்துகளை அடியொற்றியதாகும். கீழிருந்து வரலாற்றை நோக்குவது இந்த ஆய்வின் மையப் பொருளாகும். இதுவரை அறியப்படாத வரலாற்றுப் பதிவுகள் இந்த அணுகுமுறையின் மூலம் கிடைக்கின்றன. மையம் விளிம்பாதலும் விளிம்பு மையமாதலும் இவ்வகை வரலாற்றின் முக்கியக் கருத்தியலாகும். புதிய வரலாறும் மக்கள் மையமிட்ட வரலாறும் முன்னெடுக்கப்படுகின்ற நோக்குநிலை இதன் அடித்தள மாகும். ரணஜித் குகா உருவாக்கிய 'விளிம்புநிலை நோக்கு' எனும் சிந்தனை முறை ஓர் இயக்கமாக உருவாவதற்கு முன்பே மார்க்சியச் சிந்தனை முறையில் இது ஒரு கருத்தினமாக இருந்துள்ளதையும் நாம் காண்கிறோம்.

ஆ. சிவசுப்பிரமணியன் செய்துள்ள 'சாமியாடும் மனைவி', 'கொலை யில் உதித்த தெய்வங்கள்', *கிறித்தவமும் சாதியும்* (2001), *வரலாறும் வழக்காறும்* (2008) போன்ற ஆய்வுகளும் முக்கியமானவை. தமிழ்ச் சூழலில் உள்ள தரவுகளிலிருந்து வரலாறு எழுதுதல் எனும் இம்முயற்சி 'தரவுகளிலிருந்து கோட்பாடு நோக்கிச் செல்லுதல்' (from data to theory) ஆகும். கோட்பாட்டைக் கையில் எடுத்துக்கொண்டு தரவுகளைத் தேடக்கூடாது. அந்த வகையில் ஆ. சிவசுப்பிரமணியனின் ஆய்வுகள் நம் கவனத்தை ஈர்க்கின்றன. இந்த வகையில் மேலும் சிலர் பங்களித் துள்ளதையும் காண்கிறோம் (விரிவுக்குக் காண்க: இயல் 2).

புதுச்சேரி மொழியியல் பண்பாட்டு ஆராய்ச்சி நிறுவனம் திராவிட வியல் ஆய்வுகளுக்கான ஒரு முன்னோடி நிறுவனமாகும். சனங்களின் வரலாற்றை வழக்காறுகளிலிருந்து தேட வேண்டுமென்ற நோக்கோடு 1999ஆம் ஆண்டு ஒரு கருத்தரங்கை நிறுவனம் நடத்தியது. அக்கருத் தரங்கக் கட்டுரைகள் *சனங்களும் வரலாறும்: சொல்மரபின் மடக்கு களில் உறையும் வரலாறுகள்* (2004) எனும் தலைப்பில் வல்லினம் வழியாக வெளியிடப்பட்டது. ச.பிலவேந்திரன் பதிப்பித்துள்ள இந்நூல் நாட்டாரியல் தளத்தில் வரலாற்றைத் தேடும் முயற்சியில் மிக முக்கிய மானதாகும்.

சமூக வரலாறு போன்றே பண்பாட்டு வரலாற்றையும் அணுக வேண்டும். இந்தியப் பண்பாட்டைச் சாதியப் பண்பாடாகவே

கருதுதல் வேண்டும். இங்குச் சாதி என்பது ஒரு சமூக எதார்த்தமாகும். தமிழ்ச் சூழலில் லூயி துய்மோன் தொடங்கி பல ஆய்வாளர்கள் சாதி முறை (சமூக அமைப்பு) குறித்தும் சாதிய வாழ்வு முறை குறித்தும் (பண்பாட்டு முறை) வெகு நுட்பமாக ஆராய்ந்துள்ளனர்.

பண்பாட்டு வரலாற்றில் குறிஞ்சி தொடங்கி மருதம் வரையிலான ஐவகைத் திணைகளிலும் காணப்பட்ட வாழ்வு முறைகளை நேர்க்கோட்டு வரிசையிலும் (unilinear), பன்முக வரிசையிலும் (multilinear) நிறுத்தி வளர்ச்சி முறைகளைக் காண வேண்டியுள்ளது. மேலும் பழங்குடிச் சமூகங்கள் சாதிச் சமூகங்களை நோக்கி நகரும் (tribe - caste continuum) ஓர் அசைவியக்கம் இந்தியச் சூழலில் காணப்படுகிறது. அவ்வாறே கிராமச் சமூகமானது நகரியப் பண்பாட்டை நோக்கி நகரும் (rural - urban continuum) ஓர் அசைவியக்கத்தையும் காண முடிகிறது. இது சங்ககாலத்திலிருந்து காணக்கூடிய ஒன்றாக உள்ளது. இத்தகைய அசைவியக்கத்தில் சங்ககாலப் பாணர்கள் தொடங்கி இன்றைய நாடோடிகள் வரை, அலைகுடிச் சமூகங்கள் எவ்வாறு இணைகின்றன என்பதைப் *பாணர் இனவரைவியல், தமிழகத்தில் நாடோடிகள்* (பக்தவத்சல பாரதி 2003) நூல்கள் காட்டுகின்றன.

ஒரு சமூகத்தின் பண்பாட்டு வரலாற்றில் இத்தகைய கூறுகளின் இயங்கியலை நுட்பத்துடன் அணுகி அளவிடுதல் மிகவும் முக்கியமான தாகும். மேலும், பண்பாட்டு மாற்றம் எக்காரணிகளால், எந்த அளவு நிகழ்ந்துகொண்டிருக்கிறது என அளவிடுதலும்கூட வரலாறு எழுதுவதில் அவசியமாகிறது. இத்தகைய நோக்குநிலை கொண்ட ஆ.இரா. வேங்கடாசலபதியின் *அந்தக் காலத்தில் காப்பியில்லை* (In Those Days there was no Coffee: Writings in Cultural History, 2006) எனும் வகையிலான ஆய்வு முக்கியத்துவம் பெறுகிறது. தமிழ்ச் சூழலில் காலனியத்தின் தாக்கமும் பண்பாட்டு வரலாறும் சார்ந்த ஆய்வுகள் கவனம் பெறாத களமாகவே இருந்து வருகின்றன. விரிவான ஆய்வுகள் செய்யப்பட வேண்டும். உதிரிகளாகப் பல நிகழ்வுகளை மையப்படுத்திப் பலர் எழுதியிருக்கிறார்கள். அவை யாவும் ஒரு பொருண்மை சார்ந்து கோட்பாட்டுப் பின்புலத்தில் முறையியலுடன் செய்யப்பட வேண்டும்.

வரலாற்று உணர்வு

இந்தியச் சமூகம், தமிழ்ச் சமூகம் முதலானவை வரலாற்று உணர்வற்ற சமூகங்கள் என்றெல்லாம் மதிப்பிடக்கூடிய ஒரு பொதுக் கருத்து பல தளங்களில் பேசப்பட்டு வருகிறது. இவ்வகைச் சமூகங்கள் வரலாற்றைச் சரியாகப் பேணவில்லை என்ற குற்றச்சாட்டு இருந்து வருகிறது.

வரலாறு இல்லாமல் உலகில் எந்தச் சமூகமும் இல்லை என்பதை இனவரைவியலர்கள் (ethnographers) கண்டறிந்துள்ளனர். தொல் பழங் காலம் முதல் மலைகளிலும் காடுகளிலும் தனித்தொதுங்கி வாழும் தொல்குடிகளிடம்கூட அவர்களின் குடிவரலாறு வழக்காறுகளில் புதைந்து கிடக்கின்றது.

சடங்குகள், திருவிழாக்கள், கூத்துகள், கதைகள், பாடல்கள் உள்ளிட்ட எண்ணற்ற வழக்காறுகளில் புதைந்துள்ள அந்தந்தச் சமூகத்தின் வரலாறு ஆண்டுதோறும் மீண்டும் மீண்டும் எடுத்துரைக்கப் படுகிறது. கணியான் கூத்து, பாரதக் கூத்து, வில்லுப்பாட்டு, வள்ளித் திருமணம், தெருக்கூத்து என எல்லா வகையான எடுத்துரைப்புகளும் வரலாற்றை மீண்டும் நினைப்பவையாகும். வட தமிழகத்தில் பின்னிரவு தொடங்கி விடிய விடிய நடக்கும் தெருக்கூத்திற்கு ஒரு வரலாறு உண்டு. இஸ்லாமியர்களின் பார்வையிலிருந்து விடுபட்டு இரவில் நிகழ்த்தும் பாரதக் கூத்தாகத் தெருக்கூத்து வடமாவட்டங்களில் ஒரு காலத்தில் நிகழ்த்தப்பட்டது. கலைகளின் வடிவங்களுக்கும் காலத்திற்குமான உறவு வரலாற்றில் நிறையவே புதைந்து கிடக்கின்றது. ஆகம மரபில் செய்யும் திருமஞ்சன சடங்காயினும் சரி, நாட்டார் மரபில் தெய்வங் களுக்குப் படைக்கும் உயிர்ப்பலியாயினும் சரி எல்லா வெளிப்பாடு களும் வரலாற்றை மீள நிகழ்த்துவதற்காகச் செய்யப்படுவதாகும். இத்தகைய நிகழ்த்துதல்களில் பழங்காலத்திய வரலாற்றின் அர்த்தங்கள் உறைகல்லாக உறைந்து நிற்கின்றன. இவற்றிற்குள் பல சமிக்ஞைகள் படிந்துள்ளன. இவற்றின் அர்த்தங்களை வெளிப்படுத்துவதற்கு மானிடவியலில் பல ஆய்வு முறைகள் வளர்த்தெடுக்கப்பட்டுள்ளன.

தொன்மங்களில் உறைந்துள்ள அர்த்தங்களைத் தேட வேண்டு மானால் லெவிஸ்ட்ராசின் அமைப்பியம் (structuralism) வழிகாட்ட முடியும். சடங்குகளுக்குள் அடங்கிக் கிடக்கும் அர்த்தங்களைத் தேட வேண்டுமானால் சடங்கு பற்றி உருவாக்கப்பட்டுள்ள கோட்பாட்டுப் புரிதல்களைத் தேட வேண்டும். திராவிடர்களின் சடங்குகளுக்கும் ஆரியர்களின் சடங்குகளுக்கும் இடையே காணப்படும் வேறுபாடுகள் இவ்விரண்டு பேரினத்திற்கான (மொழிவழிச் சமூகத்திற்கான) இன வரலாறாக அமைகின்றன (விரிவுக்குக் காண்க: இயல் 5). இவ்வாறாக வரலாற்றில் காலமும், வரலாற்றின் காலமும் இதற்கு அடிப்படையாக விளங்குகின்றன. உண்மையில் வரலாறென்பது இடமும் காலமும் சார்ந்தே உருவாக்கம் பெறுகிறது. இதனை எந்த ஒரு நிகழ்வின் மூலமும் புரிந்துகொள்ள முடியும்.

மேற்கூறிய கருத்துகளைக் கூர்ந்து கவனிக்கும்போது ஒரு சமூகத் திற்கான வரலாற்று உணர்வை மதிப்பிடுவதற்குப் பல அளவுகோல்கள்

உள்ளன. ஆவணப்படுத்துதல் மட்டுமே வரலாற்று உணர்விற்கான முழுமுதல் அளவுகோலாக இருக்க முடியாது. இந்தியாவில் காலனியம் வீழ்த்தப்பட்டு விடுதலையடைந்தது என்பதே வரலாற்று உணர்வின் உந்துதலால் நிகழ்ந்ததாகும். ஆகவே இந்தியச் சமூகம் அல்லது தமிழ்ச் சமூகம் என்பது வரலாற்று உணர்வற்றது என்று கூறுவது கருத்தியல் நிலையில் ஏற்கக்கூடியதல்ல. பின்வரும் இன்னொரு கருத்தையும் கவனிக்க வேண்டும்.

இந்தியச் சமூகமும் தமிழ்ச் சமூகமும் பழைமைச் சமூகங்கள் ஆகும். இவ்வகையான பழைமைச் சமூகங்களில் வாய்மொழி மரபு முதன்மை யானது. வாய்மொழி மரபில் வாய்மொழி வரலாறும் முதன்மையான தாகும். இந்திய, தமிழ்ச் சமூகங்கள் பழைமைச் சமூகங்கள் போன்றே அவை பன்மைச் சமூகங்களாகவும் உள்ளன. இன்று இந்தியாவில் ***4635*** சமூகங்கள் உள்ளன. அவற்றில் பழங்குடிச் சமூகங்கள் ***461*** ஆகும் *(கே.எஸ்.சிங் **1992**)*. இவையல்லாமல் நிலைகுடிகளை நம்பி வாழும் கணக்கில் இடம்பெறாத நூற்றுக்கணக்கான அலைகுடியினர் *(நாடோடிச் சமூகத்தார்)* உள்ளனர்.

இந்திய தேசத்தில் தமிழ்ச் சமூகமானது பழைமைக்குப் பழைமையாய் பன்மைக்குப் பன்மையாய் இருந்தாலும், இந்தியச் சமூகத்தின் வரலாறும் தமிழ்த் தேசத்தின் வரலாறும் ஒன்றல்ல. இதனை டி.டி. கோசாம்பி ***(1969)***, ரொமிலா தாப்பர் ***(1973, 1984)***, பர்டன் ஸ்டீயின் ***(1980)*** போன்றவர்கள் விரிவாக ஆராய்ந்து கூறியுள்ளார்கள். ஆயினும், இந்தியா என்றொரு தேசம் காலனியத்தின் விளைவால் ஒன்றிணைக்கப் பட்டது. ஆங்கிலேயர் இங்கு வந்த பிறகுதான் **500**க்கும் மேற்பட்ட சம்ஸ்தான மக்கள் ஓர் ஆட்சியின் கீழ், ஒரு சட்ட திட்டத்தின் கீழ் வாழும் முறை உருவானது. இந்த நீண்ட நெடிய வரலாற்றில் வரலாற்று உணர்வென்பது பல நிலைகளில் வேறுபட்டு நிற்கின்றது.

காலனியத்தின் வடிவங்கள்

இந்திய வரலாற்றில் காலனிய வரலாறு மிகுந்த முக்கியத்துவம் பெறுகிறது. இங்குக் காலனியம் என்பதை விரிவான தளத்தில் நின்று நோக்க வேண்டும். கிறிஸ்துவுக்கு முன்னர் (கி.மு) ஆரியர்கள் வந்தார்கள். கிறிஸ்துவுக்குப் பின்னர் (கி.பி) முகலாயர், போர்த்துக்கீசியர், ஒல்லாந்தர், அரேபியர், பிரெஞ்சுக்காரர், ஆங்கிலேயர் வந்தார்கள். இவர்கள் அனைவரையும் காலனியத்தோடு இணைத்துக் காண வேண்டியுள்ளது. இவர்களில் தொடக்கத்தில் ஆரியர்களும் இறுதியில் ஆங்கிலேயர்களும் வென்றார்கள். முந்தையோர் சமூக, பண்பாட்டு ரீதியாக வென்றார்கள் என்றால், பிந்தையோர் அரசியல் ரீதியாக

வென்றார்கள். இந்த நீண்ட நெடிய காலனியத்தால் இந்தியச் சமூகமே தன் அடையாள உருவாக்கத்தில் ஒரு புதிய நிலைமாற்றத்தைப் பெற்றது.

ஆரியர்களின் வருகைக்கு முன்னர் தமிழ்ச்சமூகம் 'குடி' முறையிலான சமூகமாக இருந்தது என்பதை நாம் அறிவோம். ஒவ்வொரு திணையிலும் வாழ்ந்த சமூகத்தார் 'குடி' என்றே அடையாளம் பெற்றிருந்தனர். எயினர், குன்றக் குறவர், கொல்லைக் கோவலர், அண்டர், ஆயர், உமணர், பரதவர், உழவர் என எல்லாருமே குடியாக அடையாளப் படுத்தப்பட்டனர். அம்குடி, முதுகுடி, குரம்பைக்குடி, வேட்டக்குடி, நீள்குடி, விழுக்குடி, வீழ்குடி, செழுங்குடி, பல்குடி என்றெல்லாம் சங்க காலத்தில் குடிகள் அழைக்கப்பெற்றன.

இக்'குடி' முறையிலேயே திணைச் சமூக முறையானது தமிழ் மரபில் ஒரு தனித்துவமான முறையாக உருவாக்கம் பெற்று அசைவியக்கம் கொண்டிருந்தது. ஆரியர்களின் வரவுக்குப் பின்னர் அவர்களின் சடங்கியல் ஊழியத்திற்குத் தமிழ் மன்னர்கள் காட்டிய ஆதரவால் மெல்ல மெல்ல அவர்களை மேநிலைப்படுத்திய படிநிலைச் சமூகம் உருவானது. போர்ச்சுகீசியர்கள் இந்தியாவிற்கு வந்தபிறகு அவர்களுடைய அகவயமான பார்வைகொண்டு இங்கிருந்த சமூகத்தை 'casta' (சாதி) என்று அழைத்தார்கள். இச்சொல் போர்ச்சுகீசிய, ஸ்பானிஷ் மொழி களில் வழங்கிய சொல்லாகும். அதன் பின்னர் ஆங்கிலேயர் caste, scheduled caste, tribe, criminal tribe என்றெல்லாம் இங்கிருந்த பூர்வகுடி களை வகைப்படுத்தத் தொடங்கினார்கள் (விரிவுக்குக் காண்க: பக்தவத்சல பாரதி 2013). ஆக, தொடக்கத்தில் 'குடி' அமைப்புடைய தமிழ்ச் சமூகம் பின்னாளில் காலனியத்தின் தோற்றத்தால் (ஆரியர் களின் வருகை) சாதி அமைப்புடைய் சமூகமாக மாற்றம் பெற்றது.

இந்த வகையில் இந்திய, தமிழ்ச் சமூகம் மீதான காலனியத்தின் தாக்கம் பாரதூரமானது. ஆங்கிலேயர்கள் மெத்தப் படித்தவர்கள், முன்னேறியவர்கள், நாகரிகமானவர்கள் என்று தங்களை முன்னிறுத்திக் கொண்டார்கள். அம்முனைப்பிலேயே வரலாறும் எழுதினார்கள். உலகில் எங்கெல்லாம் அவர்கள் காலனிகளை உருவாக்கினார்களோ அங்கெல்லாம் வாழ்ந்த மக்களை முன்னேற்றுவதற்குத் தங்களால் மட்டுமே முடியுமென்ற முழக்கத்தையும் முன்வைத்தார்கள். காலனி மக்களை முன்னேற்றுவது 'வெள்ளையர்களின் பொறுப்பு' (white man's burden) என்றார்கள். ஒவ்வொரு காலனி தேசத்தின் வரலாற்றிலும் இது ஒரு புதிய கூற்றாக அமைந்தது.

இத்தகைய பிரகடனத்தை முழக்கிய அவர்கள் இந்தியாவில் பழங்குடி மக்களை 'மறைந்துகொண்டிருக்கும் பழங்குடி' (vanishing tribe), 'ஆவி வழிபாட்டினர்' (animists), 'எழுத்தறிவுக்கு முந்தைய சமூகம்' (pre-literate society) எனப் பலவாறு அடையாளப்படுத்தினார்கள் (விரிவுக்குக் காண்க: பக்தவத்சல பாரதி, *தமிழகப் பழங்குடிகள்*, இயல்கள் 3, 4, 15). இதற்குப் பின்னால் அவர்கள் செயல்படுத்திய கருவிசார்ந்த ஆதிக்கம் (instrumental power) என்பது காலனியத்தின் பிரிக்க முடியாத வடிவமாகும்.

வரலாறு நெடுக சமூக உருவாக்கத்தின் நுட்பதிட்பங்களை ஆராயும் போது தமிழ்ச் சமூகமானது எண்ணற்ற உட்பிரிவுகளை ஏற்படுத்திக் கொண்டு இன்றைக்கு 364 அகமணச் சாதிகள் வாழும் பிரதேசமாக உள்ளது. இவற்றில் 209 சாதிகளே தமிழ்ச் சாதிகளாகும். மீதமுள்ள 155 சாதியினர் வேற்று மொழியாரராக இருப்பதைக் காண்கிறோம். தமிழ்ச் சமூக உருவாக்கத்திலும் அதன் வரலாற்றிலும் அகமணச் சாதிகள் (endogamous castes) உருவான முறைகளை ஆராய்வது மிகவும் முக்கியமானதாகும். இன்று வேளாளர்களிடம் மிகுதியான அகமணப் பிரிவுகள் காணப்படுகின்றன (கே.எஸ்.சிங் 2007). புறநானூற்றில் வரும் 'இந்நான்கல்லது குடியுமில்லை' (புறம். 335) எனும் கருத்திலிருந்து தொடங்கி தமிழர்களின் நீண்ட நெடிய சமூகப் படிமலர்ச்சியில் 209 அகமணச் சாதிகளாக உருவான வரலாறு ஆராய்வதற்குரியதாகும். அதாவது சங்ககாலத்திற்குப் பின்னர் 2500 ஆண்டுகளில் தமிழ்ச் சமூகம் ஏற்றுக்கொண்ட 50 மடங்கு பெருக்கத்தைச் சமூக வரலாறாக ஆராய வேண்டும்.

நாகரிகங்களின் மோதல்கள்

இந்தியத் துணைக் கண்டத்தில் ஆரியர்களின் வரவாலும் காலனிய அரசு உருவாகியதாலும் இந்தியாவில் 'நாகரிகங்களின் மோதல்கள்' (clash of civilizations) காலூன்றின. அன்று தொடங்கிய அந்த முரண்பாட்டு அசைவியக்கம் தொடர்ந்து நிலைபெற்று வருவதைக் காண்கிறோம். கூடவே ஆங்கிலேயர்கள் பிரித்தாளும் சூழ்ச்சியைச் செய்தார்கள். இத்தகைய நிர்வாக அணுகுமுறைகளால் இந்தியச் சமூகத்தை எப்போதுமே 'கொதிநிலைப் பானை'யாக (boiling pot) வைத்திருக்கும் முயற்சியிலும் அவர்கள் வெற்றி கண்டனர். பழங்குடி களையும் சாதிகளையும் தனித்தனியான அடையாளங்களுடன் பாகுபடுத்தி ஆட்சி செய்த முறையானது அடிப்படையிலேயே வர்க்கப் பார்வை சார்ந்தது. அடுத்ததாக, பெரும்பான்மை, சிறுபான்மை என இனம் பிரித்த முறையும், வடக்கு-தெற்கு எனப் பாகுபடுத்திய முறையும் கிராமம்-நகரம் எனப் பிரித்த முறையும் ஆங்கிலக் காலனியத்தின் நவீன கருத்தினங்களாகும்; புதிய முன்னெடுப்புகளாகும்; வர்க்கம்

சார்ந்த முரண்பாட்டு இயங்கியலை ஊக்கப்படுத்துவதற்காக ஏற்படுத்தியவையாகும்.

இந்திய, தமிழ்ச் சூழல்களில் காலனியத்தின் வருகை என்பது முதலாளித்துவத்தின் கால்கோளாக அமைந்தது. வணிகத்தை முன்வைத்து இங்கு வந்தாலும் அவர்கள் முதலாளித்துவத்தை ஊடுருவச் செய்தார்கள். முதலாளித்துவம் மெல்ல மெல்லப் பரவலாக்கம் பெற்று நிறுவனமயப் படுத்தப்பட்டது. அது செயல்வழியாகவும் அதிகாரம் வழியாகவும் கருவி நியாயம் செய்யப்பட்டு இந்தியச் சமூகத்தில் அச்சுறுத்தலாக மாறத் தொடங்கியது. ஒரேயொரு எடுத்துக்காட்டை மட்டும் இங்குக் காண்போம்.

அதுவரை தமிழகக் கிராமங்களில் 'குடிக்காவல்' பணியில் ஈடுபட்டிருந்த கள்ளர் சமூகத்தினர் சுயேச்சையான வாழ்வுமுறையைக் கொண்டிருந்தார்கள். ஒரு கட்டத்தில் கள்ளர்களின் சுயேச்சைத் தன்மையானது ஆங்கிலக் காவல்முறைக்குச் சவாலாக மாறியது (ஆனந்த் பாண்டியன் 2010; முகில் நிலவன் 2010; மீனா இராதாகிருஷ்ணா 2001). அதனால் இடையர்களையும் மற்ற சமூகங்களையும் இணைத்து 1896இல் அம்மையப்பகோன் தலைமையில் கள்ளர் எதிர்ப்பியக்கத்தைக் காலனி அரசு உருவாக்கியது. சுதேசிச் சமூகமாக விளங்கிய குறவர்களையும் குற்ற மரபினராக அடையாளப்படுத்தினார்கள் (மீனா இராதாகிருஷ்ணா 2001; மணிகோ. பன்னீர்செல்வம் 2009; பக்தவத்சல பாரதி 2013). இவையெல்லாம் காலனியத்தின் கொடூர முகங்களாகும். தமிழ்ச் சமூக வரலாற்றில் குற்றவாளிச் சமூகங்களின் உருவாக்கத்தைக் கூர்ந்து கவனித்தால் காலனியத்தின் வெகு நுட்பமான அம்சங்களைப் புரிந்துகொள்ள முடியும். தமிழ்ச் சமூகத்தின் வரலாற்றைக் கீழிருந்து மேலாக நோக்கும் போது புதிய வரலாற்று மூலங்கள் வெளிப்படும். இவற்றையெல்லாம் நுண் வரலாறாக இனிவரும் காலங்களில் ஆய்வு செய்ய வேண்டும்.

பின்னுரை

நேற்றைய வரலாறு தெரியாமல் போனால்
இன்று நடப்பது புரியாமல் போகும்;
இன்று நடப்பது புரியாது போனால்
நாளை நடப்பது நம் வசம் இல்லை

என்கிறார் பாவெல் பாரதி (2010: 213). ஆதலின் காலனிய காலத்தின் வரலாறு எழுதுதல் முறை பற்றிய ஒரு தீவிர பரிசீலனை நமக்குத் தேவைப்படுகிறது. 'விதிகளை உருவாக்குவது நீயாக இருந்தால், எந்த

விளையாட்டிலும் வென்றுவிடலாம்' என்பது போல வரலாறும் அப்படிப்பட்டதுதான் (மேலது: 213). காலனிய ஆட்சிமுறையில் ஆங்கிலேயர்கள் இந்தியாவிற்கான வரலாற்றைக் கட்டமைத்தார்கள். அதற்காக எட்டு வகையான செயல் திட்டங்களை உருவாக்கினார்கள் (விரிவுக்குக் காண்க: இயல் 8). இந்த எட்டு வகையான செயல் திட்டங்களைக் கருத்தூன்றி நோக்கினால் இந்தியாவிற்கான வரலாறு எழுதுதல் எப்படியான கருத்தியல் பின்புலத்தில் நிகழ்ந்தது என்பது தெரிய வரும். ஆக இன்று நாம் பெருமளவு படித்துக்கொண்டிருக்கும் வரலாறென்பது ஆங்கிலேயர்கள் என்ற வென்றவர்களால் எழுதப்பட்ட தோற்றவர்களின் வரலாறு ஆகும்.

ஆகவே இன்றைய பிந்தைக் காலனியச் சூழலில் காலனிய வரலாற்றை மறுபரிசீலனை செய்வதும் மறுவாசிப்புக்கு உட்படுத்துவதும் அவசிய மாகும். 1947இல் பெற்ற முதற்கட்ட விடுதலை என்பது நிலம்சார்ந்த விடுதலையாகும். இன்று தாராளமயம், தனியார்மயம், உலகமயம் (LPG) எனும் போக்கில் தேசங்களைக் கடந்த கலாச்சார காலனியவாதம் வேகம் பெற்றுள்ளது. இதனால் புவியியல் காலனியவாதம் போய், கலாச்சாரக் காலனியவாதம் வந்துள்ளது. இதனையும் வென்றாக வேண்டும்.

மறுவாசிப்பும் மீள்புரிதலுமற்ற எந்தவொரு சமூகமும் தன்னை நிலைநிறுத்திக்கொண்டதாக வரலாறில்லை. ஆதலின் வரலாற்றை நுட்பமாக அறிவதற்கும் அறிவிப்பதற்கும் தகுந்த கருத்தியலை உருவாக்க வேண்டும். அதற்கான ஒரு வாசிப்புத் தளத்தை இந்நூல் முன்வைக் கிறது. வாசிக்கும் ஒவ்வொரு கணமும் வாசகர்களிடம் வரலாறு பற்றிய எண்ணச்சிதறல்கள் ஏற்படுமானால் அதுவே நம்முடைய இருத்தலுக்கான முயற்சியாக அமையும். வாழ்க்கை என்பது போராட்டமாகும். இதில் தகுதியுள்ளவை மட்டுமே பிழைக்கும் எனப் படிமலர்ச்சியாளர்கள் முன் வைத்துள்ளனர். தமிழ்ச் சமூகம் அண்மை நூற்றாண்டுகளில் தன்மீது நிகழ்ந்துள்ள அசைவியக்கத்தை மதிப்பிட வேண்டும்; அந்த மதிப்பீடு மீது எதிர்வினையாற்ற வேண்டும். அத்தகையதொரு தூண்டுதலுக்கு இந்நூலின் வாசிப்பு உதவும்.

2
அடித்தள மக்கள் வரலாற்றியல்:
கீழிருந்து மேல்நோக்குப் பார்வை

விளிம்புநிலை ஆய்வுகள் குறித்த சுருக்கமான வரலாற்றை இவ்வியல் முன்வைக்கிறது. சமூகம், பண்பாடு, வரலாறு குறித்த இன்றைய அறிவாராய்ச்சிச் சூழலில் ஒரு தனித்த சிந்தனை மரபாகப் பேசப்படுகின்ற 'விளிம்பு நிலையினர் குறித்த ஆய்வுகள்' (Subaltern Studies) தோற்றம் பெற்ற துறை வரலாற்றியலாகும். அதனால் விளிம்பு நிலை ஆய்வுகளின் வரலாறு என்பது வரலாற்றின் வரலாறாகவே அமைகிறது.

'விளிம்பு நிலை மக்கள்' அல்லது 'அடித்தள மக்கள்' எனக்கூடிய சமூக-பொருளாதார நிலையில் பின்னுக்குத் தள்ளப்பட்ட மக்கள் குறித்த மாற்று விவாதங்கள் 1970களின் பிற்பகுதியில் தீவிரம் பெற்று 80களில் அதற்கான தனித்த, முறையான வடிவத்தைப் பெற்றன. குறிப்பிட்டுக் கூறவேண்டுமாயின் 1980களில் நவீன கால இந்தியாவின் வரலாற்றை எழுதுதல் (modern Indian history) என்னும் கருத்தோட்டத்தில் சிந்தனையாளர்களிடம் தோன்றிய மாற்று விவாதமே விளிம்புநிலை ஆய்வாகப் பரிணமித்தது.

விளிம்புநிலை ஆய்வுகளின் ஊற்றுக்கண் வரலாற்றியல் என்றாலும் இச்சிந்தனை முறை இன்று பல துறையினரும் ஈடுபடும் தனித்த ஆய்வுப் பரப்பாக உருவெடுத்துள்ளது. இதனால் இது வரலாற்றுத் துறையிலிருந்து வெகுதொலைவு நகர்ந்து சென்றுகொண்டிருக்கிறது.

விளிம்புநிலை ஆய்வுகள் ஒரு ஒழுங்கமைந்த வடிவத்தைப் பெற்ற வரலாறு என்பது மிக விரிவானது. இந்திய வரலாற்றறிஞரான ரணஜித் குகா (Ranajit Guha: பிறப்பு 1923) விளிம்புநிலை ஆய்வுகளுக்குத் தடம் அமைத்தவர். இவர் இங்கிலாந்து சசெக்ஸ் (Sussex) பல்கலைக்கழகத்தில் பணியாற்றிக்கொண்டிருந்தபோது இன்றைய நவீன காலத்தில் நின்று கொண்டு இந்தியாவின் வரலாற்றை மீண்டும் எழுதுதல் என்னும்

நிலையில் ஒரு தீவிர சிந்தனையை - ஒரு மாற்றுச் சிந்தனையை முன்மொழிந்தார். ரணஜித் குகாவும் இவருடைய சிந்தனைக் குழுவினரும் சேர்ந்து தங்கள் எழுத்துக்களை 1982இல் Subaltern Studies: Writings on Indian History and Society என்னும் தலைப்பில் வெளியிட்டனர். இதன் பின்னர் இத்தலைப்பிலேயே இந்நூல் வரிசை தொடர்ந்து வெளியிடப்பட்டது.

தொடக்கத்தில் இந்தியா, இங்கிலாந்து, ஆஸ்திரேலியா ஆகிய இடங்களில் குகாவுக்குத் துணையாக எட்டு வரலாற்றறிஞர்கள் விளிம்புநிலை ஆய்வுக் குழுவில் இடம்பெற்றிருந்தனர். தொடக்கத்தில் இவர்களே இந்நூல் வரிசையின் பதிப்புக் குழுவினராகச் செயல்பட்டனர். இப்பதிப்புக் குழுவிலிருந்து குகா 1988இல் ஓய்வு பெற்ற பின் புதியவர்கள் இடம்பெறத் தொடங்கினர்.

ரணஜித் குகா தலைமையில் 1982லிருந்து வெளியான விளிம்பு நிலை ஆய்வுகள் (Subaltern Studies) நூல்வரிசையின் தலைப்பானது ஒரு கருத்தியக்கமாக, தனித்த சிந்தனை மரபாக உலகம் முழுவதும் அதிர்வினை ஏற்படுத்தத் தொடங்கியது. இந்திய வரலாற்றியல் என்னும் ஆய்வுக் களம் மாற்றுச் சிந்தனைகொண்டு ஆராயும் புத்தியல் களமாக மாறியது. அதன்வழி எழுதப்பட்ட கட்டுரைகள் விளிம்பு நிலை ஆய்வுகள் என்னும் நூல்வரிசையாக உலகெங்கும் அதிர்வினை ஏற்படுத்தியது. இந்நூல் வரிசையின் தலைப்பே விளிம்புநிலை மக்கள் குறித்த ஆய்வுப் பரப்பிற்கும் சிந்தனை முறைக்குமான பெயராக மாறிவிட்டது.

தெற்காசியா குறித்த, குறிப்பாக இந்தியா குறித்த, ஒரு வரலாற்றியல் ஆய்வுப் பொருளாக எடுத்துக்கொள்ளப்பட்டாலும் இப்பொருள் தெற்காசியா என்ற எல்லையைத் தாண்டி உலகெங்கும் கல்விப் புலங்களிலும் பிற அறிவுத் தளங்களிலும் பேசக்கூடிய ஆய்வுப் பரப்பாக மாற்றம் பெறத் தொடங்கியது. வரலாற்றை எழுதுதல் குறித்த ஒரு வரலாற்றியல் ஆய்வுப் பொருளாகத் தோன்றிய இந்த ஆய்வுமுறை அறிவார்ந்த இயக்கமாக மாறியது. மேலும், அது தோன்றிய வரலாறு என்னும் கல்விப் புலத்துக்கு அப்பால் வெகுதொலைவு பரவத் தொடங்கியது; மற்ற கல்விப் புலங்களிலும் ஊடுருவியது.

பிந்தைக் காலனிவாத (post-colonial) ஆய்வுகளில் ஈடுபட்ட வெவ்வேறு துறை அறிஞர்களும் கோட்பாட்டாளர்களும்கூட விளிம்புநிலை ஆய்வுகள் நூல்வரிசையில் மிகுந்த கவனஞ்செலுத்தத் தொடங்கினர். விளிம்புநிலை ஆய்வுகளும் பிந்தைக் காலனியவாத ஆய்வுகளும் பெருமளவு பொதுவான ஆய்வுக் களங்களைக் கொண்டுள்ளன எனக்

கருதும் நிலை ஏற்பட்டதால் இவ்விரண்டு ஆய்வுப் பரப்புகளும் இரத்த உறவுடைய பிரிவுகளாகக் கருதலாம் என்ற கருத்தும் மேலெழுந்தது.

இது குறித்த விவாதங்கள் வரலாறு, சமூக அறிவியல் ஆய்விதழ்களில் வெளிவரத் தொடங்கின. விளிம்புநிலை ஆய்வுகள் நூல்வரிசையில் வெளியிடப்பட்ட ஆங்கிலக் கட்டுரைகளின் மொழியாக்கங்கள் வங்கம், இந்தி உள்ளிட்ட பிற இந்திய மொழிகளில் வெளியிடப் பட்டன. தமிழ், ஸ்பானிஷ், ஜப்பான் போன்ற இன்னும் பல மொழி களில் வெளிவரும் முயற்சிகள் நடந்து வருகின்றன. ஆங்கிலம் வழி உலகளாவிய நிலையில் பேசப்படும் இச்சிந்தனை முறை இவ்வகை யான மொழியாக்க முயற்சிகளால் உலகின் பல பகுதிகளில் வட்டார அளவிலும் விளிம்புநிலை ஆய்வுகளின் சிந்தனை மரபு தாக்கத்தை ஏற்படுத்தியுள்ளது. தெற்காசியப் பகுதிகளில் தோன்றிய இச்சிந்தனை முறை உலகின் மறுகோடியாக விளங்கும் பகுதிகளிலும் வேரூன்றி யுள்ளது. 1993இல் லத்தீன் அமெரிக்க விளிம்புநிலை ஆய்வுக் கழகம் (Latin American Subaltern Studies Association) தொடங்கப்பட்டது. இவ்வகையான முயற்சிகள் பிற பகுதிகளிலும் பரவி வருகின்றன.

விளிம்புநிலை ஆய்வுகளின் வரலாற்றைப் பின்வரும் நான்கு முக்கிய கட்டங்களாகப் பகுத்தாயலாம்:

விளிம்புநிலை ஆய்வுகளுக்கு முந்தைய கட்டம்

இந்தியாவில் ஆங்கில ஏகாதிபத்தியம் 1757இல் தொடங்கி 190 ஆண்டு களுக்குப் பின் 1947இல் முடிவுக்கு வந்தது. அடுத்த பத்தாண்டுகள் வரை கல்விப்புல ஆய்வுகளில் பெரிய மாற்றங்கள் இல்லை என்றாலும் அமெரிக்கக் கல்விப் புலங்களோடும் உலகின் பிற நாடுகளோடும் தொடர்புகள் ஏற்பட்டன. மேலும் இந்திய வரலாற்றை நம் பார்வை யில் அணுகவேண்டுமென்ற ஆர்வம் மேலோங்கியது. இக்காலகட்டமே முந்தைய கட்டமாக அமைந்தது. அதாவது 1960கள் முதல் 'விளிம்பு நிலை ஆய்வுகள்' முதல் தொகுதி வெளியான 1982 வரையிலான காலகட்டம் விளிம்பு நிலை ஆய்வுகளுக்கு முந்தைய கட்டமாகும். இக்கால கட்டத்தில் நவீன இந்திய வரலாறு பற்றிய விவாதங்கள் மேலோங்கின.

இக்கால கட்டத்தில் இந்திய வரலாறு எழுதப்பட்ட முறையில் காணப்பட்ட ஏகாதிபத்திய சார்பு நிலையை விடுத்து தேசியவாத அணுகுமுறையில் (nationalism) இந்திய வரலாற்றை அணுக வேண்டும் என்ற கருத்து வலுப்பெற்றது. தொடக்கத்தில் இந்திய வரலாற்றை அறியும் எழுத்துக்களில் பொதிந்திருந்த காலனியக் கருத்தியலைக்

கட்டவிழ்த்து (decolonize) நீக்குவதற்கு மார்க்சியம் ஒரு திறவுகோலாகப் பயன்பட்டது. பிபன்சந்திரா (Bipan Chandra) எழுதிய 'இந்தியாவில் பொருளாதார தேசியத்தின் தோற்றமும் வளர்ச்சியும் (The Rise and Growth of Economic Nationalism in India), அனில் சீல் (Anil Seal) எழுதிய இந்திய தேசியத்தின் தோற்றம் (The Emergence of Indian Nationalism), டி.ஏ.லோவ் (D.A.Low) தொகுத்த நவீன தெற்காசிய வரலாற்றின் ஆழ்தடங்கள் (Soundings in Modern South Asian History), இன்னும் பிற நூல்களும், நுட்பமான கட்டுரைகளும் இந்த வரிசையில் வைத்து எண்ணத்தக்கவை. இந்திய ஆய்வில் புதிய பரிமாணங்களைத் தேடிய மானிடவியலர் பெர்னார்டு கான் (Bernard Cohn) எழுதிய கட்டுரைகளும் *வரலாற்றறிஞர்களோடு மானிடவியலர்* (An Anthropologist Among Historians and other Essays, 1987) என்னும் தலைப்பில் தொகுக்கப்பட்ட நூலும், டேவிட் மோரிஸ் இந்தியாவில் ஆங்கில ஆட்சியை மதிப்பீடு செய்த ஆய்வுகளும் இந்தியாவில் ஆங்கிலக் காலனி ஆட்சியின் தன்மை குறித்தும், அதன் விளைவுகள் குறித்தும் புதிய, அதே நேரத்தில் விமர்சனப் பார்வையுடன் கூடிய மாற்று வினாக்களை எழுப்பின.

இந்த எழுத்துக்கள் முன்வைத்த காத்திரமான கேள்விகளின் சாராம்சத்தைச் சுருக்கமாகப் பின்வருமாறு கூறலாம். இந்தியாவை ஆண்ட போது, ஆங்கிலப் பேரரசுவாதமானது இந்தியாவை வளர்ச்சி பெறுகின்ற, நவீன, ஒன்றுபட்ட நாடாக உருவாக்கியதா என்பது ஒரு முதன்மையான கேள்வியாக எழுந்தது. இந்தத் துணைக் கண்டத்தில் நீண்ட காலச் சிக்கலாக உருவாகியுள்ள இந்து-முஸ்லிம் முரண்பாடானது இந்தப் பகுதியை இந்தியா, பாகிஸ்தான் ஆகிய இரண்டு நாடுகளாகப் பாகுபடுத்தியதால் உருவானதா? அல்லது இந்தியாவை ஆங்கிலேயர் ஆண்டபோது சமூகங்களைப் பிரித்தாளும் உத்தியால் ஏற்பட்டதன் விளைவா? அல்லது தெற்காசியச் சமூகக் கட்டமைப்பிலேயே இருக்கும் உள்முரண்பாடுகளா? என்னும் கேள்விகளும் இவ்வாய்வுகள் முன்வைத்த முக்கிய வினாக்களாகும். இவ்வாறு 1960கள் தொடங்கி விமர்சனப் பார்வையில் அறிஞர்கள் பல கோணங்களிலும் தங்கள் பார்வையைச் செலுத்தினர்.

இந்தியாவில் ஆங்கில அரசாங்கத்தினர் உருவாக்கிய அரசு ஆவணங்களும் சரி, அவர்கள் எழுதிய வரலாறும் சரி இரண்டுமே ஆங்கில ஆட்சியானது இந்தியாவுக்கும் அதன் மக்களுக்கும் நன்மை பயக்கக் கூடியதாகவே இருந்து வந்துள்ளது என்னும் கருத்தியலை அடிநாதமாகக் கொண்டிருந்தன. ஆங்கில ஆட்சியினால் இந்தத் துணைக் கண்டத்தில் சிதறிக் கிடந்த மன்னராட்சிப் பரப்புகள் எல்லாம் இணைக்கப்பட்டு ஒன்றுபட்ட ஒரு நாடாக உருவாக்கப்பட்டது என்றும், ஆங்கில

ஆட்சியால் புதிய அரசியல் அமைப்புச் சட்டம், புதிய ஆட்சி முறை, நவீன கல்வி நிறுவனங்கள், நவீன தொழிற்சாலைகள், நவீன நீதி-நிர்வாக சட்ட முறை, நவீன தேசியம் போன்ற இன்னும் எண்ணற்ற 'நவீனங்கள்' தோற்றுவிக்கப்பட்டன என்றும் இவர்கள் எழுதிய வரலாறு பெருமிதம் பேசியது.

ஆங்கிலப் பேரரசுவாதத்தை உயர்த்திப் பிடிக்கும் இவ்வகை எழுத்துகளையும் ஆவணங்களையும் 1960களில் நுணுகி ஆராய முற்பட்ட தேசியவாத அறிஞர்கள் பலரும் ஆங்கிலேயர்களிடம் கல்வியும் பட்டமும் பெற்றவர்கள். எனினும், இவர்கள் ஆங்கிலக் காலனியவாதம் இந்தியப் பொருளாதாரத்தின் மீதும் சமூக-பண்பாட்டு உருவாக்கத்தின் மீதும் ஏற்படுத்திய பின்னடைவுகள் குறித்து விமர்சிக்க முற்பட்டனர். மேலும், தேசிய அளவில் அனைவரும் ஒன்றுபடுவதற்கும், நவீனம் குறித்த தேடுதலுக்கும் ஆங்கிலக் காலனிய அரசை வீழ்த்து வதற்கும் இந்தியர்கள் அனைவரும் பங்கேற்ற விடுதலைப் போராட்டமே துணை நின்றது என இவர்கள் வாதிட்டனர். இக்கருத்துகள் குறித்து விரிவான அளவில் பரபரப்பாகப் பேசப்படும் விவாதப் போக்கு 1960-70களில் வரலாற்றுத் துறையில் அதுவரை இல்லாத புதிய அணுகுமுறையாக, பேரலையாக உருவானது.

இதன் விளைவாக 1960-70களில் 'நவீன இந்திய வரலாறு' (modern Indian history) என்னும் புதிய அறிவுப் பரப்பை வரையறுத்தபோது 'காலனியவாத வரலாறு', 'தேசியவாத வரலாறு' என்னும் இரண்டு தனித்த கண்ணோட்டங்கள் அடையாளப்படுத்தப்பட்டன. கேம்பிரிட்ஜ் வரலாற்றறிஞரான அனில் சீல் 1968இல் எழுதிய *இந்தியத் தேசியத்தின் தோற்றம்* (*Emergence of Indian Nationalism*) என்னும் நூலில் இந்தியாவில் தேசியவாதம் என்பது ஒரு சிறிய மேட்டிமைப் பிரிவினரின் (மேல்தட்டு இந்தியர்கள்: elites) சிந்தனையாலும் தூண்டுதலாலும் ஏற்பட்டது என்றும், இவர்கள் அப்போதைய காலனியச் சூழலில் ஆங்கிலேயர் களோடு அதிகாரத்திலும் சலுகைகளிலும் பங்குபெற விரும்பியவர்கள் என்றும், அதற்காகத் தங்களைத் தயார்படுத்திக் கொண்டார்கள் என்றும் விவாதித்தார். இக்கருத்தை இவர் நுட்பமாக விவரித்திருப்பது மிகுந்த கவனத்தைப் பெற்றது.

அனில் சீல் முன்வைத்த கருத்துக்களை அவருடைய மாணவர்களின் பங்களிப்புடனும், சக கேம்பிரிட்ஜ் அறிஞர்கள் ஜான் கல்லகர், கார்டன் ஜான்சன் ஆகியோரும் அவர்களின் முனைவர் பட்ட மாணவர்கள் பங்களிப்பின் துணையுடனும் தொகுத்த *வட்டாரம், பிராந்தியம், தேசம்: 1870-1940 காலத்திய இந்திய அரசியல் குறித்த கட்டுரைகள்* (*Locality, Province and Nation: Essays on Indian Politics: 1870-1940*) நூலில் அனில் சீல்

முன்வைத்த கருத்துக்களை மேலும் கூர்மையாக்கி இன்னொரு புதிய கோணத்தில் இதனை அணுகினர்.

காலனியவாதமானது இந்தியாவில் தேசம் என்ற பரந்த எல்லையை உருவாக்கியதுடன் அது பிராந்தியம், வட்டாரம் என்னும் நுண்ணிய நிலப்பகுதிகள் வரை ஊடுருவி தன் இருத்தலை நிலைநாட்டுவதில் வெற்றி கண்டது. இதற்கு இந்தியர்களில் மிகச் சிறிய குழுவினர் காலனிய அரசின் பரந்த நிறுவனக் கட்டமைப்பில் பங்கெடுத்துச் சலுகை பெற விரும்பிய சந்தர்ப்பவாதம் இந்தியர்களைச் செங்குத்தான நிலையில் இரண்டு பிரிவுகளாக உடைத்தது. பண வலிமை கொண்ட வட்டாரத் தலைவர்களிடம் ஒப்படைக்கப்பட்ட சுய அதிகாரமும் நிருவாகப் பகுதிகளில் தோன்றிய இந்த செங்குத்து உடைப்பும் காலனிய வாதம் வலுவுடன் தொடருவதற்கு உதவின. இச்செயல்பாட்டை ஜான் கல்லகரும் மற்றவர்களும் நுட்பமுடன் ஆராய்ந்தனர்.

இவர்கள் கண்டறிந்த இந்த வகையான இயங்கியல் போக்கில் தொடக்கத்தில் தேசியவாதம், காலனியவாதம் ஆகிய இரண்டு கூறுகளும் மென்மைக்கும், ஓரளவு இறுகிய மென்மைக்கும் இடையே நடைபெற்ற இயங்கியலாகும். சாதாரண வெள்ளைத் தாளுக்கும் உணவுப் பொட்டலத்தை மூடும் மின்னும் தன்மையுடைய அலுமினியத் தாளுக்கும் இடையே காணப்படும் வேறுபாடு போன்றது இது. இதனால்தான் இந்திய தேசியத்தின் வரலாறு என்பதை அனில் சீல் குறிப்பிடும் போது 'இந்தியனுக்கும் இந்தியனுக்கும் இடையிலான (rivalry between Indian and Indian) போராட்டமாகவே இது இருந்தது' என்றும், வைக்கோல் திணிக்கப்பட்ட கண்ணேறு பொம்மைகளைப் போன்ற 'இரண்டு வைக்கோல் பொம்மைகளுக்கு (ஆங்கிலேயரின் கைப்பாவையாகிற இந்தியர்கள்) இடையே நடைபெற்ற போராட்ட மென்றும்' இதனை வருணிப்பார். காலனியாட்சியில் கிராமம், வட்டாரம் என்னும் ஒரு சிறிய வட்டாரத்தில் சுய அதிகாரமும் நிருவாகமும் அமையப் பெற்ற 'இந்தியர் - இந்தியர்' முரண்பாடே அதன் இயங்கியலை ஆட்கொண்டிருந்தது என்னும் நுட்பம் இவர்களின் சிந்தனைப் போக்கில் வெளிப்பட்டது.

மேற்கூறிய இச்சிந்தனைப் போக்கிற்கு நேர்மாறான கருத்தியக்கத்தை **1970**களில் முன்னெடுத்தவர் புதுதில்லி ஜவகர்லால் நேரு பல்கலைக் கழக வரலாற்றியல் பேராசிரியர் பிபன் சந்திரா. இவரும் இவருடைய சிந்தனைக் குழுவினரும் காலனிய காலத்திய இந்திய வரலாறு என்பது தேசியவாதத்துக்கும் காலனியவாதத்துக்கும் இடையே ஏற்பட்ட இதிகாசப் போர் போன்றதாகும் என்றனர். லத்தீன் அமெரிக்கச் சூழலை விளக்க முன்வைக்கப்பட்ட 'சார்ந்திருத்தலும் குறை வளர்ச்சியும்'

(dependency and underdevelopment) என்னும் கோட்பாட்டையும் மார்க்சியத்தையும் முன்வைத்து காலனிய வாதம் என்பது இந்திய அரசியலையும் சமூகத்தையும் எவ்வாறு பின்னடையச் செய்தது என்றும் அதன் உருவத்தை எவ்வாறு சிதைத்தது என்றும் விவாதித்தனர். விடுதலைக்குப் பிந்தைய இந்தியாவில் ஏற்பட்ட எல்லா வகையான சமூக பொருளாதார அரசியல் சீர்கேடுகளுக்கும், குறிப்பாக வெகுசன மக்களை வாட்டியெடுக்கும் வறுமைக்கும், சமய - சாதிய மோதல் களுக்கும் காலனிய ஆட்சிக் காலத்திய அரசியல் பொருளாதாரமே (political economy) காரணமாகும் என்றனர். எனினும், பிபன் சந்திரா இந்திய தேசியவாதத்தை ஒரு மாறுபட்ட, நேர்மாறான பார்வையில் அணுகினார். இதை மறு ஆக்க சக்தியாகக் (regenerative) காண்கிறார். காலனிய வாதத்தின் நேர்மாறான போக்காகக் (anti-thesis) காண்கிறார். தேசியவாதத்தைத் திறம்பட நடத்திச் சென்ற காந்தி, நேரு போன்றவர் களின் இயக்கம் ஆங்கிலப் பேரரசுவாதத்தை எதிர்த்ததோடு தேசத்தின் ஒற்றுமையை உருவாக்கியது. காலனியவாதிகளுக்கும் இந்திய மக்களுக்கும் இடையேயான முரண்பாடே பருமையானது. சாதி, வகுப்புவாத, சமயவாத முரண்பாடுகள் அனைத்தும் அதன்கண் அடங்கிக் காணப்பட்ட நுண்மையானதுதான் என்றார்.

இவ்வாறு கேம்பிரிட்ஜ் பல்கலைக்கழக ஆய்வாளர்கள் முன்வைத்த ஆய்வுப் போக்கும் இந்தியத் துணைக் கண்டத்திலேயே இருந்த ஆய்வாளர்கள் முன்வைத்த ஆய்வுப் போக்கும் மாறுபட்டிருந்தன. இவ்வேளையில், இந்தியாவில் எவ்வாறு வெகுசன மக்கள் பெரும் மக்கள் திரளாக ஒன்று திரட்டப்பட்டு விடுதலைப் போர், பிற கிளர்ச்சிகள் ஆகியவற்றில் பங்கேற்றனர் என்பது குறித்த தரவுகளைத் திரட்டி ஆராயும் முயற்சியில் இளம் வரலாற்றறிஞர்கள் இன்னொரு குழுவாக முனைந்தனர்.

இக்குழுவில் கியானேந்திர பாண்டே (ஆக்ஸ்ஃபோர்டு), டேவிட் ஹார்டிமன், டேவிட் அர்னோல்டு (இருவரும் சசக்ஸ்), மாஜித் சித்திக், கப்பில் குமார் (இருவரும் தில்லி), ஹிட்டேஸ்ரஞ்சன் சன்யால் (கல்கத்தா), பிரையன் ஸ்டாட்டர்ட், ஸ்டீபன் ஹென்னிங்காம், மேக்ஸ் ஹார்கோர்ட் (மூவரும் ஆஸ்திரேலியா) ஆகியோரும் இன்னும் பிறரும் சேர்ந்தனர். இவர்கள் ஆங்கிலேயர்களும் அந்தந்த வட்டார ஆட்சிப் பொறுப்பை வகித்த திணைக்குடித் தலைவர் களும் கிளர்ந்தெழுந்த மக்களை எவ்வாறு அடக்கினர் என்பதை ஆராய்ந்தனர்.

கேம்பிரிட்ஜ் குழுவின் இந்தியத் தேசியம் குறித்த ஐயுறு நிலையிலான வாதத்தார் ஒருபுறமும், இந்தியாவிலிருந்து கொண்டே மார்க்சிய-

தேசியவாத அணுகுமுறை கொண்ட குழுவினர் மறுபுறமும், இவ்விரண்டு குழுவினருக்கும் இடையே மேற்கூறிய இளைஞர்கள் தோன்றியதால் இவர்களின் குழு 'நடு இரவுக் குழந்தைகள்' (midnight's children) எனப்பட்டது. காலனிய ஆட்சிக் காலத்தில் உண்மையாக எழுந்த முரண்பாடுகள் எவை என்பதில் தொடர்ந்து கருத்து வேறுபாடுகள் இருந்துகொண்டேயிருந்தன. விடுதலைக்குப் பிந்தைய காலத்திலும் தொடர்ந்து சாதி, சமயப் பூசல்கள் வெடித்தன. 1962இல் இந்தியா வுக்கும் சீனத்திற்கும் போர் மூண்டது; பாகிஸ்தானுடனும் போர் மூண்டது. இச்சூழல்கள் இந்திய தேசியத்தின் கருத்தியல் போக்கில் தொடர்ந்து வெற்றிடம் காணப்படுவதாகவே எண்ணப்பட்டது. இதனால் இந்தியாவில் படித்த நகர மாணவர்களிடம் மாவோயியம் கவர்ச்சிகரமானதாகத் தோன்றியது. இந்தத் தத்துவப் பின்னணியில் தோன்றிய அரசியல் சார்ந்த இயக்கம் (இன்றைய நக்சலைட் இயக்கம் உட்பட) நகர மாணவர்களை 1960கள், 70களில் கிராமப்புற, பழங்குடிப் பிரதேசங்களுக்குக் கொண்டு சென்றது.

இப்பிரச்சினைகள் யாவற்றையும் உள்ளடக்கிக் காலனி ஆட்சிக்குப் பிந்தைய காலத்தில் இந்திய வரலாற்றை எழுதுவதில் புதிய, மாற்றுப் போக்கு தேவை என்பதை இளம் தலைமுறை வரலாற்றறிஞர்கள் உணர்ந்தனர். பிபன் சந்திரா குழுவினர் தோற்றுவித்த தேசியவாத வரலாற்றியல் (nationalist historiography) நிலையிலிருந்தும் ஆங்கில மரபுசார்ந்த வரலாறு எழுதுவதில் காணப்பட்ட பழைய தாராளப் போக்குகொண்ட நேர்க்கட்சிவாத வரைவியல் (old liberal and positivist paradigm) நிலையிலிருந்தும் விலகி இந்திய வரலாற்றை மூடியிருக்கும் காலனியவாதப் போர்வையைக் கிழித்துவிட்டு புதிய போக்கில் ஆராயவேண்டிய சூழலில் பிறந்ததே 'விளிம்புநிலை ஆய்வுகள்'. இது ஒரு புதிய வகையினமாகும்.

விளிம்புநிலை ஆய்வுகளின் புதிய போக்குகள் (1982-87)

மேற்கூறிய ஒரு நீர்மத்தன்மையுடைய சூழலில்தான் விளிம்புநிலை ஆய்வுகள் மேலெழுந்தன. காலனியக் கல்விமுறையுடன் இங்கு தோற்றுவிக்கப்பட்ட வரலாற்றாய்வென்பது இங்கிலாந்தில் இருந்ததை இங்குப் பதியம் போடுவதாகவே அமைந்தது. வலதுசாரிக் குழுவும் இடதுசாரிக் குழுவுமாக இங்கு 'கேம்பிரிட்ஜ்', 'தேசியவாதம்' என்ற இரண்டு குழுக்கள் கால்கொண்டன. இவ்விரண்டு குழுக்களையும் பற்றி 'விளிம்புநிலை ஆய்வுகள்' நூல்வரிசையின் முதல் தொகுதி யில் ரணஜித் குகா குறிப்பிடும் போது இவ்விரண்டு குழுவினருமே மேட்டிமை வகையைச் சேர்ந்தவர்கள் (elites) என வரையறுத்தார்.

இந்திய வரலாற்றறிஞர்கள் தேசியத்தை முன்வைத்து எழுதினாலும் அத்தேசியத்தின் வரலாறு மேட்டிமைக் குடியினர் பங்கேற்ற விடுதலைப் போராட்ட வரலாறாகவே எழுதப்பட்டது. இதற்கு மாறாக, இங்கிலாந்தின் ஆசிரியர்கள் காலனிய இந்தியாவிற்குள் எல்லா வகையிலும் நவீனங்களைப் புகுத்தி காலனிய இந்தியாவானது கல்வி, தொழில், சட்டம், நீதி, நிர்வாகம் போன்ற அனைத்திலும் நவீன நாடாகும் பாதையில் செல்கிறது என்றே எழுதினர்; அவ்வாறான ஆவணங்களையே தயார் செய்தனர்; பாதுகாத்தனர்.

இந்த வகையில் மேட்டிமைக் குடியினரை முன்வைத்த எழுத்துக்களை விடுத்துச் சாமான்ய சனாதன மக்களின் பங்களிப்பைத் தேடும் பெருங் கிளர்ச்சிகள், விடுதலைப் போராட்ட நிகழ்வுகள் இவற்றை முன்வைத்து வரலாற்றை மீள எழுத வேண்டுமென்ற உந்துதல் குகாவிடமும் அவரது குழுவினரிடமும் ஏற்பட்டது. இதனால் இவர்களது அணுகுமுறை ஒரு புதிய அணுகுமுறையாக மேட்டிமைத்தனத்திற்கு எதிரானதாக (anti-elitist) இருந்தது. ‘அடித்தளத்திலிருந்து வரலாறு எழுதுதல்’ (history-from-below) என்னும் மார்க்சிய முறையை இங்கிலாந்தில் தோற்றுவித்த வரலாற்று வரைவியலர் கிறிஸ்டோஃபர் ஹில் (Christopher Hill), தாம்சன் (E.P.Thompson), ஹாப்ஸ்பாவ்ம் (E.J. Hobsbawm) போன்ற இன்னும் சில அறிஞர்களுடைய முறையை இது ஒத்தமைந்தது. ‘விளிம்புநிலை ஆய்வுகள்’, ‘அடித்தளத்திலிருந்து வரலாறு’ ஆகிய இரண்டு கொள்கைக் குழுவினருமே இத்தாலிய பொதுவுடைமைக் கோட்பாட்டாளரான அன்டோனியோ கிராம்சி (Antonio Gramsci) என்பவரின் சிந்தனையோடு உறவு பெறுபவர்கள் என்று சொல்லலாம். கிராம்சியுங்கூட மார்க்சின் கருத்துக்களை அடியொற்றி வேறு திசைக்கு நகர்ந்தவர்தான்.

விளிம்புநிலை ஆய்வுகளுக்கென்று சில பிரகடனங்கள் உண்டு. அவற்றுக்கான நோக்கம் தெளிவானது; மூடி மறைக்கப்பட்டதல்ல. காலனியவாத அறிவுத்துறை போன்று இலை மறைகாயாக, உள்ளொன்று கொண்டு புறமொன்று வெளிப்படுவதாக அல்லாமல் மிகத் தெளிவாகவே விளிம்பு நிலை மக்கள் தங்கள் வரலாற்றைத் தேடும் முகமாக இந்த அறிவியக்கம் தோன்றியது என்றார் குகா. இது பற்றிப் பின்வருமாறு குறிப்பிடுகிறார்: ‘வரலாறு எழுதுவதில் இப்போது கல்வித் துறையில் பின்பற்றப்படும் நடைமுறையை நாங்கள் தெளிவாகவே எதிர்க்கிறோம். வரலாறு எழுதுவதில் விளிம்புநிலைக்குரிய பங்கினை இப்போதுள்ள அணுகுமுறைகள் ஏற்கத் தவறிவிட்டன. அதனால்தான் விளிம்புநிலை ஆய்வுகளின் மையக் கருத்தாக இந்த விமரிசனத்தை நாங்கள் முன்வைக்கிறோம்.’

இங்கிலாந்திலும் ஐரோப்பாவிலும் முறையே ஹாப்ஸ்பாவ்ம், தாம்சன் ஆகியோர் மார்க்சியவாத அடிப்படையில் வரலாற்றை ஆராய்வதில் தலைசிறந்த முன்னோடிகளாக இருந்தனர். இவர்கள் 'அடித்தளத்திலிருந்து வரலாறு எழுதுதல்' என்னும் முறையிலிருந்து 'விளிம்பு நிலை ஆய்வுகள்' தனித்துவமானவை என்றனர். இதனைப் பின்வரும் முன்மொழிவுகளை வைத்து குகா விளக்குகிறார்:

1. உலகளாவிய முதலாளித்துவத்தின் வரலாற்றிலிருந்து அதிகாரத்தின் வரலாற்றை ஓரளவு தனிமைப்படுத்தி ஆராய்தல்.
2. தேசம், தேசிய இனம் என்னும் வடிவத்தைத் திறனாய்தல்.
3. அதிகாரத்திற்கும் அறிவிற்கும் இடையேயான உறவை ஆராய்தல்.

இவை யாவற்றையும் விளிம்பு நிலையிலிருந்து புரிந்துகொள்ளுதல் அவசியம் என்றார்.

மேற்கூறிய முன்மொழிவை குகா பல தளங்களில் ஆய்வுக்குட் படுத்தி விளக்கினார். காலனிய இந்தியா என்னும் சூழலில் 'அரசியல்' (the political) என்பது எந்த வகையினமாக இருந்தது என்பது முதல் எவ்வாறான வகையினங்களாக வரையறுத்துக் காண வேண்டும் என்பது வரை ஆய்வுக்குட்படுத்துகிறார். கேம்பிரிட்ஜ் வரலாற்றாசிரியர் களும் இந்திய தேசியவாத வரலாற்றாசிரியர்களும் அரசியல் என்பது 'அரசும் அரசு உருவாக்கும் நிறுவனம் சார்ந்த செயல்பாடுகளும்' என்றனர். இந்த அரசில் பங்கேற்போரும் அரசின் நிறுவனங்களை இயக்க அமர்த்தப்படுபவர்களுமே அரசு எனக் கருதப்படும் என்றும் கூறினர்.

இதனைச் சுருக்கமாகவும் தெளிவாகவும் சொன்னால் காலனி ஆட்சியாளர்களும் இந்திய நாட்டின் மேட்டிமைக் குடியினருமே அரசு வகையினத்திற்குட்பட்டிருந்தனர். இவ்வகை அரசுக் கட்டமைவில் இடம்பெறாத சுதந்திர, தன்னாட்சிப் பாங்குடைய பெருந்திரள் மக்களுடைய நடவடிக்கைகள் சார்ந்த ஓர் அரசியலும் இருந்தது. இப்பெருந்திரளை மேட்டிமையாளரும் காலனிய ஆட்சியாளரும் அவ்வச் சூழலில் தன்வயப்படுத்திய போக்கு விளிம்பு நிலை ஆய்வில் முக்கியமாக ஆராயப்பட வேண்டும் என்றார் குகா. இவ்வகையில் பெருந்திரளான அடித்தள மக்களைத் தன்வயப்படுத்துவதில் 'செங்குத்து நிலை அணி திரட்டுதல்' (vertical mobilization) சாத்தியமாயிற்று என்றார். இச்செயல்பாட்டையும் நுட்பமாக ஆராய வேண்டும் என்றார் குகா.

இந்தியாவில் ஆங்கிலக் காலனியவாதிகள் தங்கள் ஆட்சியமைப்பை ஏற்படுத்தி நடத்துவதில் ஏறக்குறைய இங்கிலாந்து முறைப்படியே நடந்து

கொண்டனர். இது அரசியலமைப்புச் சட்டம் சார்ந்த நடைமுறைகள் வழியும் செயல்படுத்தப்பட்டது. ஆனால் பெருந்திரளான மக்களையும் அடித்தள மக்களின் அரசியல் தளத்தையும் கிடைநிலை அமைப்பு களோடு பொருத்திக்கொள்ளும் நிலையிலேயே விட்டுவிட்டனர். கிடைநிலை அமைப்பில் அந்தந்த வட்டார ஆட்சி, நிருவாக முறை ஆகியன கிராமம், வட்டாரம் என்னும் அளவில் அந்தந்த இடத்திற்குரிய திணைக்குடித் தலைவர்களால் நடைபெற அனுமதிக்கப்பட்டன. இம்முறையில் உறவுமுறை சார்ந்த பிணைப்புகளும், சாதியப் பாங்குடைய மனப்பான்மையும் தொடர்ந்து செயல்பட்டன. இவ்வாறு இந்தப் பெருந்திரள் மக்களின் செயல்பாடுகள் அவர்கள் மட்டத்திலேயே பரந்து விரிந்த இயல்புடன் செயல்பட விடப்பட்டமையால் இவர்களின் அணிதிரட்சி கிடைநிலையாகவே (horizontal mobilization) அமைந்தது.

காலனிய இந்தியாவில் அரசியல் என்னும் தளத்தை 'மேட்டிமைத் தளம்', 'அடித்தளம்' என்னும் வகையில் குகா இரண்டாகப் பிரித்து விட்டதால், இவ்வகையினங்கள் சமூக ஆய்விலும் வரலாற்றியல் ஆய்விலும் தீவிரமான மாறுதல்களை விளைவிக்கும் என அவர் திட்டவட்டமாகக் கூறினார்.

1970கள் வரை உலகந்தழுவிய மார்க்சிய வரலாற்றியலின் (Marxist historiography) ஒரு பொதுக் கண்ணோட்டத்தின்படி விவசாயிகளின் கிளர்ச்சிகள் யாவும் வர்க்கம், சாதி, உறவுமுறை போன்றவற்றின் அடிப்படையில் நிகழ்ந்தன என்றும், இவ்வகைக் கிளர்ச்சிகள் ஒரு 'பிற்பட்ட மனநிலை' ('backward' consciousness) என்றும், உழவர்களுக்கு முந்தைய தொல்பண்பாட்டைக் கொண்ட ஆதிக்குடிகளின் கிளர்ச்சிகள் (primitive rebellion) 'அரசியலுக்கு முந்தையது' (pre-political) என்றும் ஹாப்ஸ்பாவ்ம் ஓர்ந்தார். இவர்கள் அரசியலுக்கு முந்தையவர்கள் என இனங்கண்டதற்குக் காரணம் முதலாளித்துவ அரசு - அதிகார முறை கொண்ட ஓர் அமைப்புடன் நெருங்கித் தம் உணர்வுகளை வெளிப்படுத்த இயலா நிலையில் உருவாகும் மொழியே இவர்களின் கிளர்ச்சிகள் என்பார். இவர்கள் வாழ்வுநிலைக்கு ஈடான அரசுமுறை இருந்திருக்குமாயின் குறைகள் குறைந்திருக்கும். அப்படியும் குறைகள் இருக்குமாயின், அவர்கள் அக்குறைகளை, மனவெளிப்பாடுகளை வேறு வகையில் எடுத்துரைத்திருப்பார்கள் என்றார்.

குகாவின் அணுகுமுறையானது ஹாப்ஸ்பாவ்ம் ஓர்ந்த 'பிற்பட்ட மனநிலை', 'அரசியலுக்கு முந்தையது' ஆகிய கருத்து நிலைகளுக்கு மாறானது என்பதை இங்குக் கவனத்தில் கொள்ள வேண்டும். குகாவின் விளிம்பு நிலை ஆய்வுப் போக்குகள் இவ்வகையான கிளர்ச்சிகளின்

மொழியை மாறுபட்ட நிலையில் அணுகுகின்றன. கி.பி. 1783 முதல் 1900 வரையிலான காலகட்டத்தில் நிகழ்ந்த நூற்றுக்கும் மேற்பட்ட கலகங்களை, கிளர்ச்சிகளை ஆய்வுக்குட்படுத்தி இக்கிளர்ச்சியாளர்கள் தங்கள் பிற்பட்ட மனநிலையை வெளிப்படுத்தவில்லை என்றும், இவர்கள் காலனிய ஆட்சியின் சமகாலப் பிரதிநிதிகளாக (contemporary representatives) இருந்தார்கள் என்றும், இவர்களை நோக்கிய பிரச்சினைகளை இவர்கள் நன்கு உணர்ந்திருந்தனர் என்றும், கிளர்ச்சி செய்யுமிடங்களில் தங்களை அடக்கும் போட்டியாளர்களின் ஆதிக்கக் குறியீடுகளைத் தகர்க்கும் பணிகளையே இவர்கள் முதலில் செய்தார்கள் என்றும் விளக்கினார்.

விளிம்புநிலை மக்களின் கிளர்ச்சி மனப்பான்மை விளிம்புநிலை ஆய்வுகளில் கணிசமான ஒரு பகுதியாக இருந்து வந்துள்ளது. ஆனால் இவ்வகை ஆய்வுப் போக்கில் மாறுபட்ட கருத்துகளைப் பலர் முன்வைத்தனர். அனில் சீல் என்பவர் 19ஆம் நூற்றாண்டுக்கால காலனிய இந்தியாவில் எழுந்த எல்லாக் கிளர்ச்சிகளும் குறிப்பிட்ட எந்தவகையான அரசியல் உள்ளடக்கத்தையும் (specific political content) கொண்டவையல்ல என்று ஒட்டுமொத்தமாக இக்கிளர்ச்சிகளைப் பொதுமைப்படுத்தி விடுகிறார். இக்கிளர்ச்சிகள் யாவற்றிலும் ஒற்றை மரபு நிலையில் காலங்காலமாகப் பயன்படுத்தப்பட்ட கல்லும் தடியும், கத்தியும் அரிவாளும் தூக்கும் நிகழ்த்துமுறையைப் பார்க்கும் போது இதைத் தவிர வேறு வழியில்லாமல் ஒரே வகையான போராட்ட முறையையே கொண்டிருந்தனர் என்றார். மார்க்சிய அணுகுமுறையினர் இவ்வகைக் கிளர்ச்சிகள் ஒரு மாயையான மனஉணர்வை வெளிப் படுத்துவதாகவும், இதுவுங்கூட அவர்களின் சமூக அமைப்பில் அவர் களைத் தற்காத்துக்கொள்வதற்கான பாதுகாப்புத் தாழ்ப்பாள் (safety value) என்றும் மதிப்பிட்டனர்.

இவ்வகையான ஆய்வு முறையில் மேலைச் சமூக அமைப்பிலும் இந்தியச் சமூக அமைப்பிலும் விளிம்புநிலை மக்கள் எவ்வாறு வேறுபடு கிறார்கள் என்ற விவாதம் பல புதிய புரிதல்களுக்கு வழிவகுத்தது. ரணஜித் குகா இது குறித்து விவாதிக்கும் போது காலனிய இந்தியாவின் அதிகார நிருவாக முறையில் தர்க்க ரீதியாகப் பார்த்தால் இரண்டு மாறுபட்ட நிலைகளில் படிநிலையும் ஒடுக்கு முறையும் இருந்தன என்கிறார். ஒன்று: இந்தியாவில் ஆங்கில ஏகாதிபத்தியத்தால் அறிமுகப் படுத்தப்பட்ட ஓரளவு அரசு தலையீடு இருக்கக்கூடிய நிறுவன வயப்பட்ட நிலை. வேறுவகையில் சொல்லவேண்டுமானால் எல்லா வற்றிலும் தலையிடாத ஒரு நிலை இருந்ததை அது குறிக்கிறது. இரண்டு: நேரடியாகவும் வெளிப்படையாகவும் நிலைகொண்டிருந்த ஆதிக்கமும்

ஒடுக்கமும் வெளிப்படும் படிநிலையமைப்பு. இந்த இரண்டாம் வகையான ஆதிக்கம் - ஒடுக்குதல் - படிநிலை முறையானது கருத்தியல் குறியியல் கட்டுமானம் மூலமும், நேரடி அதிகாரம் செலுத்துதல் மூலமும் நிலைப்படுத்தப்பட்டதாகும். குகாவின் *காலனிய இந்தியாவில் உழவர் கிளர்ச்சிகளின் அடிப்படைப் போக்குகள்* (*Elementary Aspects of Peasant Insurgency in Colonial India*) நூலில் இதுபற்றி விரிவாக விவாதிக்கிறார். சில சூழல்களில் நேரடி ஆதிக்கம் (direct domination) இன்றும் செலுத்தப் படுவது நிலமானிய அமைப்பின் குரூர வெளிப்பாடாகும் என்பார். நிலமானிய முறை ஒழிக்கப்பட்டாலும் நிலமானிய மனோபாவம் தொடர்வதையே இது குறிக்கிறது என்பார். குகாவின் நுட்பமான ஆய்வு முடிவுகளில் இதுவும் ஒன்றாகும்.

விளிம்பு நிலை ஆய்வுகளில் உலகப் பொதுத் தன்மைகளைக் காட்டிலும் வெவ்வேறு பகுதிகளில் தோன்றி வளர்ந்த சமூக முறை களின் தன்மைகளையும் அரசு, அதிகாரம், நிருவாக முறைகளையும் முதன்மைப்படுத்தி ஆராய்வோமானால் குறைந்த அளவு ஐரோப்பிய நிலைக்கும் இந்திய நிலைக்கும் இடையேயான வேறுபாடுகள் புலப் படும் என வலியுறுத்தினார் குகா. ஐரோப்பியச் சமூகம் தன்னை முதலாளித்துவ, நவீனத்துவப் பாதைக்கு ஆட்படுத்திக்கொண்ட முறையானது, கீழைத் தேயச் சமூகங்களிலிருந்து மாறுபட்டதாகும். இதனால் உலகளாவிய நிலையில் சமூகங்கள் நவீனத்துவத்துக்கு நகரும் நிலையில் பன்மைத் தன்மையும் மாறுபாடுகளும் கொண்டிருக்கின்றன. இந்தியச் சூழலில் முன்னர்க் கொண்டவாறு அதன் சமூக இயக்கமானது காலனிய காலம் முதல் செங்குத்துநிலை அணி திரளுதல், கிடைநிலை அணிதிரளுதல் என்னும் போக்கில் இரண்டு மாறுபட்ட இயங்கியலைக் கொண்டிருந்தது. இவற்றில் மேட்டிமைக் குடியினரின் நவீனத்துவ விழைவு மிக வேகமானதாகவும் மறுதுருவத்திலிருக்கும் விளிம்புநிலை மக்களின் விழைவு மிகக் குறைவானதாகவும் இருந்தன.

இதனால் இன்று அரசு இயந்திரங்கள், அதிகார வலைப் பின்னல்கள், இவற்றின் ஊடாக முதலாளித்துவம் உருவாக்கும் உலகந்தழுவிய நவீனத்துவத்துக்குப் போய்ச் சேரும் பாதை ஆகிய அனைத்தும் முதலாளித்துவத்தின் அதிகாரப் பாதையே. காலனிய காலத்திலிருந்தே இந்திய முதலாளித்துவமானது ஆதிக்கம், ஒடுக்குதல் இவையிரண்டை யும் தன் அன்றாட நடைமுறைகளில் எல்லாத் தளங்களிலும் செயல் படுத்த முற்பட்டது. காலனிய அரசு இந்தியாவில் அறிமுகப்படுத்திய புதிய கல்வி, புதிய தொழில், புதிய சட்டம், புதிய நிர்வாகம் இவை போன்ற இன்னும் பல 'புதிய' வகையினங்கள் யாவும் மக்கள் யாவருக்கும் அதுவரை இல்லாத புதிய ஜனநாயகத் தன்மையைத்

தரவில்லை. மாறாக, இந்த நவீனத்துவங்கள் யாவும் காலனிய முதலாளித்துவத்தின் கீழ் அடங்கிப் போனவையாக இருந்தன. என்றாலும் குகா குறிப்பிடுவது போல் 'மேலாண்மையற்ற ஆதிக்கம்' (dominance without hegemony) என்னும் நிலையைக் காலனியச் சூழல் உருவாக்கியது.

இக்கால கட்டத்தில், குகா குறிப்பிடுவது போல, இந்தியப் பண்பாடானது 19ஆம் நூற்றாண்டில் இங்கிலாந்தில் நிலவிய தாராள மயப்பட்ட பூர்ஷ்வா பண்பாட்டின் மறுபதிப்பு என்று எடுத்துக் கொள்வதா அல்லது இம்மண்ணிலேயே காணப்பட்ட முதலாளித்துவத் துக்கு முந்தைய பண்பாட்டின் தொடர்ச்சியா என்று இனம் பிரிக்க முடியாத அளவிற்கு இருந்தது என்பார். அதாவது முதலாளித்துவம் காலூன்றியது; ஆனால் முதலாளித்துவத்தின் படிநிலை ஏற்படவில்லை. இதனால்தான் குகா இத்தகைய நிலையை 'முதலாளித்துவ ஆதிக்கம் கொண்ட அதே நேரத்தில் முதலாளித்துவப் பண்பாட்டின் மேலாண்மை எழாத நிலை' என்றார். இதனால்தான் இந்நிலையை 'மேலாண்மை யற்ற ஆதிக்கம்' என வரையறுத்தார் குகா. விளிம்புநிலை ஆய்வு களின் இத்தகைய விரிவாக்கம் அடுத்த கட்ட வளர்ச்சிக்கு அடித்தள மிட்டது.

விளிம்புநிலை ஆய்வுகளும் வரலாற்றியலின் புதிய நோக்கும்

விளிம்புநிலை ஆய்வுகள் அடுத்த கட்டமாக உலக வரலாற்றில் சமூக மாற்றத்தின் தன்மைகளை ஆராய முற்பட்டன. குறிப்பாக, உலக வரலாற்றை முன்வைத்து இந்தியச் சமூகத்தின் தன்மைகளையும் விளிம்புநிலை மக்களையும் அறிய முற்பட்டன. இந்தியாவில் ஆங்கிலக் காலனி ஆட்சி, அதற்குப் பின்னால் விடுதலை பெற்ற இந்தியாவில் ஏற்பட்ட மக்களாட்சி இரண்டும் இந்திய மக்களை முதலாளித்துவ - நவீனத்துவம் நோக்கி நகர்த்திய முயற்சியை விளிம்பு நிலை ஆய்வுகள் பின்வருமாறு வரையறை செய்கின்றன. பொது நிலையில் பேச வேண்டுமானால் மன்னராட்சி ஒழிந்து மக்களாட்சி ஏற்பட்டது எனலாம். தேசியவாத வரலாற்றறிஞர்கள்கூட இத்தகைய நிலையை வரையறுக்கும்போது, இந்தியாவானது முதலாளித்துவத்துக்கு முந்தைய (pre-capitalist) நிலையில் இருந்து இன்று உலக வரலாற்றுப் பாதையில் மேல்நிலையில் உள்ள முதலாளித்துவம் சார்ந்த நவீனத்துவம் நோக்கி நகர்ந்து செல்கிறது என்றார். இதற்குக் காலனிய ஆட்சியாளர் களின் வருகையும் அவர்களைத் தொடர்ந்து இந்திய விடுதலைக்குப் பிந்தைய சூழலும் காரணம் என்பர் இந்த தேசியவாத வரலாற்றா சிரியர்கள் (பிபன் சந்திரா போன்றவர்கள்).

இந்த தேசியவாத வரலாற்றாசிரியர்கள் முதலாளித்துவ நவீனத் துவத்திற்கு எடுத்துக்கொள்ளும் அளவுகோல்களான குடியாட்சி, குடிமக்கள் உரிமை, சட்டத்தின் வழி ஆட்சி, சந்தைப் பொருளாதாரம் போன்றவை யாவும் ஆங்கிலேயரின் வருகைக்குப் பின் அவர்களால் இந்தியாவிற்குள் நுழைக்கப்பட்டன என்பது உண்மைதான் என ஏற்றுக் கொள்ளும் குகா இவையாவும் மேட்டிமைக் குடியினருக்கு உரித்தாகி விட்டன என்றும், அடித்தள மக்களிடம் வெளிப்படும் ஒரு வரலாற்று உண்மை மறக்க முடியாதது என்றும் சுட்டிக் காட்டுகிறார். தேசம் குறித்தும், தேசிய இனம் குறித்தும் நடுத்தர மக்கள் கருத்து தெரிவிக்கும் உரிமை கிடைக்காத நிலை (failure of the bourgeosie to speak for the nation) இருக்கும்போது, தேசத்தின் மைய நீரோட்டத்தில் பங்கேற்க இயலாத நிலை இருக்கும் போது ஓர் ஒன்றுபட்ட தேசத்தின் அடையாளமாக அனைவரும் இருக்கிறார்களா என வினவுகிறார். இதனாலேயே குகா விளிம்புநிலை ஆய்வுகள் குறித்துத் தீவிரமாகச் சிந்திக்க நேரிட்டது என்கிறார்.

எந்தத் தளத்தில் இறங்கினாலும் ஆங்காங்கு விளிம்புநிலை காணப்படுவதைக் குகா இனங்கண்டு சுட்டுகிறார். இன்றைய வரலாற்று ஆவணங்கள் பாதுகாத்து வைத்துள்ள செய்திகள் யாவும் விளிம்பு நிலை மக்கள் பற்றியதாக இல்லை. இவர்களைப் பற்றிய வரலாற்றுச் செய்திகளுக்கும் மக்களின் அனுபவங்களை அறிவதற்கும் பிற வழிமுறை களை, வேறு பல துறைகளை நாடவேண்டியுள்ளது என்கிறார் குகா. தாம்சன் (E.P. Thompson), கீத் தாமஸ் (Keith Thomas) போன்றோர் மானிட வியலை நாடினர். மேலும் பலர் சமூகவியல், மானிடப் புவியியல், குடித் தொகையியல் (demography), தொல்லியல் போன்ற துறைகளை நாடி இம்மக்களைப் பற்றிய அரிய விவரங்களைத் தொகுக்க முனைந்தனர்.

ஆவணக் காப்பகங்களில் பாதுகாத்து வைக்கப்பட்டுள்ள ஆவணங் களிலிருந்து விவரங்கள் பெறுவதற்கான ஒரு தனித்த வாசிப்பு முறை தேவை என்பதை குகா தம் காலனிய இந்தியாவில் உழவர் கிளர்ச்சிகளின் அடிப்படைப் போக்குகள் நூலில் வலியுறுத்துகிறார். விளிம்புநிலை மக்கள் குறித்த செய்திகள் நேரடியாக இந்த ஆவணங்களில் இல்லை. ஆகவே இந்த ஆவணங்களை வாசித்தல் என்பது இருக்கும் செய்திகளின் பின்னால் உருவகமாகப் புதைந்து கிடக்கும் செய்திகளை ஊகித்து அறிவதுதான்; அப்படி ஒரு முறையை விளிம்புநிலை ஆய்வாளர்கள் கற்றுக்கொள்ள வேண்டுமென்பார். மேட்டிமையாளர்களின் பதிவு களின் ஊடாக ஊடுருவிப் பார்க்கும் தனித்திறத்தால் மட்டுமே எங்கெங்கு உருவகங்களை முன்வைத்து வாசிக்க முடியும் என்பதை வளப்படுத்திக்கொள்ள முடியும் என்பார். எழுதப்பட்ட வரிகளுக்கு

இடையே படித்தல் என்பதுபோல, பதிவுகளின் பின்னால் மறைந் திருக்கும் செய்திகளை உருவகித்து உய்த்துணரும் தனித்திறமையை ஏற்படுத்துவதும் இதன் இலக்கு என்பார். இந்த வகையான வாசிப்புத் தன்மை வட்டார அளவில் கிடைக்கக்கூடிய ஆவணங்களின் தன்மை யைப் பொறுத்து மாறுபடக்கூடியது என்பதையும், அதற்கேற்ற அணுகுமுறை தேவை என்பதையும் விளிம்புநிலை ஆய்வாளர்கள் கவனத்தில் கொள்ள வேண்டுமென்பார் குகா. பதிவு செய்யப்பட்ட ஆவணங்களில் தரவுகள் நேரடியாக இல்லை என்பதால் மக்களிடம் வழங்கப்படும் வாய்மொழித் தரவுகளையும் வழக்காறுகள் வழித் தரவுகளையும் சேகரிக்க வேண்டுமென்பார்.

இவ்வகைத் தரவுகள் தொன்மங்கள், பழமரபுக் கதைகள் (legends), கதைப்பாடல்கள் (ballads), நாட்டார் கதைகள்/பாடல்கள், புலப் பெயர்வுக் கதைகள், நாட்டார் புராணங்கள், சொலவடைகள், புதிர்கள், வம்சாவழி வரலாறு, நிகழ்த்துக் கலை வடிவங்கள், வழிபாட்டு மரபுகள், சடங்குகள் போன்ற எண்ணற்ற வழக்காறுகளில் புதைந்து கிடக்கின்றன. மதுரை வீரன் கதை, நல்லதங்காள் கதை, இராமப்பையன் அம்மானை, தேசிங்கு ராஜன் கதை, முத்துப்பட்டன் கதை, கான்சாகிபு சண்டை, அண்ணன்மார் சாமி கதை, பாஞ்சாலங்குறிச்சி அழிவு சரித்திரம் போன்றவை மக்களின் வரலாற்றைக் கூறுவனவாகும். ஒவ்வொரு சாதிப் புராணமும் சமூக வரலாற்றை எழுதுவதில் சுய தன்முனைப்பைக் காட்டுகின்றது. இப்புராணங்கள் சாதிகளின் தோற்றம் தொடங்கி அவற்றின் சமூக நிலைப்பாட்டையும், முக்கியத்துவத்தை யும், சமூகத்தில் ஏன் உயர்ந்து/தாழ்ந்து நிற்கின்றன என்பதையும் கூறுகின்றன. இவ்வகையில் மக்கள் வரலாற்றை, குறிப்பாக, விளிம்பு நிலை மக்களின் வரலாற்றை எழுதும்போது இவ்வகையான தரவுகளின் அடிப்படையில் வரலாற்று வரைவியலை எழுதவேண்டுமென்பார் குகா.

காலனிய அரசால் பாதுகாக்கப்பட்டுள்ள ஆவணங்கள் வழி விளிம்பு நிலை மக்களின் சமூக வரலாற்றை முழுமையாக எழுத முடியவில்லை என்பதை நா.வானமாமலை தொடங்கி ஆ.சிவசுப்பிரமணியன் வரை பலரும் நன்கு உணர்த்தியுள்ளனர். ஆதலின் வாய்மொழி வழக்காறு களையும், ஆவணப்படுத்தப்பட்டுள்ள தரவுகளிலிருந்து பூடகமாக மறைந்திருக்கும் செய்திகளை உய்த்துணர்ந்தும் விளிம்புநிலையினர் வரலாறு எழுதப்பட வேண்டுமென்பார் குகா.

அண்மைக்கால விளிம்புநிலை ஆய்வுப் போக்குகள்

1988 என்பது விளிம்புநிலை ஆய்வுகளின் திருப்புமுனை எனலாம். விளிம்புநிலை ஆய்வுகள் நூல்வரிசையைத் தோற்றுவித்தவரான

ரணஜித் குகா இவ்வாண்டு அதன் பதிப்புக் குழுவிலிருந்து ஓய்வு பெற்றுக் கொண்டார். ஆனால் அதே ஆண்டு நியூயார்க்கிலிருந்து *தேர்வு செய்யப்பெற்ற விளிம்புநிலை ஆய்வுகள்* (Selected Subaltern Studies) என்னும் தொகுதி வெளியிடப்பட்டது. இந்தத் தொகுதி விளிம்புநிலை ஆய்வுகள் திட்டத்தின் குறிக்கோளை உலகந் தழுவியதாக்க முனைந்தது. *கீழைத்தேயவாதம்* (orientalism) என்னும் அறிவார்ந்த நூலை எழுதிப் புகழ்பெற்ற எட்வர்டு செயித் இத்தொகுதிக்கு முன்னுரை எழுதிய போது விளிம்புநிலை ஆய்வுகளை அறிவுப் புரட்சி (intellectually insurrectionary) சார்ந்தது என்றார். இத்தொகுதிகளுக்குப் பதிப்பாசிரிய ராக இருந்தபோது காயத்திரி ஸ்பைவக் எழுதிய 'வரலாற்றியலைக் கட்டுடைத்தல்' (deconstructing historiography) என்னும் கட்டுரை அறிமுகக் கட்டுரையாக இடம்பெற்றது. இக்கட்டுரையும் மதிப்புரை யாக இணைக்கப்பட்ட ஓ ஹான்லன் (O' Hanlon) கட்டுரையும் விளிம்புநிலை ஆய்வுகள் குறித்த விமர்சனங்களைச் சுட்டிக்காட்டின. இருவரும் விளிம்புநிலை ஆய்வுகளில் பால் சார்ந்த, பெண்ணியம் சார்ந்த விவாதங்கள் இல்லாததைச் சுட்டிக் காட்டினர். கோட்பாட்டு ரீதியான சில அடிப்படைச் சிக்கல்களையும் சுட்டிக் காட்டினர்.

காயத்திரி ஸ்பைவக் எழுதிய 'விளிம்புநிலையினர் பேச முடியுமா?' (Can the Subaltern Speak?) என்னும் கட்டுரையில் விளிம்புநிலை ஆய்வு களைப் பிந்தை அமைப்பியல் வாதத் தளத்திற்கு நகர்த்தினார். ஃபூக்கோவுக்கும் டெலூசுக்கும் (Deleuxe) இடையேயான உரையாடல் இக்கட்டுரையில் இடம்பெறுகிறது. இதனைத் தொடர்ந்து கோட்பாட்டு நிலையில் மேலும் வலுப்படுத்தும் ஆய்வுகளும், பெண்ணிய ஆய்வுப் போக்குகளும் கவனத்தில் கொள்ளப்பட்டன. குகாவும் பார்த்தா சட்டர்ஜியும் பெண்ணிய ஆய்வுகளைத் தொடங்கி வைத்தார்கள். சுசி தாரு (Susie Tharu) இந்தியாவில் சமகாலப் பெண்ணியக் கோட்பாடுகளை, எழுத்துக்களை மதிப்பிடும் போக்கை எழுதினார். இவரைத் தொடர்ந்து மிகச் சிலரே இதில் ஈடுபட்டனர்.

1985க்குப் பிந்தைய கட்டம் விளிம்புநிலை ஆய்வு முறையில் பன்முகப் போக்கு மேலும் வலுப்பெற்ற காலமாகும். 1986இல் பார்த்தா சட்டர்ஜி எழுதிய *தேசியவாதச் சிந்தனையும் காலனிய உலகமும்* (Nationalist Thought and Colonial World) என்னும் நூலில் எட்வர்ட் செயிதின் கீழைத்தேயச் சிந்தனை முறையையும் பிந்தைக் காலனிய வாதச் சிந்தனையையும் (postcolonialism) ஒன்றிணைத்து மேற்கத்திய ரல்லாத நாடு ஒன்றின் (இந்தியா) தேசிய வாதத்தின் பின்னால் எழுப்பப்பட்ட கருத்துருவாக்கங்களை மிக நுட்பமாக ஆராய்ந்துள்ளார். 1944இல் இவர் எழுதிய *தேசமும் அதன் சிதறல்களும் (The Nation and its*

Fragments) என்னும் நூல் சிதறலாக அமையும் பகுதிகள் (வட்டாரங்கள்) எவ்வாறு முழுமைக்குள் அதிகாரக் கட்டமைவாக உருவாக்கம் பெறுகின்றன என்பதை விளக்குகிறார். ஷாஹித் ஆமின் (Shahid Amin) எழுதிய *நிகழ்வு, ஞாபகம், உருவகம் (Event, Memory, Metaphor)* நூலும் *மாற்று வரலாறுகள்: ஒரு இந்தியப் பார்வை (Alternative Histories: A View From India)* என்னும் கட்டுரையும் அறிஞர் பலரின் ஒருமித்த வரவேற்பைப் பெற்ற இவரின் அண்மைக் கால ஆய்வுகளாகும்.

விளிம்புநிலை ஆய்வுகளில் மிகச் சிறந்த பங்களிப்பைச் செய்த மற்ற அறிஞர்களில் முக்கியமானவர்கள் வருமாறு: சுமித் சர்க்கார், கியான் பிரகாஷ், அஜை ஷக்காரியா, திபேஷ் சக்ரபர்த்தி, ஷெயில் மாயாராம், கௌதம் பத்ரா, டேவிட் அர்னோல்டு, டேவிட் ஹார்டிமன், மாஜித் சித்திக், கப்பில் குமார், ஹிஸ்டேஸ்ரன்ஜன் சன்யால், பருன் டி, கமலா விஸ்வேஸ்வரன், காஞ்சா அய்லையா, விவேக் தாரேஸ்வரர், கிரீவட்சன், டேவிட் லாயிட், அரவிந்த் தாஸ், என்.கே. சந்திரா, ராமச்சந்திர குகா, தணிகா சர்க்கார், பெர்னார்ட் கான், ஸ்டீபன் தாஸ் குப்தா, அசோக் சென், அஜித் சௌத்திரி, சவுரப் தூபே, உபேந்திர பாக்சி, அமிதவ் கோஷ், சுதிப்த கவிராஜ், எம்.எஸ். எஸ். பாண்டியன் இன்னும் பலர் அடங்குவர். தமிழில் ஆ.சிவசுப்பிரமணியன், எஸ்.வி.ராஜதுரை, வ.கீதா, எஸ்.மாணிக்கம், ரவிக்குமார், அ.மார்க்ஸ், ந. முத்துமோகன், டி.தர்மராஜ், ராஜ் கௌதமன், ஸ்டாலின் ராஜாங்கம், கோ. ரகுபதி, சி. லட்சுமணன், பக்தவத்சல பாரதி இன்னும் பலரும் கல்விப்புலம் சார்ந்த தன்மையோடு பங்காற்றியுள்ளனர். வெகுசன முறையில் இன்னும் பலரும் பங்காற்றியுள்ளனர்.

விளிம்புநிலை ஆய்வுகள் இன்று பல ஆய்வுத் துறைகளில் பரவலான அதிர்வுகளை ஏற்படுத்தியுள்ளன. விளிம்புநிலை அறிஞர்கள் வரலாறு குறித்தும் தேசியம் குறித்தும் விவாதித்த புதிய ஆய்வுப் போக்குகள் இதன் தொடக்க நிலையாகும். ஐரோப்பிய மைய வாதமும் கீழைத்தேயவாதமும் சமூக அறிவியல் சார்ந்த அறிவை உருவாக்குவதில் ஏற்படுத்தியுள்ள போக்குகளைத் திறனாய்ந்து தீவிர சிந்தனைக்குட்படுத்தி எழுதிய இவர் களின் ஆய்வுப் போக்குகள் இதன் அடுத்த நிலையாகும். இவ்விரண்டு நிலைகளுமே இன்று பிந்தைக் காலனியவாத ஆய்வாளர்களைப் பெரிதும் ஈர்த்துள்ளன. இவற்றின் தாக்கம் பிற சிந்தனைக் குழு வினரிடமும் ஊடுருவியுள்ளது.

பின்னுரை

தமிழ்ச் சமூகத்தின் இன்றைய அசைவியக்கத்தின் நுட்பங்களைப் புரிந்துகொள்வதற்குக் கடந்த காலத்தின் அசைவியக்கத்தைப் புரிந்து

கொள்வது அவசியமாகிறது. தமிழ்ச் சமூகம் பற்றிய புரிதலை இதுவரை வரலாற்றாசிரியர்களும் இலக்கியவியலர்களுமே பெரிதும் ஏற்படுத்தி யுள்ளனர். பல்துறை இணைவுப் போக்கில் இனவரலாறு, சமூக வரலாறு, பண்பாட்டு வரலாறு ஆகியவற்றை ஒன்றிணைந்த அணுகு முறையிலோ, இவற்றின் மறுதலையாக அறிய வேண்டிய 'வரலாற்றின் இனங்கள்' (மாப்பிள்ளை, ராவுத்தர், சோனகர் போன்ற பல வகை யினங்கள் தோன்றியமை), 'வரலாற்றின் சமூகங்கள்' (தொண்டை மண்டல வேளாளர், காசுகாரச் செட்டி, 24 மனை தெலுங்குச் செட்டி, ஆதிதிராவிடர் போன்ற பல வகையினங்கள் தோன்றியமை), 'வரலாற்றின் பண்பாடுகள்' (நாஞ்சில் நாட்டுப் பண்பாடு, சாத்தாத ஸ்ரீ வைணவர் பண்பாடு, ஆங்கிலோ இந்தியர் பண்பாடு போன்ற வகையினங்கள் தோன்றியமை) என்னும் அணுகுமுறையிலோ திசை மாற்றப்படவில்லை. தமிழ்ச் சூழலில் அறிவாராய்ச்சியின் தடம் இவ்வாறாகவே பல காலம் வழி நடத்தப்பட்டு வந்துள்ளது.

இன்று தமிழ்ச் சமூகத்தின் பரந்த தளத்தில் பெருந்திரள் சமூகத்தவராக உள்ள அடித்தள மக்கள் இன, மொழி, சமூக, சமய, இசை ஆகிய தளங்களில் அயன்மைப்பட்டுக் கிடக்கின்றனர். பல முதுகுடிகள் அந்நியப்பட்டுள்ளனர். நாடோடிகளும் இன்னும் சிலரும் விளிம்புக்கு விளிம்பாக அதிவிளிம்புச் சமூகத்தாராக ஒதுக்கப்பட்டுள்ளனர். இவர்கள் அனைவருமே வரலாற்றின் கால ஓட்டத்தில் தங்களின் சமூகப் பெறுமானத்தையும் இருத்தலையும் இழந்து நிற்கின்றனர். இதனை இனங்கண்டு, மீட்டுருவாக்கம் செய்து, தங்கள் சுயத்தை நினைவு கொள்வதும் மறுநிர்ணயம் செய்வதும் நீண்ட நெடிய அறுபடாத வரலாற்றைக்கொண்ட தமிழ்ச் சூழலில் இன்று தேவையான ஒன்றாகும். இத்தகு சமூகங்கள் தங்களை அழிவிலிருந்து மீட்டுப் புணரமைத்துக் கொள்வதற்குப் பலவகையான ஆக்கங்களை மேற்கொள்ளலாம்.

சங்ககாலத் தமிழ்ச் சமூகம் 2500 ஆண்டுகளில் 50 மடங்கு விரிவுக்கு ஆட்பட்டிருக்கின்றது. இந்தச் சூழலில் இத்தகு இனவரலாற்று அணுகுமுறையில் பார்க்கும் போது பல சமூகங்களின் அசைவியக்கம் எவ்வாறான தன்மைகளைக் கொண்டிருக்கிறது என்பது கருத்தூன்றி ஆராய்வதற் குரிய ஒரு களமாக அமைகிறது.

சங்ககாலம் முதல் இன்று வரையிலான இனவரலாற்றுத் தரவுகளும் அவற்றைப் பற்றிய விவரிப்பும் ஒரு நீண்ட பெரும் அசைவியக்க இயங்கியலை அறிய உதவுகின்றன. இந்த 50 மடங்கு விரிவாக்கத்தில் தமிழ்ச் சமூகங்கள் வெவ்வேறு உள்ளீடுகளைத் தன்வயப்படுத்திக் கொண்டு தங்களின் சுய அடையாளங்களை வரையறுத்துக் கொண்டன.

இந்த 209 சமூகங்களின் சுய அடையாளங்களை ஆராயும்போது சில சமூகங்கள் தங்கள் பூர்வகுடித் தொன்மையைப் பேணும் வகையில் ‘ஆதி’ (ஆதிதிராவிடர், ஆதி ஆந்திரர், ஆதி கன்னடர், ஆதி ஜாம்புவுலு போன்ற அடையாளத்தைக் கொண்டுள்ளனர்) என்னும் அடையாளத்தைக் கொண்டுள்ளன. பல சமூகங்கள் இடத்தால் அடையாளம் பெறுகின்றன. கொங்கு செட்டியார், நாஞ்சில் வேளாளர், நாஞ்சில் முதலி, தொண்டை மண்டல முதலியார், தொண்டை மண்டல சைவ வேளாளர், பாண்டிய வேளாளர், நாட்டுக்கோட்டைச் செட்டியார், வல்ல நாட்டுச் செட்டியார், அகரம் வேலன் செட்டியார், ஆத்தூர் கீழ்நாட்டுக் குறவர், ஆத்தூர் மேல்நாட்டுக் குறவர், செம்பி நாட்டு மறவர், கோட்டைப் பிள்ளைமார் போன்ற எண்ணற்ற தரவுகள் சாதிகளின் இடம் சார்ந்த நீண்டகால அசைவியக்கத்தைக் காட்டுவதாகும்.

பூர்வீகம், இடம் சார்ந்த அடையாளம் ஆகிய இரண்டையும் விடுத்துத் தொழிலாலும் (கூடை குறவர், கல் ஒட்டர்), சாதியாலும் (வன்னிய மறவர்), உறவாலும் (அஞ்சு கொத்து மறவர், 12ஆம் செட்டியார்) மொழியாலும் (தமிழ் கன்னடியர்), பணத்தாலும் (காசுக்காரச் செட்டி) இன்றும் ஏராளமான வகையினத்தாலும் சாதிகள் புதிய புதிய கால இடச்சூழல்களில் வெவ்வேறு அடையாளங்களுடன் அசைவியக்கம் பெற்றுள்ளன.

இத்தகையதோர் அசைவியக்கம் பரதவர் சமூகத்தில் நிகழ்ந்துள்ளது. இதனை அரு. பரமசிவம் எழுதியுள்ள *பரதவர்: இன மீட்டுருவாக்க வரைவியல்* (2005) நூல் வழி எளிதில் புரிந்துகொள்ள முடியும். பரதவர்களின் கிளைப் பிரிவுகளின் வகைகள் பலவாறான அடையாளங்களை முன்னிறுத்துகின்றன. தாசராசன் மரபினர், பரதவராஜ மரபினர், வருணராசன் மரபினர், மச்சகந்தி மரபினர், கங்கை மரபினர், பாண்டிய வாணாதிராய மரபினர், இசைப்பாணர் மரபினர், பாவாடைராயன் மரபினர், பிரளய காலத்தில் சிவபெருமானுக்கு உதவிய பரதவ மரபினர், சேரனுக்குதவிய வீரசோழ வேதியரையன் மரபினர், பாண்டிய குலம் தழைக்க தன்குலத்து மைந்தனைக் கொன்ற பரதவ மரபினர், இராமனால் இலங்கையில் குடியமர்ந்த மரபினர் போன்ற இன்னும் பலவகையான பரதவ மரபினரை அரு. பரமசிவம் பெரிதும் முயன்று சிற்றரசர்களாக, படைத் தலைவர்களாக, எதிரிப் படைகளில் பங்கு கொண்டவராக, வணிகக் குழுக்களாக, அதிகாரிகளாக, நாட்டாராக இன்னும் பல்வேறு நிலைகளில் எல்லாம் பங்குபெற்றவர்களாக இருந்ததற்கான ஏராளமான சான்றுகளை மிகச் சிறப்பாக விளக்கியிருக்கிறார்.

அரு. பரமசிவத்தின் இந்நூல் இனமீட்பு வரைவியலாகும். இந்நூல் இன உயர்வு வாதத்திற்கு இட்டுச் செல்லவில்லை. சமூகங்கள் தங்களின் கடந்தகாலப் பெறுமானத்தை எடுத்துரைப்பது என்பது வருங்காலத்தில் அனைவரும் அங்கீகரிக்கப்பட வேண்டுமென்பதன் குரலேயாகும். காலச்சக்கரத்தின் ஓட்டத்தில் ஏற்பட்ட சமனற்ற விளைவுகள் வருங்காலத்தில் மாற்றப்பட வேண்டுமென்ற நியாயத்தையே இத்தகைய இன மீட்பு வரைவியல்களின் முக்கிய விழைவாகும். இத்தகு தளத்தில் இயங்குவோர் சமூக அறிவியல்களின் முறையியலைப் பின்பற்றுவது நல்லது.

தமிழ்ச் சமூகத்தின் ஒரு நீண்ட பெரும் அசைவியக்கத்தில் பரதவர் சமூகம் பெற்று வந்துள்ள பன்முக இயக்கமானது தமிழ் மண்ணின் வரலாற்றை எவ்வாறெல்லாம் ஆய்வுக்குட்படுத்திப் பார்க்க வேண்டு மென்பதற்கு அடிப்படையான தளங்களைச் சுட்டுகிறது. மேலும் இத்தகு ஆய்வுக்கான அகவய முறையியலை உருவாக்கிக்கொள்ளவும் இந்நூல் பல உள்ளொளிகளைத் தருமென்பதில் சிறிதும் ஐயமில்லை. மேலைக் கோட்பாடுகளுக்கு நம் தரவுகளைப் பொருத்துதல் என்ற சுலபமான உழைப்பை விடுத்துத் தரவுகளிலிருந்து உண்மையை நோக்கிச் செல்லுதல் என்ற பரமசிவத்தின் ஆய்வுத் தேடலானது ஆராய்ச்சி முறையியலை அறிய விழையும் எவருக்கும் ஒரு நல்ல எடுத்துக்காட்டாகும். இளம் ஆய்வாளர்கள் இத்தகு முறையியலைக் கருத்தூன்றி உள்வாங்கிக்கொள்வதற்கு இந்நூல் பெரிதும் உதவும் என்பதிலும் ஐயமில்லை.

இந்நூலில் ஆய்வாளர் பரமசிவம் தொகுத்தளித்துள்ள மிக விரிவான தரவுகள் இனவரலாற்று வரைவியல் ஆய்வுகளில் இன்னொரு முக்கிய சிக்கலை விவாதிப்பதற்கான களத்திற்கும் இடமளிக்கின்றன. தமிழ்ச் சமூக வரலாற்றில் குடி - நாடு - அரசு உருவாக்கம் பற்றிச் சமகாலக் கோட்பாட்டுச் சிந்தனையில் கூடுதல் விவாதங்களை எழுப்பி மறு சிந்தனை செய்வதற்கான களங்களைப் பரதவர் இன மீட்டுருவாக்க வரைவியலானது கொண்டுள்ளது.

பரதவர் இன மீட்டுருவாக்க வரைவியலானது 'அழிவுமீட்பு இனவரலாற்று வரைவியல்' (salvage ethnohistoriography) என்னும் வகையில் முக்கியத்துவம் பெறுகிறது. இது அறிவுரீதியான வரவேற்புக் குரியது. இன்றைய தாழ்வின் காயத்திற்கு நேற்றைய உயர்வு மருந்தாக அமையலாம்; அல்லது நாளைய எழுச்சிக்கு ஊக்கமாக மாறலாம். இந்நிலையில் இத்தகைய 'இனமீட்பு' ஆய்வுகள் தமிழ்ச் சமூகத்தின் நீண்ட வரலாற்றின் ஏற்ற இறக்கங்களைச் சமன் செய்வதற்கும்,

சமகாலச் சமூக இன மேம்பாட்டிற்கும் உதவக் கூடியவையாக உருவாக முடியும்.

இத்தகைய இனமீட்பு வரலாறுகள் சமூகத்தின் இனவரலாற்றைக் காலப் பார்வையில் (diachronic) முன்னிறுத்துகின்றன. தேவேந்திர குல வேளாளர்களும் தங்களுடைய இனமீட்பு வரலாற்றை இப்போது தீவிரமாக முன்னெடுத்து வருகின்றனர். இன்னும் சில சாதியினரும் இம்முயற்சியில் ஈடுபட்டுள்ளனர். இவற்றின் பொதுவான நோக்கங்கள் பின்வருமாறு

1. பல பூர்வ குடிகள் தங்கள் தொன்மையை உன்னதப்படுத்து கின்றன. பழங்காலத்தில் அரசனாகவும், ஆளும் மரபினராகவும், உயர்குடித் தகுதி பெற்றும், இறைவனோடு தொடர்புகொண்டும் தங்கள் உன்னதத்தை முன் வைக்கின்றன. நேற்றைய உன்னதமும் இன்று அந்நியமாகியுள்ள நிலையும் எவ்வாறான இயங்கியலை நோக்கி 'இனமீட்பு' ஆய்வுகள் முன்னெடுக்க விரும்புகின்றன என்பது மாற்று வரலாற்றியலின் முன்னுள்ள முக்கிய விழைவாகும்.

2. வரலாற்றுப் போக்கில் இத்தகு குடிகளின் உள்கட்டமைப்பாக விளங்கும் குலப்பிரிவுகள் பல்கிப் பெருகி அவை யாவும் சீறூர் மன்னன் - முதுகுடி மன்னர் - குறுநில மன்னர் - வேந்தர் என்னும் அரசுருவாக்கப் படிநிலை அசைவியக்கத்தில் இயைபு பெற்று வந்துள்ளன. இந்த இயைபில் சமூக உருவாக்கமும் அரசு உருவாக்கமும் ஒன்றுக்கொன்று பாதிப்பை ஏற்படுத்திக்கொண்டன. தமிழ்ச் சூழலில் வெவ்வேறு காலகட்டங்களில் இவற்றின் தன்மைகள் எவ்வாறிருந்தன என்பதும் மாற்று வரலாற்றியலின் முன்னுள்ள விழைவாகும்.

3

வட்டார வரலாற்றியல்: வழக்காறுகள் கொண்டு வரலாறு எழுதுதல்

சொல்லாட்சி: வரையறை

'வட்டார வரலாறு' (local history) என்னும் சொல்லாட்சி விவாதத்திற் குரியதாக உள்ளது. 'உள்ளூர் வரலாறு' என்றும் சொல்லலாம். 'தல வரலாறு' என்றும் கூறலாம் என்கிறார் அறிஞர் ஆ.சிவசுப்பிரமணியன். சில சமயங்களில் வெவ்வேறான இரண்டு மொழிகளில் நேர் சொல் லாட்சிகள் கிடைப்பதில்லை. மொழிகளுக்கிடையில் மொழியாக்கம் செய்யமுடியாத (untranslatability) கூறுகள் உள்ளன என்பதை நிரூபிக்கும் சொல்லாட்சியாகவே வட்டார வரலாறு அமைந்துள்ளது. எடுத்துக் கொள்ளும் கருத்தினத்திற்கேற்ப நம்மொழியில் கலைச்சொல்லாக்கம் செய்வதே நல்லது. இந்நிலையில் local history என்பதற்கு 'வட்டார வரலாறு' என்று இவ்வியலில் வரையறுத்துக் கொள்ளலாம்.

வரலாறு எழுதுதல்

வரலாறும் வழக்காறும் எனும் தலைப்பிலான தம் நூலில் ஆ. சிவசுப்பிரமணியன் பின்வருமாறு கூறுகிறார்: தமிழர்களாகிய நமக்கு நெடிய வரலாற்றுப் பாரம்பரியம் உண்டு. கிறிஸ்துவுக்கு முந்தைய காலத்திலேயே எழுத்து வடிவம் பெற்றுத் திகழ்ந்த மொழி தமிழ்மொழி. ரோம், கிரேக்கம் போன்ற தொன்மையான நாகரிக நாடுகளுடன் வாணிபத் தொடர்பு கொண்டிருந்த சிறப்பு நமக்குண்டு. ஆயினும் நம் வரலாறானது சமூகம் சார்ந்த வரலாறாக இன்னும் எழுதப்படவில்லை. வரலாறு என்பது ஒப்பாரும் மிக்காரும் இல்லாத, தன்னிகரில்லாத தலைமக்களை மையமாகக் கொண்டே இன்றுவரை நோக்கப்படுகிறது. இதற்கு ஓர் அடிப்படைக் காரணம், நமக்கு வரலாற்றுப் பாரம்பரியம் இருந்தும், கணக்கற்ற வரலாற்றுச் சான்றுகள் இருந்தும் நமது வரலாற்று வரைவியல் என்பது ஐரோப்பிய வரலாற்று

அறிஞர்களால் உருவாக்கப்பட்டமைதான் (ஆ. சிவசுப்பிரமணியன் 2008: 19).

கிரேக்க நாகரிக காலத்திலிருந்தே 'வரலாறு எழுதுதல்' தொடங்கி விட்டது. தமிழகத்தில் நான்கு வகை மன்னர்களும் வரலாறு வழி அறியப்பெற்றுள்ளனர். சீறூர் மன்னர், முதுகுடி மன்னர், குறுநிலமன்னர், வேந்தர் ஆகியோர் பாண் மரபினருக்குத் தானங்கள் வழங்கித் தம் பெருமைகளை சங்க இலக்கியங்களில் கண்டுள்ளனர். தமிழ்ச் சூழலில் பண்டைய வரலாற்றைக் கூறும் ஆவணங்கள் பலவாக இருந்தன. அவற்றில் புராணங்கள், இலக்கியங்கள், கல்வெட்டுகள், மெய்க் கீர்த்திகள், நாணயங்கள், செப்பேடுகள், சுவடிகள், பானை ஓடுகள் போன்றவை முக்கியமானவை.

இந்தியாவில் ஆங்கில ஏகாதிபத்தியம் 1757இல் தொடங்கி 190 ஆண்டுகளுக்குப் பின் 1947இல் முடிவுக்கு வந்தது. இக்கால கட்டத்தில் இந்திய வரலாறு ஏகாதிபத்திய சார்பு நிலையில் எழுதப்பெற்றது. அகழ்வாராய்ச்சியில் கிடைத்த புதைபொருள்கள், பிறநாட்டு வணிகர் களின் குறிப்புகள், மதகுருமார்களின் குறிப்புகள், நிர்வாகத்தினரின் கைபீதுகள், உள்ளூர்க் குறிப்புகள் போன்றவையும் வரலாற்றுக்கான ஆதாரங்களாக அமைந்தன.

தொடக்கத்தில் நிகழ்வுகளையும் செய்திகளையும் காலவரிசையில் உண்மைத் தன்மை மாறாமல் விளக்குவதே வரலாறு எனப்பட்டது. பிரெஞ்சு வரலாற்றாசிரியர் ராங்கே (Rankke), இங்கிலாந்து வரலாற்றா சிரியர் ஆக்டன் (Acton), கார்லைல் போன்றோர் இத்தகைய அணுகு முறையில் வரலாற்றை எழுதினார்கள். ஆங்கிலக் காலனியவாதமானது 'இந்திய தேசம்' என்று பரந்த எல்லையை முதன் முதலாக உருவாக்கிய துடன், அது மாகாணம், பிராந்தியம், வட்டாரம் எனும் வரிசையில் நுண்ணிய நிலப்பகுதிகள் வரை ஊடுருவித் தன் இருத்தலை நிலை நாட்டுவதில் வெற்றி கண்டது.

நிகழ்வுகள் எப்படி நடந்தனவோ அப்படியே விவரிப்பதுதான் வரலாற்று ஆசிரியரின் கடமை எனத் தொடக்கத்தில் கருதினார்கள். அக்காலத்தில் அரசர்களின் படைபலம், படையெடுப்புகள், போர் முறைகள், வெற்றி வாகைகள், குளம் வெட்டுதல், சாலை அமைத்தல், கோயில் கட்டுதல், சமயச் செயல்பாடுகள், ஆட்சிமுறை, தானம் வழங்குதல் போன்றவை வரலாற்றின் முக்கிய உள்ளீடுகளாய் இருந்தன. இதனால் பல காலம் வரையில் அரசர் வரலாறே வரலாறு எனப் பட்டது. இத்தகைய வரலாறே கல்வெட்டுகளிலும் இலக்கியங்களிலும் பதிவாயின.

ஆங்கிலேயர் காலனி ஆட்சியின்போது இந்தியாவில் பல்வேறு நிலைகளில் செயல்பட்டார்கள். இந்தியாவைப் புரிந்துகொள்ளவும் இந்தியர்களின் மனதில் தமது மேலாண்மையை நிறுவுவதிலும் தீவிர மாகச் செயல்பட்டார்கள். அதற்குத் திட்டமிட்ட அறிவுநிலை சார்ந்த செயல்களை இந்தியா முழுவதும் மேற்கொண்டார்கள். அவற்றில் முக்கியமான எட்டு செயல் திட்டங்கள் வருமாறு:

1. இந்தியா முழுவதிலும் பயணம் செய்து நேரில் கண்டுணர்ந்த வற்றைப் பதிவு செய்தல் (observational / travel modality)
2. இந்து மக்களிடமும் பிற சமுதாயத்தினரிடமும் கிறிஸ்துவத்தைப் பரப்பும் பணியைச் செய்தல் (missionary modality)
3. பூர்வீக மக்களையும் அவர்களின் வளமான நிலம், தொழில் முதலியவற்றையும் மதிப்பாய்வு செய்தல் (survey modality)
4. குடிமதிப்பு முறை (மக்கள் தொகைக் கணக்கெடுப்பு), மாவட்ட கையேடு தயாரித்தல் போன்றவை (enumerative modality)
5. அருங்காட்சியக முறையை உருவாக்குதல் (museological modality)
6. கண்காணிக்கும் முறையை மேற்கொள்ளுதல் (surveillance modality)
7. இந்தியத் தேசத்துக்கான விரிவான வரலாற்றை எழுதுதல் (historiographic modality)
8. கல்விப்புலம் சார்ந்த ஆய்வு முறைகளை உருவாக்குதல் (investigative modality)

இங்கு வரலாறு எழுதுதலை மட்டும் கவனிப்போம். இதனை மூன்று கட்டமாகச் செய்தார்கள். முதற்கட்டமாக 1770களில் மேற்கு வங்கத்தில் விசாரணைகள் என்னும் வகையில் நிலத்தீர்வை, வரிகள், வட்டார வரலாறு தொடர்பான விசாரணைகள் நடந்தன. அடுத்த கட்டத்தில் இந்தியப் பண்பாடு, நாகரிகம் தொடர்பான வரலாறு எழுதுதல் மேற்கொள்ளப்பட்டது. அலெக்சாண்டர், டவ், ராபர்ட், ஓர்ம், சார்லஸ் கிராண்ட், மார்க்வில்க்ஸ், ஜேம்ஸ் மில், ஜேம்ஸ் டாட் போன்றவர்கள் மூன்றாம் கட்டத்தில் அனைவருக்குமான எளிய வரலாறுகளை எழுதினர். எனவே நம்நாட்டு வரலாறு என்று நாம் கற்றுக்கொண்டிருப்பவை ஐரோப்பியர்களால் உருவாகப்பட்ட தரவு களைக் கொண்டு ஆங்கிலேயர் என்ற வென்றவர்களால் எழுதப்பட்ட தோற்றவர்களின் வரலாறு ஆகும்.

விடுதலைக்குப் பிந்தைய காலகட்டத்தில் இந்திய வரலாற்று ஆசிரியர்கள் தேசியவாத அணுகுமுறையில் (nationalism) இந்திய வரலாற்றை அணுக முற்பட்டனர். அடுத்து, இந்திய வரலாற்றியல்

ஆய்வுகளில் 1960களின் இறுதியில் ஒரு புதிய திருப்பம் ஏற்பட்டது எனலாம். மிகத் தெளிவான மாற்றம் 70களில் தோன்றியது (சம்பக லட்சுமி 1987: 3). மன்னராட்சி முறைகளையும் அரசியல் வரலாற்றை யும் வண்ணனையாக எடுத்துரைப்பதிலிருந்து விலகி டி.டி. கோசாம்பி, ஆர்.எஸ்.ஷர்மா, ரொமிலா தாப்பர், இர்ஃபான் ஹபீப், இன்னும் சிலர் புதிய சிந்தனை முறைகளையும் கருத்துருவாக்கங்களையும் ஏற்படுத் தினார்கள். அரசியல் வரலாறு (political history) என்பதிலிருந்து விலகி சமூக வரலாற்றையும் (social history), பொருளாதார வரலாற்றையும், (economic history) ஆராயத் தொடங்கினார்கள். இந்நிலையில் இந்திய வரலாறானது 'காலனியவாத வரலாறு' எனத் தொடங்கி பின்னர் அது 'தேசியவாத வரலாறு' என்பதாக மாறி இரண்டு தனித்த கண்ணோட்டங்களில் வளர்ச்சி பெற்றது.

தென்னிந்திய வரலாற்றியலில் இதே கால கட்டத்தில் அமெரிக்க வரலாற்றறிஞர்களின் அணுகுமுறைகள் புதிய வெளிச்சத்தைக் கொண்டு வந்தன. புகழ்பெற்ற அமெரிக்க வரலாற்றாசிரியர் பாட்டன் ஸ்டீயின் என்பவரும் அவரது வழிவந்த கென்னத் ஹால், ஜார்ஜ் ஸ்பென்சர், டேவிட் லட்டன் (David Ludden) ஆகிய அறிஞர்களும் மேற்கொண்ட ஆய்வுகள் சமூகவியல், மானிடவியல் அணுகுமுறைகளையும் ஏற்றுக் கொண்டவை. அரசியல் வரலாறு என்பதிலிருந்து விலகி சமூக வரலாறு, பொருளாதார வரலாறு ஆய்வுகளுக்கு முக்கியத்துவம் தந்தனர். ஊக வரலாற்று அணுகுமுறையிலிருந்து முற்றிலும் விலகி ஆணித்தரமான, அழுத்தமான முடிவுகளை நோக்கி இவர்களுடைய ஆய்வுகள் சென்றன.

அடுத்த அணியாக உருவெடுத்தவர் ஜப்பானிய வரலாற்றாசிரியர் நொபுரு கராஷிமா. இவர் தென்னிந்தியாவில் கிடைக்கக்கூடிய அதிக எண்ணிக்கையிலான கல்வெட்டுத் தரவுகளை மையமிட்டு ஆய்வு களை மேற்கொண்டார். புள்ளியியல் அணுகுமுறையில் ஒவ்வொரு பகுதியிலும் தனித்தனியான காலகட்டத்தை முன்வைத்து ஆராய முற்பட்டார். நொபுரு கராஷிமா தலைமையில் மேற்கொள்ளப்பட்ட இத்தகைய அணுகுமுறையால் குறிப்பிடத்தக்க நுண் வரலாற்று (microhistory) ஆய்வுகள் நிகழ்த்தப்பட்டன.

மேற்கூறிய மாற்றங்களின் ஊடாகத் தென்னிந்திய வரலாற்றியல் ஆய்வுமுறை மாறத் தொடங்கியது. காலவரிசையிலும் வண்ணனை நிலையிலும் அமைந்த பழைய வரலாற்றியல் முறையிலிருந்து விலகிய இப்புதிய வகை ஆய்வுகள் பகுப்பாய்வு சார்ந்து அமைந்தன. சமூக வரலாறு, பொருளதார வரலாறு ஆகிய புதிய தளத்திற்கு நகர்ந்தன. இந்திய வரலாற்றில் தென்னிந்திய வரலாறு என்பதற்கான முக்கியத்துவம் இல்லாத போக்கும் மாறத் தொடங்கியது. விந்திய மலைக்குத் தெற்கே

தீபகற்ப இந்தியா என்ற ஒன்று உள்ளது. அதற்கென தனித்துவமான வரலாறு ஒன்று உண்டு என்று உணரப்படாத போக்கு வட இந்திய வரலாற்றாசிரியர்களிடம் இருந்தது. இத்தகைய ஒற்றை நிலையிலான பொதுமையாக்கக் கருத்து நிலையில் புதிய போக்கு ஏற்பட்டது. இடம், காலம் சார்ந்து தென்னிந்தியப் பகுதிகளுக்கான தனித்துவங்களைக் காண வேண்டுமென்ற அணுகுமுறை அயலவர்களின் ஆய்வு முடிவுகளால் அவர்களிடம் மெல்ல வலுப்பெற்றது.

1965களிலேயே டி.டி. கோசாம்பி இந்திய வரலாற்றை ஒற்றைத் தளத்தில் வைத்துப் பொதுமைப்படுத்த முடியாது என்றார். வட்டாரத் திற்கு வட்டாரம் மாறுபாடுகள் காணப்படுகின்றன என்றார். இதனால் வட்டார ரீதியாக ஆராயவேண்டியதை வலியுறுத்தினார்.

வட்டார வரலாறு

'வட்டார வரலாறு' (local history) என்பது குறிப்பிட்ட புவியியல் பரப்பு சார்ந்த பிராந்தியத்துக்கான வரலாற்றைக் குறிக்கும். இதில் எண்ணற்ற வரலாற்றுக் கூறுகள் அடங்கியுள்ளன. இத்தகைய வரலாறு இடம் பற்றியதாக இருக்கலாம். முக்கியத்துவம் கொண்ட ஆறு, மலை, குளம் பற்றியதாக அமையலாம். அப்பிராந்தியத்தின் சமூகங்களைப் பற்றியதாக இருக்கலாம். சமூக நாயகர்கள், வரலாற்றில் இடம்பிடித்தவர்கள், விடுதலை வீரர்கள், மதகுருமார்கள் பற்றியதாக அமையலாம். அப்பிராந்தியத்தின் கோயில், விழாக்கள், சாமிகள், வழிபாட்டு மரபுகள், வீர விளையாட்டுகள், பிற பண்பாட்டு நிகழ்வுகள் பற்றியதாகவும் இருக்கலாம். அப்பிரதேசத்திலிருக்கும் பழம்பெரும் கட்டடங்கள், அரண்மனைகள், கோட்டைகள், தானியக்கிடங்குகள், சுரங்கப் பாதைகள், பெருவழிச் சாலைகள், நினைவுச் சின்னங்கள் பற்றியதாகவும் இருக்கலாம். இவ்வாறாக இன்னும் பிற வகைகளிலும் அமையலாம்.

இத்தகைய வரலாற்றுக்கான செய்திகள் தனித்த ஆவணமாகக் கிடைப்பதில்லை. மக்களிடம் நினைவில் தேங்கியுள்ள செய்திகள், கேள்வியறிவு, கண்ணாரக் கண்ட புலன்வழி கூற்றுகள், பலதரப் பினரிடம் பொதுவில் சொல்லப்படும் விவரங்கள் ஆகியவற்றை வாய்மொழி வரலாற்றுக்கான சான்றாதாரமாகக் கொள்ள வேண்டி யுள்ளது. புலன்வழி அறிவே வாய்மொழி வரலாற்றுக்கு ஆதாரமாகும். இது தலைமுறை தலைமுறையாக வருவது (transmitted); அனைவராலும் பகிர்ந்து கொண்டிருப்பது (shared); சமூகத்தின் கூட்டு ஞாபகத்தில் பேணப்படுவது (collective consciousness). இத்தகைய வாய்மொழிப் பண்புகளைக் கொண்டிருக்கக்கூடிய வழக்காறுகள் வட்டார வரலாற்றை எழுதுவதில் பெரும் பங்காற்ற முடியும்.

பெரும்பாலும் வட்டார வரலாறு பற்றிய ஆய்வுகளில் தொழில்முறை ஆய்வாளர்கள் இன்னும் தீவிரமாக ஈடுபடவில்லை என்று சொல்லலாம். ஒவ்வொரு வட்டாரத்திலும் வரலாற்றில் ஆர்வமுள்ளவர்கள் தனித் தனியே செயல்படுகிறார்கள். இவர்கள் தொழில்முறை ஆய்வாளர் களாக இருப்பதில்லை. வேறு பணிகளில் ஈடுபடுபவர்களாக, பள்ளி ஆசிரியர்களாக, அரசு அலுவலர்களாக இருக்கிறார்கள். தமிழ்ச் சூழலில் சுவடிகள் தேடுதல், கல்வெட்டுகளைக் கண்டறிதல், பிற ஆவணங் களைத் தேடுதல், கோயில் வரலாற்றை ஆராய்தல் எனத் தமிழ் ஆர்வலர்கள் இதில் பெரிதும் ஆர்வம் காட்டுகின்றனர். தமிழாசிரியர் களும் இத்தகு பணிகளில் பெரிதும் பங்காற்றியுள்ளனர்.

வாய்மொழிச் சமூகங்கள் அவற்றின் வரலாறுகளை வழக்காறுகளின் வழியாகவே சேமித்து வைத்துள்ளன. தமிழ்ச் சமூகங்களில் எழுத்து மரபு நீண்ட நெடிய மரபாக இருந்தாலும் வரலாற்றோடு தொடர்புடைய புராணங்கள், கதைப்பாடல்கள், பழமரபுக் கதைகள், நாட்டார் கதைகள், பாடல்கள் வழி தம் வரலாறுகளைப் பதிவு செய்து வைத்துள்ளன. பழம்பெரும் வரலாற்றாசிரியர்கள் மரபுச் செய்திகளுக்கும், கர்ண பரம்பரை கதைகளுக்கும் உரிய இடம்கொடுத்துள்ளனர். உலகளாவிய நிலையில் பார்க்கும்போதுகூட வரலாறு எழுதுவதில் வாய்மொழி வழக்காறுகளுக்கு இன்றியமையாத இடமிருப்பதைக் காண முடிகிறது.

வாய்மொழி வழக்காறுகளில் கதைப் பாடல்கள் (ballads) மிகவும் முக்கியத்துவம் வாய்ந்தவை. வரலாறு எழுதுவதில் இவற்றிற்கு முக்கியத்துவம் உண்டு. இன்று தமிழகத்தில் வழக்கிலுள்ள பல்வேறு கதைப்பாடல்கள் வரலாற்றை மீட்டுருவாக்கம் செய்வதற்கு நேரடியாகப் பயன்படுபவை. கட்டபொம்மன் கதைப் பாடல்கள், தேசிங்குராஜன் கதை, பொன்னர் சங்கர் கதை, நந்தன் கதை, இராமப்பையன் அம்மானை, கண்டியன் போர், இரவிக்குட்டிப் போர், மதுரைவீரன் கதை, நல்லதங்காள் கதை, கான்சாகிபு சண்டை, பாஞ்சாலங்குறிச்சி அழிவு சரித்திரம் போன்றவை மக்களின் வரலாற்றைக் கூறுவனவாகும். இவை அந்தந்த வட்டாரத்தின் வரலாற்றை அறிவதற்கான ஏராளமான சான்றாதாரங்களைக் கொண்டுள்ளன.

இன்னும் சில கதைப்பாடல்கள் சமூகஞ் சார்ந்தவை. அண்ணன்மார் கதை, காராளர் அம்மானை, வெங்கலராஜன் கதை, வலங்கை மாலை போன்ற கதைப்பாடல்கள் தனிப்பட்ட சாதியாரின் வரலாற்றைக் கூறுபவை.

முத்துப்பட்டன் கதை, காத்தவராயன் கதை போன்ற கதைப்பாடல்கள் தனித்தனியான நாட்டார் வீரர்களை முன்னிலைப்படுத்துபவை.

இவையுங்கூட சமூக வரலாற்றை மீட்டெடுப்பதற்கு உதவக் கூடியவை. சமூகங்களுக்கிடையிலான முரண்பாடுகளை அறிவதற்கும் உதவக் கூடியவை. குமரி மாவட்டத்தில் பழமரபுக் கதையை (legend) 'ஐதீகம்' என்று அழைக்கிறார்கள். பழங்காலத்தில் ஓர் இடத்தில் நடந்த உண்மை நிகழ்வை தலைமுறை தலைமுறையாகச் சொல்லி வருவதையே ஐதீகம் என்கின்றனர் (ஸ்டீபன் 2004: 179). இதனை நாட்டார் வகைமையாகக் (ethnic category) கொள்ளுதல் வேண்டும். ஆய்வாளர்கள் பகுத்தாய்ந்து கூறும் ஆய்வு வகைமைகள் (analytical category) உலகனைத்தும் காண் கின்ற வகைமை சார்ந்ததாகும்.

தமிழகத்தில் உரைநடைக் கதைகளில் (prose narratives) வரலாற்றுச் செய்திகள் பொதிந்துள்ளன. கதைப்பாடல்கள், நாட்டார் பாடல்கள் போன்றவற்றை கவனிக்குமளவிற்கு உரைநடைக் கதைகளைக் கவனிப்பதில்லை. மக்களிடம் வழங்கும் கதைகளை ஒட்டியே இன்று ஏராளமான வட்டார நாவல்கள் உருவாக்கப் பெற்றுள்ளன. கி.ராஜநாராயணன் எழுதிய 'கோபல்ல கிராமம்' வாய்மொழியிலுள்ள உரைநடைக் கதைகளை ஆதாரமாகக் கொண்டு எழுதப்பட்டதுதான். நீல பத்மநாபன் எழுதிய 'தலைமுறைகள்' நாவலும் இந்த வகையைச் சேர்ந்ததுதான்.

கோபல்ல கிராமம் நாவலானது நாயுடு சாதியார் ஆந்திராவிலிருந்து தமிழகத்திற்குப் புலம்பெயர்ந்த கதையை விளக்க, தலைமுறைகள் நாவல் பூம்புகாரிலிருந்து குமரி மாவட்டத்திற்கு இடம் பெயர்ந்த ஏழூர்ச் செட்டிமார் கதையை விளக்குகிறது. இவை போன்ற புதினங்கள் யாவும் சாதிகளின் இடம்பெயர்ச்சிக் கதைகளை (migration tales) மையமாகக் கொண்டு எழுதப்பட்டவையாகும்.

புராணங்களும் தலபுராணங்களும்

'வாய்மொழி மரபு' (oral tradition) பெரும்பாலும் 'மரபுசார்ந்த வரலாறு' (traditional history) என்றே கருதப்படுகின்றது. வரலாற்று ஆய்வுகளுக்குத் தகுந்த சான்றாதாரங்களை வாய்மொழி மரபு கொண்டிருக்கிறது. ரிச்சர்ட் டார்சன் என்பவர் உலகளவில் புகழ்பெற்ற நாட்டார் வழக்காற்றியல் அறிஞரும் வரலாற்றறிஞரும் ஆவார். இரு துறை களிலும் வல்லுநர்; இருதுறைப் போராசிரியர். இவர் எழுதிய *நாட்டார் வழக்காறுகளும் மரபார்ந்த வரலாறும்* (*Folklore and Traditional History*, 1973) எனும் நூலில் வழக்காறுகளுக்கும் வாய்மொழி வரலாறுக்கும் (oral history) உள்ள தொடர்புகளை மிக விரிவாக ஆராய்ந்துள்ளார். அவ்வாறே ஜான் வான்சினா (Jan Vansina) எனும் அறிஞரும் அவரது *வாய்மொழி மரபே வரலாறு* (*Oral Tradition as History*, 1985) எனும் நூலில்

ஆப்பிரிக்காவின் காங்கோ பகுதியில் உள்ள மக்களின் வரலாற்றை வாய்மொழி மரபிலிருந்து மீட்டுருவாக்கிக் காட்டுகிறார்.

வாய்மொழி மரபில் எண்ணற்ற வழக்காறுகள் இருந்தாலும் தொன்மங்கள் அல்லது புராணங்கள் மிக முக்கியமானவையாகும். உலகப் புகழ்பெற்ற பிரெஞ்சு மானிடவியல் அறிஞர் கிளாட் லெவிஸ்ட்ராஸ் வரலாற்றுக்கும் தொன்மத்துக்கும் உள்ள ஆழமான உறவை வெளிப்படுத்துகிறார். இவரது அணுகுமுறைப்படி நமது புராணங்களில் வரலாற்றுண்மைகள் பொதிந்து கிடக்கின்றன. தொன்மவியல் ஆய்வுமுறைப்படி இவற்றை வெளிக்கொணரமுடியும்.

புராணம் என்பது 'பழமை சார்ந்த வரலாறு' எனும் பொருள் பெறும். மணிமேகலையில் முதன்முதலாகப் 'புராணம்' என்ற சொல் வருகிறது. புராணம் என்பது 'பழங்கதையின் வழி வருவது' (ancient tale) என்றும் 'மரபுவழி வரும் வரலாறு' (traditional history) என்றும் கூறுவது வழக்கம். மணிமேகலையில் சமயக் கணக்கர் தம்திறம் கேட்ட காதையில் 'காதல் கொண்டு கடல்வணன் புராணம் ஓதினான்' (மணி. 27:98-99) என்று வருகிறது.

புராணங்களில் 18 புராணங்கள் மகா புராணங்கள் எனப்படும். இவற்றிற்குத் துணையாய் அமைந்தவை 18 உபபுராணங்கள். மிகவும் பிற்காலத்தில் தோன்றியவை ஆதிபுராணங்கள். இவையும் பதினெட்டு தான். கி.பி. 7ஆம் நூற்றாண்டளவில் குப்தர்கள் காலத்தில்தான் வடமொழிப் புராணங்கள் செம்மையும் ஒழுங்கும் பெற்றன என்று வரலாற்றாசிரியர்கள் கருதுகின்றனர் (மாதவன் 1995:15).

நான்கு வேதங்களுக்கடுத்து ஐந்தாவது வேதமாகக் கருதப்படுவது புராணங்களாகும். புராதனமாக இருந்து வருவதே புராணம் என்பர். புராணம் செவிவழியாக அறியப்பெற்ற வரலாறு. வேதகாலந் தொட்டு மக்களிடம் வழங்கப் பெற்ற கதைகளே புராணங்கள். இந்திய நாகரிகத்தின் கருவூலம் புராணங்கள் எனலாம். இந்தியாவை தரிசனம் செய்யவும் அதன் சமயக் கோட்பாடுகளை அறிந்துகொள்ளவும் புராணங்கள் உதவுகின்றன. இடம், காலம், சமூகம், சமயம், பண்பாடு பற்றிய வரலாறு இவற்றில் பொதிந்து கிடக்கின்றன.

புராணங்கள் புனிதமானவை; கவனத்திற்கெட்டாத காலப் பழைமை கொண்டவை. இத்தகைய புராணங்களின் பின்னாளைய நீட்சியாக உருவானவைதாம் 'தலபுராணங்கள்'. இவையும் புனிதமானவை. ஆனால் நினைவுக்குட்பட்ட காலப் பழைமை கொண்டவை. சிறு வரலாற்றைக் கொண்டவை. தமிழகத்தில் உள்ளூர் வரலாற்றை ஆராய்வதற்குப் பெரிதும் உதவுபவை தலபுராணங்கள் ஆகும். சைவ,

வைணவ எழுச்சிக்காக ஆழ்வார்களும், நாயன்மார்களும் எழுதிய பக்தி இலகியங்கள் சமய உணர்வு வளர்க்க முனைந்தாலும் அவற்றினூடாக உள்ளூர் வரலாறுங்கூட பதிவு செய்யப்பெற்றன.

தலபுராணங்கள் சொல்லும் வரலாறுகளில் புனைவுகள் இருப்பினும் அவற்றில் உண்மையில்லை என ஒதுக்கிவிட முடியாது. ஆங்காங்கு வழங்கிய வாய்மொழி வரலாறுகள் பதிகங்கள் வாயிலாகப் பதிவு செய்யப்பட்டன. உள்ளூர் வரலாறு, நகர வரலாறு, நாட்டு வரலாறு எனப் பலவற்றை அறிய இவை உதவுகின்றன. டேவிட் ஷுல்மன் எழுதியுள்ள *தமிழ் கோயிற் புராணங்கள்* (Tamil Temple Myths, 1980) என்ற நூலில் தமிழ் மக்களின் ஊர், சமூகம், சமயம் ஆகிய மூன்றோடும் தலபுராணங்கள் எவ்வாறு உறவு பெற்றுப் பின்னிப் பிணைந்துள்ளன என்பதை விளக்குகிறார். கிருஷ்ணசாமி 581 புராணங்கள் உள்ளன என்கிறார். ஆனால் கமில் சுவெலபில் 2000 தமிழ்ப் புராணங்கள் உள்ளன என்கிறார்.

தலபுராணங்கள் யாவும் கோயில் எழுந்த ஊர்களின் பண்டைய பெருமையை அறிய உதவும் வரலாற்று ஆவணங்களாய் உள்ளன. முன்பு பெரு நகரங்களாக இருந்த இடங்கள் இன்று சிற்றூர்களாக மாறிவிட்டதை அறிவதற்குத் தலபுராணங்களே பெரிதும் சான்றாக உள்ளன. எடுத்துக்காட்டாக, 'பழையாறை' என்பது ஒரு காலத்தில் பெரிய நகரமாகவும், சோழர்களின் தலைநகரமாகவும் இருந்தது. இந்நகரம் பாண்டியனால் அழிக்கப்பட்ட பின்னர், இன்று அதன் பகுதிகள் 'பட்டீச்சுரம்' என்றும் 'சத்திமுற்றம்' என்றும் தனித்தனிச் சிற்றூர்களாக உள்ளன. அன்றைய பழையாறை இன்று இல்லை.

அவ்வாறே, சோழர்களின் தலைநகராய் இருந்த உறையூர் இன்று சிறிய ஊராகக் குறைந்து நிற்கிறது. அன்று திருச்சிராப்பள்ளி நகர் இல்லை. காலத்தால் உறையூர் நகரம் சிறிய ஊராகவும் திருச்சி பெருநகரமாகவும் மாறிய நிலையை அறிய முடிகிறது. மேலும் பேரூர் என்பது ஒரு பெரிய நகரம் என அதன் பெயரிலேயே விளங்குகிறது. ஆனால் அது இன்று ஒரு சிற்றூராக மாறிவிட்டது. அதனருகில் புதிய சிற்றூராக விளங்கிய கோயமுத்தூர் இன்று பெருநகரமாக விளங்குவதைக் காண்கிறோம். அன்று பேரூர்களாக விளங்கிய பழையாறு, உறையூர், பேரூர் ஆகிய நகரங்களின் பழம்பெரும் சிறப்புகளை விளக்கும் வரலாற்று நூல்களாக இத்தலபுராணங்கள் விளங்குகின்றன (மாதவன் 1995: 167-68).

தமிழில் கிடைக்கும் தலபுராணங்களில் மிகுதியான எண்ணிக்கையில் கிடைப்பன சோழநாட்டுத் தலபுராணங்கள் ஆகும். கிடைக்கக்கூடிய

142 தலபுராணங்களில் பெரும்பான்மையவை சிவதலங்களுக்குரியவை. தமிழ்த் தலபுராணங்களில் மிகப் பழமையானது திருவிளையாடற் புராணம் ஆகும். இது பாண்டிய நாட்டுக்குரியது. இறைவன் 64 திருவிளையாடல்களையும் புரிந்த ஒரே நாடு இப்பாண்டிய நாடே.

தமிழ்த் தலபுராணங்களில் மிகுதியான பாடல் எண்ணிக்கை உடைய மிகப் பெரிய புராணம் திருநெல்வேலித் தலபுராணமாகும். 120 படலங்களையும் 6892 பாடல்களையும் கொண்டது (மாதவன் 1995: 221). மிகச் சிறிய புராணம் திருமூலநகரப் புராணம். இது 9 சருக்கங்களும் 120 பாடல்களும் கொண்டது.

ஒவ்வொரு நாடும் தேசமும் பல வட்டாரங்களைத் தன்னகத்தே கொண்டுள்ளது. இந்த வட்டாரங்களில் உள்ள இடங்கள், ஊர்கள் ஆகியவற்றின் இயற்பெயர்கள் தனிச் சிறப்புடையவை. இந்த வட்டாரங்களில் வாழும் குடிகளின், இனங்களின் சிறப்புப் பெயர் களும்கூட தனிச் சிறப்புடையவை. இவை அந்த வட்டாரத்தின் வரலாறோடு தொடர்புடையவை. ஆகவே தலபுராணங்களோடு ஊர்ப் பெயர்களும்கூட வட்டார வரலாற்றுக்கு உதவுபவையாக உள்ளன.

குடும்ப வரலாறு

வட்டார வரலாற்றை உருவாக்குவதிலும் மீட்டெடுப்பதிலும் 'குடும்ப வரலாறு' (family history) ஒரு பகுதியாக அமைகிறது. ஒரு வட்டாரத்தின் சமூக அரசியலில் பெரிதும் பங்குபெற்ற நாயகர்களின் குடும்ப வரலாறு அந்த நாயகரின் கால்வழியில் வருகின்ற வம்சவளியினர், அவர்களின் குலப்பிரிவுகள் போன்றவை இதில் முக்கியத்துவம் பெறுகின்றனர். இவ்வாறான வரலாற்று நாயகர்களின் குடும்ப வரலாற்றைத் தேடுவதில் எழுத்து ஆவணங்கள் இருந்தால் அவை உதவக்கூடும். வாய்மொழித் தரவுகளே பெரிதும் உதவ முடியும்.

சில சமயங்களில் குடும்ப வரலாறு என்பது ஒரு தனிமனிதரின் சுயசரிதையாக மாறி நிற்பதையும் காணமுடியும். வரலாற்று நாயகராக விளங்கிய அவருடைய சொந்த சுயசரிதையேகூட அவரது குடும்ப வரலாறாக மாறக்கூடும். மற்றவர்கள் எழுதும் வரைவியலும் (biography) குடும்ப வரலாறாகவே கருதப்பெறும். இடம்பெயர்ந்த குடும்பங்கள், குழுக்கள் ஆகியவற்றின் வரலாறு, ஒரு இராணுவ வீரரின் வரலாறு போன்ற வகைகளில் அமையும் விவரிப்புகளும் குடும்ப வரலாறாகவே அமையும். கடிதப் போக்குவரத்து, நாட்குறிப்பு, நிழற்படங்கள், நண்பர் களின் கருத்துகள், அரசப் பதிவுகள், பிற பதிவுகள் எனப் பல்வேறு வகையான தரவுகள் குடும்ப வரலாற்றுக்கு உதவுபவையாக உள்ளன.

ஈழத்தில் குறிப்பாக, யாழ்ப்பாணத்தில் பெற்றோர் நினைவாகப் பிள்ளைகள் ஒரு சிறு நூலை எழுதி வெளியிடுவது பரவலான வழக்க மாக உள்ளது. 2009 நவம்பரில் நான் யாழ்ப்பாணப் பல்கலைக்கழகம் சென்றிருந்த போது இவ்வாறான சில நூல்களை அப்பல்கலைக்கழக ஆசிரியர்கள் என்னிடம் கொடுத்தனர். இன்றுங்கூட வாய்மொழி நினைவுகளே இத்தகைய குடும்ப வரலாற்றை எழுத உதவுகின்றன.

தானாபதிப்பிள்ளை வரலாறு (2005) வே.மாணிக்கம் அவர்களால் எழுதப்பெற்றுள்ளது. கட்டபொம்மனின் வலதுகரமாகச் செயல்பட்டவர் தானாபதிப்பிள்ளை. பாளைய ஆட்சிமுறையில், வட்டார அளவிலான சமூக உறவுகளில் சாதிகள்/குழுக்கள் மற்ற குழுவினரை முன்வைத்தே தங்களை வரையறுத்துக் கொண்டுள்ளன. இதனை அறிவதற்குத் தானாபதிப்பிள்ளை வரலாறு ஒரு பயில்களமாக அமைவதைக் காணமுடிகிறது.

இனவரலாறு

வரலாற்றின் வகையினங்களில் 'இனவரலாறு' (ethnohistory) ஒரு தனி வகையினமாகும். தமிழகத்தில் ஐந்திணைகளின் தொடர்ச்சியை வரலாறு நெடுக காண முடிகிறது. தமிழகம் ஒரு சிறிய பகுதியாயினும் குறிஞ்சி, முல்லை, நெய்தல், மருதம், பாலை ஆகிய புவியியல் கூறுகள் தமிழ்ச் சமூக உருவாக்கத்தில் இடம்பெற்றுள்ளன. மலைகளிலும் காடுகளிலும் பல்லாண்டுகாலம் தனித்தொதுங்கி வாழக்கூடிய முதுகுடிகள் (aborigines), பழங்குடிகள் (tribes), பழமைச் சமூகங்கள் (traditional societies) ஆகிய வற்றின் வரலாற்றை ஆராய்வதற்கென மானிடவியலில் உருவாக்கப் பெற்றுள்ள ஒரு தனித்துவமான முறையே 'இனவரலாறு' ஆகும்.

மிகத் தொன்மையான பூர்வ சமூகங்களின் இனவரலாறு எழுதப்பட்ட தில்லை. இத்தகு சமூகங்களின் வரலாறுகள் பல்வேறு வடிவங்களில் அவர்களுடைய வாய்மொழி வழக்காறுகளில் மட்டுமே புதைந்து கிடக்கின்றன. ஆனைமலைக் காடர், நீலகிரித் தொதவர், கோத்தர் போன்ற பல்வேறு தொல்குடிகளின் பூர்வ வரலாறு இன்னும் மாயமாகவே, புதிராகவே உள்ளது.

தொன்மங்கள், பழமரபுக் கதைகள், கதைப்பாடல்கள் (ballads), நாட்டார் கதைகள் / பாடல்கள், புலப்பெயர்வுக் கதைகள், நாட்டார் புராணங்கள், சொலவடைகள், புதிர்கள், வம்சாவழி வரலாறு, நிகழ்த்துக் கலை வடிவங்கள், வழிபாட்டு மரபுகள், வெளிப்பாட்டு மரபுகள் (expressive traditions), சடங்குகள் போன்ற எண்ணற்ற வழக்காறுகளில் இத்தொல்குடிகளின் வரலாறுகள் புதைந்து கிடக்கின்றன.

ஒரு வட்டாரத்தின் வரலாற்றை முழுமைபடுத்திக் காண வேண்டு மானால், அந்த வட்டாரத்தில் வாழக்கூடிய முதுகுடிகள், பழங்குடிகள், ஆகியோரைத் தவிர்த்து ஆராய்ந்துவிட முடியாது. ஏனெனில் தமிழ்ச் சமூகத்தின் மிக நீண்ட அறுபடாத தொடர்ச்சியுடைய மரபில் தொல்குடிகளின் மரபு சாதியச் சமூகம் வரைக்குமான தொடர்ச்சியுடன் (tribe - caste continuum) நீளுவதைக் காணமுடிகிறது. இன்று சைவத்தின் ஆதிமூலராய் விளங்கும் சிவபெருமான் பழங்குடி மக்களிடம் நாச்சியப்ப னாகவும், மலையப்பனாகவும் இருப்பதைக் காண்கிறோம். பழங்குடி களின் சிவனே இந்திய தேசத்தின் பெருஞ் சமயங்களில் சிவபெருமா னாய்ப் பரிணமித்து இருக்கிறார். இவ்வாறு தொல்குடிகளின் பல்வேறு மரபுகள், நமது பெரும் பண்பாட்டின் எண்ணற்ற தளங்களில் ஊடுருவி கால ஓட்டத்தில் விரிவுபட்டிருப்பதைக் காணமுடிகிறது.

இந்திய தேசத்தின் பெருமரபு எனும் கூட்டு மரபில் (great tradition) எண்ணற்ற தொல்குடிகளின் 'தனிமரபுகள்' (little traditions) வியாபித் திருக்கின்றன (பக்தவத்சல பாரதி 2007: 21-35). ஆதலின் வட்டார ஆய்வுகளில் கூட்டு மரபுக்கும் தனி மரபுகளுக்கும் இடையேயான அறுபடாத தொடர்ச்சியை ஆராய்வது அவசியமானதாகும். இதில் தொல்குடிகளின் பூர்வ இனவரலாறு முக்கியத்துவம் பெறுகிறது.

சமூக வரலாறு

வரலாறு நெடுக பொருள் உற்பத்தியின் ஊடாகச் சமூகங்கள் அதிகாரத் தைப் பிடிப்பதற்கான போராட்டத்தில் ஈடுபட்டு வந்துள்ளன. இந்தப் போராட்டத்தின் ஊடாகவே சமூகங்களின் வரலாறு கட்டமைக்கப் படுகிறது என்று மார்க்சியவாதிகள் தீர்க்கமாக உணர்த்தினார்கள். கூடவே சமூக வரலாற்றின் முக்கியத்துவத்தையும் உணர்த்தினார்கள். வரலாறு எழுதுதல் என்பது வரலாற்றை அறிவதற்கன்று. சமூகத்தை மாற்றியமைக்க வரலாறு எழுதப்பட வேண்டும் என்றார்கள். மார்க்சியத்தில் இக்கருத்தியல் வலுவாக உருவானது. ஆளுவோர் ஆளப்படுவோர் என்ற வர்க்க முரண்பாட்டில் வெகுசன மக்களாகிய ஆளப்படுவோரின் பார்வையில் வரலாறு எழுதும்முறை வலியுறுத்தப் பட்டது. மன்னர்களின் வரலாற்றை நாட்டின் வரலாறாக விவரிக்கும் 'மேலிருந்து நோக்குதல்' எனும் நிலையைப் புறந்தள்ளிவிட்டு உழைக்கும் மக்களின் வரலாற்றை முன்னிலைப்படுத்தி ஆராய்வது 'மக்கள் வரலாறு' ஆகும். இது அடித்தளத்திலிருந்து எழுதுதல் (history from below) ஆகும்.

இதனை மானிடவியல் அறிஞரும் வரலாற்று அறிஞருமாகிய பெர்னார்டு கான் (Bernard S. Cohn) புறவயம் சார்ந்த வரலாறு

(Proctological history) என்று பின்வருமாறு வரையறுக்கிறார். இவர் ரிச்சர்ட் டார்சன் போன்றே இருதுறை பேராசிரியர். மானிடவியல் பேராசிரியராகவும் வரலாற்றுத்துறை பேராசிரியராகவும் விளங்கியவர். இவர் சொல்கிறார்:

> புறவயம் சார்ந்த வரலாறு என்பது சாமான்யர்கள் பற்றியது; மைய நீரோட்டத்தோடு தங்களைப் பொருத்திக்கொள்ளாதவர்கள் பற்றியது; ஏமாற்றப்பட்டவர்கள் பற்றியது; உடைமையற்றவர்கள் பற்றியது; சுரண்டப்பட்டவர்கள் பற்றியது. இவர்கள் சமூகத்தில் கிளர்ந்து எழாத சாதுக்கள் என்று தொடக்ககால வரலாற்றாசிரியர்கள் முதல் மேல்தட்டு வரலாற்றாசிரியர் வரை இனங்கண்டனர். இதனால் இத்தகைய மக்கள் முறையாக அறியப்படாமலேயே கைவிடப் பட்டனர். அடித்தள மக்கள் ஆய்வுகளில் ஈடுபட்ட வரலாற்று அறிஞர்கள் இவர்கள் பற்றிய ஆழமான, முழுமையான வரலாற்றை முன்னெடுக்கத் தொடங்கினார்கள். **(கான் 1994: 39)**

'விளிம்பு நிலை மக்கள்' அல்லது 'அடித்தள மக்கள்' எனும் சமூகப் பொருளாதார நிலையில் பின்னுக்குத் தள்ளப்பட்ட மக்கள் குறித்த மாற்று விவாதங்கள் 1970களின் பிற்பகுதியில் தீவிரம் பெற்று 1980களில் அதற்கான தனித்த, முறையான வடிவத்தைப் பெற்றன. ரணஜித் குகா தலைமையில் 1982லிருந்து வெளியான *விளிம்புநிலை ஆய்வுகள்* (Subaltern Studies) வட்டார வரலாற்றையும், மாற்று வரலாற்றையும் மையமிட்டு எழுதப்பெற்றவையாகும்.

பழைய வரலாற்றுத் தடத்திலிருந்து விடுபட்டு 'மாற்று வரலாறு' (alternative history) ஒன்றை உருவாக்கும் காலகட்டத்தில் நாம் உள்ளோம். 'புதிய வரலாறு' (New History), 'சாமானியர் வரலாறு' (gross - root's history), அடித்தள விளிம்பு நிலையினர் வரலாறு (history of marginals) என்ற வரலாற்றுப் பள்ளிகள் மரபுவழி வரலாற்றுக்கு மாற்றாக உருவாகியுள்ளன.

தமிழ்ச் சமூகத்தின் நீண்ட வரலாற்றில் அடித்தள மக்கள் இன, மொழி, சமூக, சமய, இசை என்பன போன்ற பல்வேறு தளங்களில் அந்நியப்பட்டு உள்ளனர். பலர் முதுகுடிகளாக மலைகளிலும் காடு களிலும் வாழ்கின்றனர். பலர் நாடோடிகளாக அலைந்து வாழ்கின்றனர். பலர் அடித்தளச் சாதியாராக சாதி அடுக்கில் ஒடுக்கப்பட்டுள்ளனர்.

விளிம்புக்கு விளிம்பாக அதி விளிம்புச் சமூகத்தாராக ஒடுக்கப் பட்டுள்ள இவர்கள் அனைவருமே வரலாற்றின் கால ஓட்டத்தில் தங்களின் சமூகப் பெறுமானத்தையும் இருத்தலையும் இழந்து நிற்கின்றனர். இவர்களுக்கான வரலாறு இதுவரை எழுதப்பெறவில்லை.

இதனை இனங்கண்டு, மீட்டுருவாக்கம் செய்து, தங்கள் சுயத்தை நினைவுகொள்வதும், மறுநிர்ணயம் செய்வதும் நீண்ட நெடிய அறுபடாத வரலாற்றைக் கொண்ட தமிழ்ச் சூழலில் தேவையானவை ஆகும். இதனை 'அழிவுமீட்பு இனவரலாற்று வரைவியல்' (salvage ethnohistoriography) என்று மானிடவியலர்கள் வகைப்படுத்துகின்றனர்.

அழிவு மீட்பு இனவரலாறு உள்ளிட்ட மக்கள் வரலாறு யாவும் வட்டார வரைவியலின் கீழ் அமையும் என்பதில் ஐயமில்லை. இத்தகைய வரலாறு அறிவுரீதியான வரவேற்புக்குரியது. ஏனெனில் அடித்தள மக்களுடைய இன்றைய தாழ்வின் காயத்திற்கு நேற்றைய உயர்வு மருந்தாக அமையலாம் அல்லது நாளைய எழுச்சிக்கு ஊக்கமாக மாறலாம். இந்நிலையில் இத்தகைய 'இனமீட்பு' வரலாறுகள் தமிழ்ச் சமூகத்தின் நீண்ட வரலாற்றின் ஏற்ற இறக்கங்களைச் சமன் செய்வ தற்கும், சமகாலச் சமூக மேம்பாட்டிற்கு உதவக்கூடியவையாகவும் அமையும்.

இன்று தேவேந்திர குல வேளாளர்கள் சீர்மரபினர் என்ற அடை யாளத்திலிருந்து விடுபட்டு புதிய அடையாளத்துடன் வாழ விரும்பு கின்றனர். அதனால் அட்டவணைச் சாதியிலிருந்து தங்களை நீக்க வேண்டும் என்று கூறுகின்றனர்.

வரலாறு எழுதுவதில் அடித்தளப் பார்வை அவசியமானது. ராஜராஜன் பெரியகோயிலைக் கட்டினார் என்பதே வரலாறு. ஆயிரக்கணக்கான உழைப்பாளிகள் அல்லவா கட்டினார்கள். மகாத்மா காந்தி சுதந்திரம் வாங்கித் தந்தார் என்கிறோம். இலட்சோப லட்சம் மக்கள் அல்லவா விடுதலைப் போரில் ஈடுபட்டனர். கல்லணை கட்டியது யார்? மூவேந்தர்களின் வெற்றிகளுக்குப் பின்னால் இலட்சக்கணக்கான வீரர்கள்தானே போரிட்டனர். இவ்வாறு எல்லா நிகழ்வுகளையும் கேள்வி கேளுங்கள். அப்போது தெரியும் அது மன்னர் வரலாறா, மக்கள் வரலாறா என்பது. அடித்தள வரலாற்றுக்கும் மாற்று வரலாற்றுக்கும் இத்தகைய கேள்விகளே அடித்தளமாகும்.

வரலாறு எழுதும் முறை பற்றி இந்தியாவின் புகழ்பூத்த வரலாற்றறிஞர் ரொமிலா தாப்பர் எழுதிய 'வரலாறும் வக்கிரங்களும்' (Past and Prejudice) எனும் ஆய்வு தமிழிலும் மொழிபெயர்க்கப்பட்டுள்ளது. இந்திய வரலாற்றியலுக்கு எத்தகைய முறையியலை வளர்த்தெடுக்க வேண்டுமென்ற ஒரு பெரிய விவாதம் நடைபெற்றபோது தாப்பர் எழுதிய மிக முக்கியமான கட்டுரையாகும் இது.

வட்டார வரலாற்றில் வரலாற்றையும் வழக்காறுகளையும் இணைத்து ஆராய வேண்டியது தவிர்க்க முடியாததாகும். இதனை 1980இல் ஜார்ஜ்

கோம் (George Lawrence Gomme) எழுதிய *வரலாற்று அறிவியல் போன்றது நாட்டார் வழக்காற்றியல்* (Folklore as an Historical Science, 1908) என்னும் நூலில் மிக விரிவாக ஐரோப்பிய, அமெரிக்க தேசங்களை முன்வைத்து நிறுவியுள்ளார். பின்னிஷ் சிந்தனைப் பள்ளியில் இதற்கு இறுதி வடிவம் கொடுக்கப்பட்டது. இதையொட்டியே பரவல் கோட்பாடும் (diffusionist theory), வரலாற்று நிலவியல் முறையும் (historical - geographical method) உருவாக்கப்பட்டன. இக்கோட்பாட்டைப் பயன்படுத்தி ஆறு. இராமநாதன் நிட்டூரி கதையின் 25 வடிவங்களையும், சின்னண்ணன் - சின்னசாமி கதை, கதைப்பாடலின் 25 வடிவங்களையும் எடுத்துக் கொண்டு அவற்றின் வட்டார ரீதியான பரவலை ஆராய்ந்தார்.

நாட்டார் வழக்காற்றியல் அறிஞருக்கு வரலாற்று அணுகுமுறை தேவைப்படுவதும், வரலாற்றிஞருக்கு நாட்டார் வழக்காற்றியல் அணுகுமுறை தேவைப்படுவதும் மிகவும் தவிர்க்க முடியாதது. ஏனெனில் வரலாறு எப்போதும் நிகழ்காலத்தில் வந்து முடியவேண்டும். கடந்த காலமும் நிகழ்காலமும் பொருள்பொதிந்த வகையில் விளக்கம் பெறுதலே வரலாற்றாய்வின் மிக முக்கியமான நோக்கமாகும். வரலாற்றாசிரியன் எவ்வாறு வெற்றி பெறுகிறான் என்பதைப் பின்வரும் கருத்துக்கள் வழி அறிய முடியும்:

1. வரலாற்று ஆசிரியரின் கடமை என்பது பழைமை மீது பற்று வைக்கக்கூடாது. அவ்வாறே அதிலிருந்து விடுபடவும் கூடாது. பழைமையை நன்கு புரிந்துகொண்டு அதில் நன்கு பாண்டித்தியம் பெற வேண்டும். அப்போதுதான் நிகழ்காலத்தை நாம் நன்றாகப் புரிந்துகொள்ள முடியும் (Carr 1973: 26).

2. மிகச்சிறந்த வரலாறு எப்பொழுது எழுதப்படுகிறது என்றால் வரலாற்றாசிரியர் நிகழ்காலத்தின் பிரச்சினைகளைப் புரிந்து கொண்டு அதிலிருந்து கடந்த காலத்தின் மீது தன் பார்வையைச் செலுத்தும் போதுதான் (Carr 1973: 37).

3. வரலாற்றாசிரியர்கள் ஆராய்கிற 'கடந்த காலம்' என்பது முற்றிலும் அழிந்துவிட்ட காலம் என்று அதனைக் கருத முடியாது. அத்தகைய கடந்த காலம் என்பது இன்றைய நிகழ்காலத்திலும் வாழ்ந்து கொண்டிருக்கிறது (Collingwood, *The Idea of History*; quoted in Carr 1973: 20)

மேற்கூறிய கருத்தை நோக்கும் போது வரலாறு என்பது நடந்து முடிந்து விட்ட கதையல்ல. இன்று வாழும் மரபோடு, அது எவ்வாறு தொடர்கிறது என்பதற்கு விளக்கம் தந்தாக வேண்டியுள்ளது. இதற்கு வரலாறும் நாட்டார் வழக்காற்றியலும் அல்லது வரலாறும் மானிடவியலும் சார்ந்த கண்ணோட்டங்கள், அணுகுமுறைகள் தேவையாகின்றன.

இதனை, நமது சூழலிலிருந்து அறிவோம். கட்டபொம்மன் வரலாற்றில் இரண்டு பரிமாணங்கள் இருப்பதை வாய்மொழி வரலாற்றியல் ஆய்வு மூலம் ஆ. சிவசுப்பிரமணியன் (2003: 11-15) விளக்கியுள்ளார். 'கிழக்கிந்தியக் கம்பெனியார் நம்மை ஆளத் தொடங்கியபோது அவர்கள் ஆட்சியை எதிர்த்துப் பாளையக்காரர்கள் போரிட்டனர். இவர்களுள் ஒருவர் வீரபாண்டிய கட்டபொம்மன். போரில் தோற்றுப்போய் புதுக்கோட்டையில் அடைக்கலம் புகுந்திருந்த இவரைக் கைது செய்து கயத்தாரில் தூக்கிலிட்ட பின்னர் இவர் வணக்கத்திற்கும் போற்றுதலுக்குமுரிய வீரராகி இன்று வரை மக்கள் மனதில் நிலை பெற்றுள்ளார்.

ஆயினும் இவர் போராடிய காலத்தில் இவரது கட்டுப்பாட்டிலுள்ள படைவீரர்களைத் தவிர சுற்றியுள்ள பகுதிகளில் வாழும் மக்கள் இப்போராட்டத்தில் கலந்துகொள்ளவில்லை. இதற்கான காரணத்தைக் கிழக்கிந்திய கம்பெனி ஆவணங்கள் எவையும் நமக்குக் குறிப்பிட வில்லை. ஆனால் நட்டாத்தி, குறும்பூர் பகுதிகளில் வாழும் நாடார் சாதியினரிடமும் ஆழ்வார் திருநகரி பிராமணர், கோனார் சாதி யினரிடமும் வழங்கும் வாய்மொழிக் கதைகள், வழக்கமான குறுநில மன்னர்களின் நடைமுறைகளிலிருந்து கட்டபொம்மன் மாறுபட வில்லை என்பதை உணர்த்துகின்றன.

இதனால் கட்டபொம்மனுக்கும் கிழக்கிந்தியக் கம்பெனியின் படைகளுக்குமிடையே நிகழ்ந்த சண்டையை ஜமீன்தார்களுக்கிடையில் அவ்வப்போது நிகழும் மோதலாகக் கருதினார்கள். விடுதலைப் போராட்டமாக அவர்கள் கருதவில்லை. இத்தகைய வாய்மொழித் தரவுகளே மாற்று வரலாற்றை இனங்காட்டுகின்றன. வாய்மொழி வழக்காறுகளின் ஒவ்வொரு வகையும் ஏதோவொரு வரலாற்றைக் காட்டுவதாக உள்ளது. இதனை எண்ணற்ற நாட்டார் வழக்காற்றியல் ஆய்வுகள் உறுதிப்படுத்துகின்றன.

கட்டபொம்மனைப் போன்றே கள்ளர் சமூகத்திற்கென்றும் இரண்டு வரலாறுண்டு. பாரம்பரியமாக ஊர்க்காவல் செய்து வந்தவர்கள் கள்ளர்கள். பிரிட்டிஷ் ஆட்சிக்காலத்தில் இவர்கள் காவல்துறைக்குச் சவாலாக இருந்ததால் அவர்கள் குற்றச் சாதியாராக முத்திரை குத்தப் பட்டார்கள். மாட்டுக்கு மூக்கணாங்கயிறு போல கள்ளர் சமூகத்திற்குக் குற்றவாளிப் பழங்குடிச் சட்டம் 1871இல் போடப்பட்டது. காலனிகளின் ஊக்கத்தால் கள்ளர்களுக்கு எதிரான இயக்கத்தில் (Anti - Kallar Movement) இடையர்களும் மற்றவர்களும் பங்கேற்றார்கள் (ஆனந்த் பாண்டியன் 2010). திண்டுக்கல் மாவட்டம் வேடசந்தூர் வட்டத்தில் உசிலம்பட்டியைச் சேர்ந்தவர் அம்மையப்பகோன். இவர் கள்ளர்களுக்கு

எதிரான இயக்கத்தில் தலைமையேற்றுத் தீவிரமாகப் பங்கேற்றவர். இவர் இடையர் சமூகத்தைச் சேர்ந்தவர். இவர் கள்ளருக்கு எதிராக நடத்திய இயக்கத்தின் போது அரசியல் நிலை வேறுபட்டதாக இருந்தது. ஆனால் இன்றைய சமூக, அரசியல் அசைவியக்கத்தில் புதிய பரிமாணங்கள் உருவாகியுள்ளன. எதிர்முனைகளில் செயல்பட்ட இருவேறு சமூகங் களின் வழக்காறுகளை ஆராய்ந்து, அவற்றை ஒரு நிகழ்கால வட்டார வரலாறாக இனங்காண்பதற்குக் கடந்த காலந்தொட்டு இன்று வரையிலான வாய்மொழி வழக்காறுகளே உதவ முடியும்.

கடந்த காலத்தில் ‘கள்ளர் கொடுமை’களை அனுபவித்த மற்ற சாதியாரின் கூற்று ஒரு வகையானதாக உள்ளது. ஆனால் முக்குலத்தோர் கூற்று வேறாக உள்ளது. கள்ளர்கள் மேற்கொண்ட பழைய ஊர்க் காவல் முறையைப் பிரிட்டிஷ் காவல்படை பறித்துக்கொண்டது. இன்றைய நிலையில், அதுவும் அரசியல் தளத்தில் அயலவர் கூற்று தம் குரலாக மீண்டெழுந்துள்ளது. ‘வெற்றி கொண்டு வா என்றால் வெட்டிக் கொண்டு வருவாய்’ என்று டாக்டர் சேதுராமன் பெரும் சத்தத்துடன் பேசியது மூவேந்தர் முன்னேற்றக் கழகத்தின் குரல். இது முக்குலத்தோரின் அரசியல் தளம் சார்ந்த குரலாகும். இன்று அரசியல் தளத்தில் முழங்கப்படும் இத்தகைய குரல்கள் சமூகத் தளத்தில் எவ்வாறுள்ளன என்பது பற்றிய சமூக வரலாறு நம்மிடமில்லை.

வரலாறு சமூகத்தின் பார்வையில் எழுதப்படவேண்டும். எந்தச் சமூகத்தின் பார்வையில்? இதுவே சமூக முரண்பாடுகளின் அரசியலாக செயல்படுகிறது. ஜான் பாண்டியன் எவ்வாறு ஒரு தலைவராக உருவானார் என்பது பற்றிய நிகழ்கால வட்டார வரலாறும் வரலாற்றி யலின் பங்களிப்பாக உருவாக வேண்டும். இவை போன்று இன்னும் எத்தனையோ சமகால நிகழ்வுகளின் அசைவியக்கங்களை, வட்டார வரலாற்றியல் நோக்கோடு அணுகப்படவேண்டும். கடந்தகால சமூக உறவுகளிலிருந்து சமகாலத்திற்கும், சமகாலத்திலிருந்து வருங்காலத் திற்குமான சமூக வரலாறு எழுதப்பட வேண்டும். இதற்கு வட்டார வழக்காறுகள் உதவும்; நாட்டார் வழக்காற்றியல் துறையின் அணுகு முறைகள் உதவும்.

நுண் வரலாறு

வட்டார வரலாறு எழுதுவதில் பல்வேறு அணுகுமுறைகள், கருத் தாக்கங்கள், ஆய்வுமுறைகள் இருப்பதை இப்போது நம்மால் உணர முடிகிறது. இந்நிலையில் ‘வட்டார வரலாறு’ (local history) என்ற கருத்தினம் ஒரு ‘புவிப் பரப்பு’ அல்லது ‘வட்டாரம்’ சார்ந்தது மட்டுமன்று என்பதைத் தெளிவாகவே உணரமுடிகிறது.

குறிப்பிட்ட நிலப்பரப்பு சார்ந்தும், அங்குள்ள புவியியல் கூறுகள் சார்ந்தும், கட்டிடங்கள், கோயில்கள் சார்ந்தும், வாழும் சமூகங்கள் சார்ந்தும், சமூக நாயகர்கள் சார்ந்தும், தனிமனிதர்கள் சார்ந்தும், குடும்பங்கள் சார்ந்தும், அவற்றின் வம்சாவளியினர், கால்வழியினர் சார்ந்தும், தனித்தொதுங்கிய பூர்வகுடிகள் சார்ந்தும், இன்னும் பல்வேறு நிலைகள் சார்ந்தும் அவற்றின் வரலாறுகளை உருவாக்க வேண்டியுள்ளது. இவையனைத்தும் ஒரு முழுமையின் பகுதிகளாக விளங்குகின்றன. உறுப்புகள் சேர்ந்து உடலை உருவாக்குவது போல் இப்பகுதிகள் யாவும் ஒருங்கிணைந்தே வட்டார வரலாற்றை உருவாக்க முடியும். இந்நிலையில் ஒவ்வொரு பகுதியின் வரலாறும் 'நுண் வரலாறு' (micro-history) என்பதாகவே அறியப்படவேண்டும்.

'நிலம்' அல்லது 'வட்டாரம்' சார்ந்து மட்டும் வரலாறு அமைய முடியாது. மற்ற கூறுகள் யாவும் 'நிலம்' சாராதவை. ஆகவே நிலம் சாராத கூறுகளை முன்வைக்கும் வரலாற்றை நிலம் சார்ந்து அடையாளப்படுத்தமுடியுமா? அதனாலேயே வட்டார வரலாற்றை 'நுண் வரலாறு' என்று அடையாளப்படுத்தலாமா என்ற வினா எழுகிறது.

இங்கு, நுண்வரலாறு என்பது ஒரு குறிப்பிட்ட சிறிய விடயத்தை முன்வைத்து மேற்கொள்ளப்படும் மிக நுட்பமான, ஆழமான வரலாற்றுத் தேடுதலாகும். இத்தகைய தேடுதலானது ஒரு தனித்த நிகழ்வு பற்றியதாக இருக்கலாம். ஒரு கிராமத்தில் வாழும் குறிப்பிட்ட சமூகத்தாரைப் பற்றியதாக இருக்கலாம் அல்லது ஒரு குடும்பத்தைச் சேர்ந்த ஒரு தனிமனிதரைப் பற்றியதாக இருக்கலாம். ஆகவே, 'வட்டார வரலாறு' என்பதற்குப் பதிலாக 'நுண்வரலாறு' என்பதாக அறியப்படலாம்.

இத்தகைய நுண் வரலாறு எழுதுதல் என்பது 1970களில் இத்தாலியில் தோன்றிய ஒரு வகையாகும். 'Microstoria' எனப்பட்ட இத்தகு சிறிய அலகைப் பற்றிய மிக நுட்பமான, ஆழமான தேடுதல் என்பது அப்போது சமூக வரலாறு, பண்பாட்டு வரலாறு பற்றியதாக அமைந்தது. 1980-90களில் பிரான்சில் தோன்றிய குழு (Annals school), ஜெர்மனியில் தோன்றிய குழு (Altagageschichte) ஆகிய வரலாற்று மானிடவியல் குழுவினரைச் சார்ந்து இம்முறை வளர்த்தெடுக்கப்பட்டது.

ஆதலின், 'வட்டார வரலாறு' என்பதை 'நுண்வரலாறு' என்றும்கூட சுட்டுவது பொருத்தமானதாகும்.

நினைவு வரலாறு

வரலாறு எழுதுவதில் அடுத்து கவனத்தில்கொள்ள வேண்டியது

'நினைவு வரலாறு' (mnemo-history) ஆகும். இந்தியத் துணைக் கண்டம் நீண்ட, நெடிய வரலாறு கொண்டது. வாய்மொழி வழக்காறுகளும், எழுத்து வழியிலான ஆவணங்களும் இந்த நீண்ட வரலாற்றைப் பல்வேறு நிலைகளில் நினைவுகூர்கின்றன.

இந்தியத் துணைக் கண்டத்தின் வரலாற்றில் வாய்மொழி மரபு மிகுந்த முக்கியத்துவம் கொண்டதாகும். இதிகாசங்கள், புராணங்கள், காப்பியங்கள், தொன்மங்கள், பழங்கதைகள் (legends), கதைப் பாடல்கள் (ballads), கதைகள், பாடல்கள், இடப்பெயர்ச்சிக் கதைகள், பழமொழிகள், விடுகதைகள் என எண்ணற்ற வகைமைகளில் வாய்மொழி மரபு பேணப்பட்டு வருகிறது. ஒரு தலைமுறையிலிருந்து அடுத்த தலைமுறைக்கு ஞாபகத்தின் வழியே கொண்டு செல்லப்படும் இந்த வழக்காறுகள் வழியேதான் 'வாய்மொழி வரலாறு' (oral history) கண்டறியப்படுகிறது.

அடுத்ததாக, எழுத்து வழிப் பனுவல்களிலிருந்து வரலாறு அறியப்பட வேண்டும். முதற்கட்டமாக, மிகப் பழங்காலத்தியப் பனுவல்களிலிருந்து வரலாற்றைத் தேடும் முயற்சி தொடங்கப்பட வேண்டும். வேதங்கள், உபநிடதங்கள், இதிகாசங்கள், புராணங்கள், பழைமையான இலக்கண, இலக்கிய நூல்களே தொன்மையானவையாகும். இத்தொன்மையான பனுவல்களை வரலாற்றுத் தன்மையுடையதாக மாற்றுவது நோக்கமாக அமையக்கூடாது. அவற்றிலிருந்து வரலாறு தேடுவதே நோக்கமாக இருக்க வேண்டும்.

ஜான் அஸ்மான் (Jan Assmann) எனும் அறிஞர் அண்மையில் வரலாற்றின் பொருள் கோடல் பற்றி ஒரு புதிய கருத்தைக் கூறினார். அதனை அவர் 'நினைவு வரலாறு' (mnemo-history) என்று அழைத்தார் (வேல்சேரு நாராயணராவ், இன்னும் பலர் 2001:13). வரலாற்றின் ஒரு கட்டத்தில் நிகழும் ஒரு நிகழ்வு, ஒரு கருத்து, ஒரு சுவடு போன்ற எந்த ஒன்றும் மீண்டும் மீண்டும் சமூக மனத்தில் நிழலாடிக்கொண்டு ஒரு கதையாடலாக வடிவம் பெறுகிறது. இது அடுத்தடுத்த காலகட்டங்களில் மீள எடுத்துரைக்கப்படும்போது அது அச்சமூக மரபின் ஞாபகத்தில் வந்து சேர்ந்துவிடுகிறது. அதன் பின்னர் அச்சமூகத்தின் ஒட்டுமொத்த மரபில் பிரிக்க முடியாத ஞாபகமாக மாறிவிடுகிறது. இவ்வாறாக ஒவ்வொரு சமூகத்தின் கூட்டு மனத்தில் 'நினைவு வரலாறு' எனும் ஒரு வடிவம் உருவாகிவிடுகிறது.

வரலாறு நெடுகவே பழங்காலத்தின் நிகழ்வுகள் பல அடுக்குகள் உறைந்த நினைவுகள் நமக்குக் காட்சி தரக்கூடியவை. துவாரகாவின் கிருஷ்ண பகவான், ராஜஸ்தானின் மக்கள் நாயகனாகிய பாபுஜி,

இராமாயணம், மகாபாரதம், சிலப்பதிகாரம் போன்ற காவியங்களின் கதாபாத்திரங்கள், அந்தந்த வட்டாரத்திற்குரிய நாட்டார் காப்பியங்கள் ஆகிய யாவும் சமூகங்களின் கூட்டு ஞாபகத்தில் வரலாறாக உறைந்துள்ளன.

நினைவு வரலாறு வட்டாரம் சார்ந்தும் தனித்த வரலாற்று நிகழ்வு சார்ந்தும் காணப்படும். வட ஆந்திரத்தில் 1757இல் பொப்பிலி என்னுமிடத்தில் நடந்த சோகம் நிறைந்த போரின் நினைவுகள், 1714இல் செஞ்சிக்கோட்டையில் டேஜ்சிங் எனும் இளம் வீரனின் காதலும் வீரமும் கலந்த கதையாடல் போன்றவையும் நினைவு வரலாற்றின் கூறுகளாகவே இனங்காண முடியும். வீரபாண்டிய கட்டபொம்மன், தீரன் சின்னமலை, இரட்டைமலை சீனிவாசன், பொன்னர்-சங்கர், பொன். முத்துராமலிங்கத் தேவர், கொடிகாத்த குமரன், வ.உ.சிதம்பரனார் போன்ற எண்ணற்ற வீரர்கள் ஞாபக வரலாற்றின் வழியேதான் நம் நினைவுகளில் நிற்கிறார்கள். குறிப்பாக வட்டார வரலாற்றை ஆராய முற்படும்போது அந்தந்த வட்டாரத்திற்குரிய முக்கியத்துவங்களை இனங்கண்டு அவை பற்றிய விவரங்களை மக்களின் நினைவுகளிலிருந்து வெளிக்கொண்டு வர வேண்டும்.

பொப்பிலிப் போர், ஆற்காடு நவாப் மீது தேசிங்குராஜன் தொடுத்த போர், காகித்திய மன்னன் பொரோலராஜு தன் மகனால் கொலை செய்யப்பட்டது போன்ற நிகழ்வுகள் ஞாபகங்களாகவும் தொன்மங் களாகவும் பழங்கதைகளாகவும் மாறிவிடுகின்றன. இத்தகைய நிகழ்வுகள் பற்றிய தொன்மங்களை வாசித்துப் பொருள் காண்பதற்குத் தொன்ம வியல் சார்ந்த முறையியல் அவசியமானதாகும். இலக்கியங்கள் வாயிலாக வரலாறு தேடும்போது இலக்கியத்தின் வரலாறும், இலக்கியத்தில் வரலாறும் எனும் இரண்டு அணுகுமுறைகளில் காணக்கூடிய இலக்கிய வரலாற்றியல் (literary historiography) அவசியமானதாகும். ஞாபக வரலாற்றில் இவை போன்ற இன்னும் தொடர்புடைய கூறுகளையும் ஒருங்கிணைத்துக்கொள்ள வேண்டியது அவசியமானதாகும்.

4

பண்டைய அகண்ட தமிழகம்: பழங்குடிகள் வரலாற்றியல்

பழங்குடி ஆய்வுகளின் தேவை

தமிழ்ச் சமூகத்தின் நீண்ட நெடிய படிமலர்ச்சியில் மிகவும் தொன்மை யானவர்கள் பழங்குடி (tribe) மக்கள். இவர்களின் சமூகங்களும் பண்பாடுகளும் காலம் நிகழ்த்திவரும் மாற்றங்களால் மறைந்து வருகின்றன அல்லது அழிக்கப்படுகின்றன. இத்தொன்மைச் சமூகங்களை இனங்கண்டு ஆராய்வதும் பதிவு செய்வதும் தமிழ்ச் சமூக வரலாற்றையும் படிமலர்ச்சியையும் (evolution) அறிவதற்குத் துணை செய்யும். மேலும் தமிழ்ச் சமூகத்தில் ஏற்பட்ட எண்ணற்ற படிநிலை வளர்ச்சிகளை அறிவதற்குப் பழங்குடிகள் பற்றிய ஆய்வு பெரும் பயன் விளைவிக்கும் என்பதில் எந்தவித ஐயமுமில்லை. இதற்கு அடிப்படையாக விளங்கு பவர்கள் பழங்குடி மக்களே.

தமிழ்ச் சமூகம் நீண்ட நெடிய வரலாற்றையும் அறுபடாத தொடர்ச்சி யையும் கொண்டுள்ள ஒரு சமூகமாகும். இந்த நீண்ட நெடிய அறுபடாத தொடர்ச்சியில் அது பல்வேறு சமூக அமைப்புகளை உருவாக்கி யுள்ளது. இந்நிலையில் உலகளாவிய நிலையில் பார்க்கும்போது இத்தகைய தமிழ்ச் சமூக உருவாக்கமும் அசைவியக்கமும் ஒரு முழு முதலான மாதிரியாக அமைகிறது. இத்தகு முழு முதலான மாதிரியை முன்வைத்து உலகளாவிய சமூகங்களை ஒப்பு நோக்கி ஆராய்வதற்குத் தமிழ்ச் சமூகம் ஒரு நல்ல மாதிரியாகவும் அமைகிறது.

மனித சமூகத்தின் நடத்தைமுறைகளை ஒழுங்கமைக்கும் உலகளாவிய விதிகளைக் காண்பதே மானிடவியலர்களின் நோக்க மாகும். இத்தகு முயற்சி பழங்குடி மக்களிடமிருந்து தொடங்கப் படுகிறது. காரணம் இத்தகு பூர்வகுடி சமூகங்கள்தாம் மனித சமூகத்தில் தோன்றிய தொடக்ககால சமூக நிறுவனங்களைக் கொண்டுள்ளன.

இவ்வாறு தொடக்ககாலப் பழங்குடிச் சமூகங்களிலிருந்தே இன்றைய கூட்டுத்தன்மையுடைய நவீன சமூகங்கள் தோன்றி வந்துள்ளன. எளிமை யிலிருந்து கூட்டுத்தன்மை உருவான முறையை அறிவதற்கு எளிமையி லிருந்து ஒவ்வொரு கட்டமாக ஆராய வேண்டியது அவசியமாகும்.

இதற்குப் பல்வேறு படிநிலை வளர்ச்சிகளைக் கொண்டுள்ள பழங்குடிச் சமூகங்களைப் பற்றிய புரிதல் மிகவும் அவசியமானதாகும். தமிழ்ச் சூழலில் இத்தகு புரிதலை நாம் நன்கு ஏற்படுத்திக்கொள்ள முடியும். இந்தியாவிலேயே மிகப் பழமையான பழங்குடி எனக் கருதத் தக்க ஆனைமலைக் காடர்கள் தொடங்கி மலை விவசாயத்தை ஏற்றுக் கொண்ட மலையாளிகள் வரை பல்வேறு படிநிலைகளில் வாழும் பழங்குடிகள் தமிழகத்தில் உள்ளனர்.

இன்றைய பழங்குடிகளில் பலர் உண்மையான குறிஞ்சி நிலத்தில் வாழவில்லை. இடைக்காலந்தொட்டு அவர்கள் அடர்ந்த காடுகளி லிருந்து ஆட்சியாளர்களால் காட்டுவளத்தை அனுபவிக்கும்பொருட்டு வெளியேற்றப்பட்டனர். ஆங்கில ஆட்சிக்காலத்தில் இது முழுமையாக நிறைவேற்றப்பட்டது. ஆகவே இன்றைய பழங்குடிகள் குறிஞ்சியின் பூர்வ பண்பாட்டுக் கூறுகளையும், வாழ்வியல் முறைகளையும் கொண்டிராதவர்கள் எனலாம்.

திராவிடப் பழங்குடிகள்

திராவிடப் பழங்குடியியல் ஆய்வு என்னும் பரந்த ஆய்வுக் களத்திலுள்ள 'திராவிடப் பழங்குடிகள்' என்பதற்கான வரையறையை நாம் முதலில் தெளிவுபடுத்திக் கொள்ள வேண்டியுள்ளது.

இன்றைய தமிழகம், கேரளம், ஆந்திரம், கர்நாடகம் ஆகிய தென்மாநிலங்களில் வாழும் பழங்குடிகளே 'திராவிடப் பழங்குடிகள்' என்று ஒருவருக்குத் தோன்றுமானால் அது சமகால ஓர்மையை முதன்மைப்படுத்தும் அனுமானமாகும்.

உண்மையில் திராவிடக் குடிகள் இந்தியத் துணைக்கண்டத்தில் மிக நீண்ட வரலாற்று அசைவியக்கம் கொண்டவர்கள். இந்தத் துணைக் கண்டத்தின் அனைத்து நிலப்பரப்போடும் தொடர்புடையவர்கள்; வாழ்ந்தவர்கள்; வாழ்ந்து வருபவர்கள்.

இன்று இந்தியாவில் உள்ள 461 பழங்குடிகளிலேயே அதிக மக்கள் தொகை கொண்ட பழங்குடி கோண்டுகள் ஆவர். இவர்கள் திராவிடப் பழங்குடியினர். நடு இந்தியப் பகுதிகளில் வாழ்கிறார்கள். அதிக மக்கள் தொகை கொண்ட இரண்டாவது பழங்குடி பில்லர்கள். ராஜஸ்தான்

தொடங்கி வடஇந்தியாவில் 7 மாநிலங்களில் பரவி வாழ்கின்றனர். இவர்களும் திராவிடப் பழங்குடிகளே. இந்தியாவின் ஏழாவது பெரிய பழங்குடியான கோந்த் பழங்குடியும் திராவிடப் பழங்குடியே. ஒரிசாவிலும் அதனை ஒட்டிய மாநிலங்களிலும் இவர்கள் வாழ்கிறார்கள்.

இந்நிலையில் திராவிடப் பழங்குடிகள் என்ற சொல்லாட்சியை எங்ஙனம் கையாள வேண்டும் என்பது இப்போது நமக்குத் தெளிவாகிறது. பண்டைய தமிழ்ச் சமூகத்தின் தொல்கூறுகளை அறிவதற்கு இந்த வடஇந்தியத் திராவிடப் பழங்குடிகளை ஆராய வேண்டியதன் அவசியத்தை இவ்வியல் முதன்மைப்படுத்துகிறது.

அடுத்ததாக சங்ககாலப் பண்பாட்டிற்கும் பழங்குடிகளுக்குமான உறவை ஆராய இன்றைய தமிழகத்தை மட்டும் கணக்கில்கொள்ள முடியாது. பண்டைய தமிழகம் விரிந்த பரப்புடைய ஒரு அகண்ட பிரதேசமாக இருந்ததை நாம் அறிவோம். இந்நிலையில் பழந்தமிழர் மரபின் பல கூறுகளை இன்றும் எச்சங்களாக இந்த அகண்ட தமிழகத்தில்தான் காண முடிகிறது. இன்றைய தமிழகத்தில் பல கூறுகளை இனங்காண முடியவில்லை. இக்கருத்தையும் இவ்வியல் முதன்மைப்படுத்துகிறது.

பழங்குடியியல் ஆய்வு

நமது ஆதித் தாய்த் தெய்வங்களாகிய காடுகெழு செல்வி, துணங்கையற் செல்வி, மூதேவி (மூத்த தேவி) ஆகிய தெய்வங்களையும், பழைய வழிபாடுகளில் ஒன்றாகிய பூத வழிபாடு பற்றியெல்லாம் நாம் பழங்குடிச் சமூகங்களோடு இணைத்து அறிந்திருக்கிறோமா? சங்க காலம் முதல் இன்று வரை பெயர் மாறாமல் அறியப்படும் ஆதித்தமிழர்களாகிய குறவர்கள் குலதெய்வமாகக் கொண்டாடுவது இன்று நாம் துக்கத்திற் குரியவளாகக் கருதும் ‘மூதேவி’ என்பதை அறிவோமா? மூதேவி என்றால் துரதிர்ஷ்டத்தை ஏற்படுத்துபவள் என்ற தவறான கருத்து இன்று நிலவுகிறது. ஆதியில் இவள் மூத்த தேவியாக கருதப்பட்டாள்.

அடுத்ததாக, ஆணை மட்டுமே வீரம் மிகுந்த வேட்டைக்காரன் என அறிந்த நாம் பெண்ணை வில் ஏந்திய வேட்டைக்காரியாக, போராளியாக அறிந்திருக்கிறோமா?

தமிழ்ச் சமூகத்தின் முதல் விவசாயி பெண்தான் என்பதும், இப்பெண்கள் பயன்படுத்திய தோண்டுகழி (digging stick) முதல் விவசாயக் கருவி என்பதும், அதுவே தினைப்புனக் காவல் ஆயுதமாக, பின்னர் சூலாயுதமாக மாறியது என்பதும் நாம் அறிய வேண்டுமல்லவா? இவ்வாறாக, தொல் பண்பாட்டின் எண்ணற்ற தளங்களின் பொருண்மைகளை அறிய வேண்டுமல்லவா?

நீண்ட, நெடிய, அறுபடாத தொடர்ச்சியைக் கொண்ட தமிழ்ச் சமூக மரபின் தொல் எச்சங்களை எங்கிருந்து தேடுவது? சங்க இலக்கியங் களிலிருந்தா? பழங்கற்கால வாழ்விடங்களின் அகழாய்வுகளிலிருந்தா? அல்லது சிந்துவெளி நாகரிகத்திலிருந்தா?

சங்க இலக்கியத் தரவுகளை ஆராயுமிடத்தும், அகழாய்வு செய்து ஆராயுமிடத்தும் ஏற்படும் வெற்றிடங்களை இட்டு நிரப்பும் கூறுகளை ஆதிக் குடியினர் வாழ்விலிருந்து பெரிதும் பெற முடியும். தென்னிந்தியப் பண்பாட்டின் தொல் எச்சங்களாகத் திகழும் இன்றைய ஆதிக்குடி, பழங்குடி வாழ்விலிருந்து கால இடைவெளியில் காணப்படும் பல்வேறு வெற்றிடங்களை நிரப்பி ஆராயமுடியும்.

கோத்தர் பழங்குடி பஞ்ச கம்மாளர்கள் செய்யும் ஐந்து வகைக் கைவினைத் தொழில்களை நாம் அறிவோமா? மேலும் வயநாட்டி லுள்ள ஊராளிக் குறும்பர்கள் கோத்தர்கள் போன்றே கைவினைத் தொழில்கள் செய்யும் கொல்லர்களாகவும், தச்சர்களாகவும், குயவர் களாகவும், கூடை முறம் கட்டுபவர்களாகவும் உள்ளனர். இவர்கள் மண் வனையும் சக்கரமோ, பிற கருவிகளோ இல்லாமல் வெறும் கைகளைக் கொண்டே மட்பாண்டங்கள் செய்யும் திறன் பெற்றிருப் பதை அறிவோமா?

பிராமணர்கள் வீட்டிற்கு வந்து சென்றவுடன் தீட்டுப்பட்டுவிட்டதாக எண்ணி வீட்டைச் சுத்தம் செய்யும் பழங்குடியை அறிந்திருக்கிறோமா? குறிச்சன் பழங்குடியினர் பிராமணர்களிடம் மிகுந்த வெறுப்புடைய வர்கள். பிராமணன் ஒருவன் குறிச்சன் இல்லத்திற்கு வந்து போவானா யின் அவன் புறப்பட்டுப் போனவுடன் அவன் உட்கார்ந்திருந்த இடத்தைச் சாணியால் மெழுகித் தீட்டு நீக்குவர் (தர்ஸ்டன் **1909, 4: 157**) என்பதைக் கவனத்தில் கொண்டுள்ளோமா?

இந்தியாவின் சாதியமைப்பு திடீரெனத் தோன்றிய ஒன்றா? இதற்கான மூலம் எங்கிருந்து தொடங்குகிறது? நீலகிரியில் வாழும் தொதவர், கோத்தர், குறும்பர், படுகர் ஆகிய நான்கு குடிகளுக்கிடையே பரஸ்பர ஊழியப் பரிமாற்றமும் பொருள் பரிவர்த்தனையும் காணப்பட்டன. இவையே சாதியமைப்பிற்குத் தோற்றுவாய் என்று கூறும் கொள்கை யாளர்கள் மானிடவியலில் உள்ளனர். இவையெல்லாம் திராவிடப் பழங்குடியியலில் ஆராய்வதற்குரிய சில முக்கிய விடயங்களாகும்.

மேலும், பழங்குடிச் சமூகங்களின் பல பண்புகள் நவீன காலத்தில் வாழும் நம் கவனத்தை ஈர்க்கின்றன. மனித குலத்தவர் அடைய விரும்பும் மிக உயர்ந்த சமூக விழுமியங்களும், மேலைச் சமூகத்தார் வளர்த்துக் கொண்டதாக எண்ணும் விழுமியங்களும் இந்தியாவில்

பழங்குடிகளிடம் பெரிதும் காணப்படுகின்றன. சாதிப் படிநிலையற்ற சமூகம், ஆண்- பெண் பாலின உறவில் சமத்துவம், ஆணாதிக்கம் குறைந்த சமூக வாழ்வு, காதலித்தோ விரும்பியோ திருமணம் செய்து கொள்ளுதல் போன்ற பல உகந்த கூறுகள் பழங்குடிகளின் பண்பாட்டில் வளர்ந்துள்ளன. இவற்றைத் தமிழகப் பழங்குடிகள் மூலமும் காண முடியும்.

திராவிடப் பழங்குடியியலின் முக்கியத்துவம்

திராவிட மொழிக் குடும்பத்தைச் சேர்ந்த குடிகளிடம் மிக நுட்பமான ஒப்பியல் ஆய்வுகள் இதுவரை மேற்கொள்ளப்படவில்லை. இது பண்பாட்டுத் தளத்தில் ஒரு மிகப் பெரும் வெற்றிடத்தைத் தொடர்ந்து நிலை நிறுத்தி வருகிறதெனலாம். தென், நடு, வட திராவிட மொழிகள் பேசும் இவர்கள் பல பிராந்தியங்களில் பல்வேறு படிநிலைகளில் தத்தம் பண்பாட்டுத் தனித்துவங்களைக் காத்துக்கொண்டும், பல்வேறு நிலைகளில் அண்டைப் பண்பாடுகளுடன் / மொழிகளுடன் உறவாடி மாற்றம் பெற்றும் வருகின்றனர்.

இத்தகு நிலையில் நடு இந்திய திராவிடச் சமூகங்கள் வட இந்திய ஆரியச் சமூகங்களுடன் கொண்டு கொடுத்து வருகின்றன. அதே நேரத்தில் இந்தத் துணைக் கண்டத்தில் பூர்வகுடிகளின் தொல் கூறுகள் பலவற்றைத் தன்னகத்தே காப்பாற்றி வருகின்றன.

வட இந்தியாவில் பல பகுதிகளிலும் திராவிடப் பழங்குடிகள் பரவி வருகின்றனர். இன்னும் சொல்லப்போனால் இந்தியாவின் 461 பழங்குடி களிலேயே அதிக மக்கள் தொகை கொண்ட இரண்டு பழங்குடிகள் (கோண்டு, பில்லர்) திராவிடப் பழங்குடிகளாகும். நான்காவது இடத்திலுள்ள ஒராவ்ன்களும் திராவிடப் பழங்குடியினரே. மற்ற இரண்டு குடியினரும் (சந்தால், மினா) திராவிடர்களல்லர். முண்டர் களுக்கு அடுத்து ஏழாவது இடத்திலுள்ள கோந்த் பழங்குடி திராவிடப் பழங்குடியே. இவர்களின் புள்ளி விவரம் வருமாறு:

இந்தியாவில் அதிக மக்கள் தொகை கொண்ட முக்கிய பழங்குடிகள்

1	கோண்டு (Gond)	5.8 மில்லியன்
2	பில்லர் (Bhil)	5.2 மில்லியன்
3	சந்தால் (Santhal)	3.6 மில்லியன்
4	ஒராவ்ன் (Oraon)	1.7 மில்லியன்
5	மினா (Mina)	1.5 மில்லியன்

இனி கோண்டுப் பழங்குடிகளுக்கும் தொல் தமிழ்ப் பண்பாட்டிற்கும் இடையே காணப்படும் சில உறவுகளை இனங் காணலாம். நடு இந்திய திராவிடக் குடியான கோண்டுகள் இறப்பவரின் நினைவாக எழுப்பும் கொடக்கல் ஆதியில் திராவிடக் குடிகளிடம் காணப்பட்ட நினைவுச் சின்னமாகத் தொடர்வதைக் காண முடிகிறது. ஆனால் ஆதியில் திராவிடர்களிடம் காணப்பட்ட ஒரு பண்பாட்டுக் கூறு இது என்ற நினைவையோ முக்கியத்துவத்தையோ கோண்டுகள் ஞாபகத்தில் கொண்டிருக்கவில்லை.

கோண்டுச் சமூகத்தில் இசைக் கருவியுடன் பாடும் பர்தான்களைப் 'பாண' என்று குறிப்பது பண்டைச் சங்க காலத் தமிழ்ச் சமூகத்தில் காணப்பட்ட பாணர்களை நினைவுபடுத்துகிறது. இவ்வாறு தொடர்பு படுத்துவதற்கு வாய்ப்பிருக்கிறது. ஏனெனில் கோண்டுகளிடம் தோட்டி என்பாரும் அண்டி வாழ்கின்றனர். இன்றைய தமிழ்ச் சமூகத் திலும் தோட்டிகள் உள்ளனர். கோண்டுகளின் தோட்டி பற்றி ஹெய்மண்டார்ஃப் *(1989)* பின்வருமாறு கூறுகிறார்:

> கோண்டு குலத்தின் சிலர் தங்களுக்கு இசை ஊழியம் செய்வதற்குப் பார்தான்களை வைத்துக்கொள்வதில்லை. தோட்டிகளை மட்டுமே வைத்துக்கொள்கின்றனர். கோண்டுகளுடன் தோட்டிகள் ஆதிகாலம் தொட்டு உறவு கொண்டு இருப்பதால் இத்தகு தொடர்பு காணப் படுகிறது.அதே நேரத்தில் தோட்டிகளுக்கு இணையாக பர்தான் களும் கோண்டு களுடன் உறவு கொண்டுள்ளனர். இந்நிலையில் கோண்டுகளுடன் அதிக உறவு வைத்திருப்பவர்கள் தாங்களே என்ற போட்டி இரு பிரிவினர்களிடமும் காணப்படுகிறது. ஒருவர் மற்றவரைக் காட்டிலும் தாங்களே உயர்ந்தவர் என்றும் கூறிக்கொள் கின்றனர் *(ஹெய்மண்டார்ஃப் 1989: 217).*

கோண்டுகளுக்குச் சேவை செய்பவராகத் தோட்டி என்னும் பிரிவினர் இருந்துள்ளனர். இன்றைய தமிழ்ச் சமூகத்திலும் இத்தகு பிரிவினர் இருப்பது பழம்பெரும் வரலாற்றுத் தொடர்ச்சியைக் காட்டுகிறது. வட இந்தியாவில் வாழும் பூர்வ திராவிடர்களாகிய கோண்டுகளை அண்டி வாழும் பர்தான் குடியினரும் இருந்துள்ளனர். இவர்கள் எத்தகு குடியினராகத் தென்னிந்தியாவில் இன்று காணப்படுகின்றனர் என்பதை நாம் ஆராய வேண்டியுள்ளது.

மேலும் கோண்டுகளின் இசைக் கருவியான 'கிக்ரி' என்பது கொக்ரா என திருவிதாங்கூர் பகுதிகளிலும், சேரர் பகுதிகளிலும், தமிழகக் காணிக்காரர் பழங்குடிகளிடமும் உள்ளதை ஒப்பிட்டு நோக்க முடிகிறது. காணிக்காரரிடம் கொக்கரை என்னும் இசைக்கருவி

இன்றும் உள்ளதை இங்கு ஒப்பு நோக்கலாம் (கொக்கரை பற்றி அறிய காண்க: ஸ்டீபன் 1997: 64-98). இவ்வாறாக ஒற்றுமைகளை வரிசைப் படுத்திக்கொண்டே செல்வதற்குப் பல சான்றுகள் உள்ளன.

கோண்டுகளின் இளையவர்கூடம் (dormitory) 'கோட்டுல்' எனப்படும். இது பற்றிய மிகச் சிறப்பான விவரங்களை முரியரும் கோட்டுலும் (*Muria and Their Ghotul*, 1944) எனும் நூலில் வெரியர் எல்வின் மிக விரிவாக எழுதியுள்ளார். இத்தகைய இளையோர்கூடம் நீலகிரி கோத்தர், காணிக்காரர், முதுவர் உள்ளிட்ட மேலும் சில பழங்குடிகளிடம் இருந்தது. முதுவர்களின் ஆண்கள் கூடம் 'இளந்தாரி மடம்' என்றும் பெண்கள் கூடம் 'குமரி மடம்' என்றும் அழைக்கப்பட்டன. மலமலசர் களின் இளையோர் கூடம் 'சாவடி வீடு' எனப்பட்டது. இத்தகு இளையோர் கூடங்கள் முதியவர்களின் மேற்பார்வையின் கீழ் இயங்கின.

கோண்டுகளின் கோட்டுல் எனும் சொல் கொட்டில் எனும் பழந் தமிழ்ச் சொல்லின் திரிபு என மானிடவியலர் அய்யப்பன் (1988: 22) கூறியுள்ளமை கவனிக்கத்தக்கது. கொட்டில் என்பது அக்காலத்தில் வில்வித்தைக் கற்பிக்கும் இடமாக இருந்ததையும் நாம் நினைவில் கொள்ளலாம்.

மேலும் மணமான கோண்டுப் பெண்கள் தலையில் சீப்பைச் செருகிக் கொள்வார்கள். இப்பழக்கம் மேற்குத் தொடர்ச்சி மலைகளில் முதுவர், காடர் போன்ற சில பழங்குடிகளிடம் இருப்பது கோண்டுகள் தொல் திராவிடக் கூறுகள் பலவற்றை இன்றும் விட்டுவிடாமல் பேணிப் பாதுகாத்து வருகிறார்கள் எனக் கருதலாம்.

கோண்டுகளுக்கடுத்து ஒரிசாவின் மலைப்பகுதிகளில் வாழும் திராவிடப் பழங்குடியான கோந்த் (Khond) தொல் திராவிடப் பண்பாட்டுக் கூறுகளைத் தன்னகத்தே கொண்டிருப்பதை அறிய முடிகிறது. தமிழகத்திலிருந்து அப்பகுதிக்குச் சென்று ஆராய்ந்த மொழி யியல் அறிஞர் சி. மகேசுவரன், இலக்கிய ஆய்வாளர் பாலகிருட்டிணன், இ.ஆ.ப. (பேராசிரியர் தமிழ்க்குடிமகன் அவர்களின் மாணவர்) போன்ற ஆய்வாளர்கள் பண்டைத் தமிழ் இலக்கியங்களில் காணப்படும் வண்ணனைகள் பலவற்றை நினைவுகூரும் கோந்த் வாழ்வியல் முறைகளை நேரில் கண்டுள்ளனர்.

ஆங்கில இராணுவ அதிகாரிகள் இவர்களைப் பற்றி எழுதி வைத்துள்ள விவரங்கள் மூலம் பண்டைத் தமிழ்ச் சமூகத்தின் போர் முறையை இவர்கள் நினைவுபடுத்துவதாக அய்யப்பன் (மேலது: 23) அவர்களும் கூறுகிறார். கிராமத்தின் காவல் மரத்தை வெட்டும் ஒரு நிகழ்வையுங்கூட அய்யப்பன் (மேலது: 23) நினைவுபடுத்துகிறார்.

அடுத்ததாக பில்லர் (Bhils) பழங்குடியினர் பற்றிய ஒப்பாய்வும் மிக இன்றியமையாதது ஆகும். இவர்களும் ஒரு பூர்வ திராவிடப் பழங்குடி ஆவர். இவர்கள் இன்று வட இந்தியாவில் ராஜஸ்தான் தொடங்கி மத்தியப் பிரதேசம், மகாராட்டிரம், குஜராத் ஆகிய பல மாநிலங்களில் பரவி வாழ்கின்றனர். பில்லர் பழங்குடியினர் இந்தியாவின் மிகத் தொன்மை யான குடிகளில் ஒருவர் என்பதில் எவ்வகையான ஐயமுமில்லை (சிறிவஸ்தவா 1946; தோஷி 1971; ராபர்ட் டெலீஜ் 1985).

பில்லர்கள் இந்தியப் பழங்குடிகளின் மக்கள்தொகையில் இரண்டாவது பெரிய பழங்குடியினர் ஆவர். வேதங்களிலும் புராணங் களிலும் இவர்களைப் பற்றிப் பல குறிப்புகள் உள்ளன. பில் என்னும் சொல் 'வில்' எனும் பொருளுடைய திராவிடச் சொல்லிலிருந்து பிறந்ததாகும். (குரூக் 1974, I: 47; ரசல் & ஹீரா லால் 1975, II: 978). இவர்கள் மிகச் சிறந்த வில் வித்தகர்கள். லால்ஜி எனும் பில்லர் பையன் ஒருவன் 1980-ஆம் ஆண்டு கோயம்புத்தூரில் நடந்த அகில இந்திய கிராமிய வில் போட்டியில் முதற் பரிசை வென்றான் (Verma 1990: 20).

மகாபாரதத்தில் வரக்கூடிய ஏகலைவன் பில்லர் பழங்குடியைச் சேர்ந்தவன். இவன் ஒரு மிகச் சிறந்த வில் வித்தகன் ஆவான். இவன் வில் வித்தையில் புகழ் பெற்ற விற்பன்னரான துரோணாச்சார்யாவிடம் அக்கலையைக் கற்க விரும்பினான். ஆனால் அவர் கற்றுத்தர மறுத்து விட்டார். அதனால் அவன் தினமும் துரோணாச்சாரியார் முன்னால் நின்றுகொண்டு வில் பயிற்சி செய்து வந்தான். இதன் மூலம் வில்வித்தையில் மிகப் பெரும் வீரனானான் (மேலது: 21).

பில்லர்கள் பழங்காலத்தில் அரசாட்சி செய்து வந்தவர்கள். ராஜபுதனத்தில் துங்கர்ப்பூர், பண்ட்ஸ்வாடா, பிரதாப்கார் ஆகிய இடங்களில் இவர்கள் சிற்றரசர்களாக ஆட்சி செலுத்தியுள்ளனர். பின்னாளில் ராஜபுத்திரர்கள் இவர்களின் நாடுகளைக் கைப்பற்றிக் கொண்டனர் (டெலீஜ் 1985: 41).

அதன் பின்னர் ராஜபுத்திரர்கள், மராட்டியர்கள், முகம்மதியர்கள் மூவருமே பில்லர்களை இழிவாக நடத்தியுள்ளனர். ஒரு கட்டத்தில் இவர்கள் இஸ்லாத்துக்குப் பெருமளவு மாறினர். மத மாற்றத்திற்காகப் பில்லர்கள் ஒடுக்கப்பட்டு அவமதிக்கப்பட்டு இழிவாக நடத்தப்பட்டனர். இதன் காரணமாக பில்லர்கள் அடர்ந்த காட்டுப் பகுதிகளுக்குள் தஞ்சம் புகுந்தனர் (மேலது: 47).

பில்லர்கள் பண்பாட்டில் பட்வா என்பவர் வைத்தியராக, காத்து-கருப்பு ஓட்டுபவராக உள்ளார். இவர் ஓர் அச்சங் கலந்த மனிதராகவே மற்றவருக்குக் காணப்படுவார். இன்றைய பேச்சு வழக்கில் துடுக்குத்

தனமானவரைப் 'படவா' என்று கூறுவது இதன் திரிபு வடிவமா என்று ஆராய வேண்டியுள்ளது.

பில்லர்களின் பூசாரி திராவிடக் குடிகள் ஆவர். இவர்கள் எண்ணற்ற நூற்றாண்டுகளாக வட இந்தியப் பகுதிகளில் தொடர்ந்து வாழ்ந்து வருவது என்பது ஒரு காலத்தில் திராவிடர்கள் இந்தியா முழுமையும் பரவி வாழ்ந்தனர் என்பதற்குச் சான்றாக அமைகிறது. எனினும் இவர்கள் பல நூற்றாண்டுகளாகப் பேசி வந்த திராவிட மொழி வழக்கிழந்து விட்டது. இப்போது இந்திய-ஆரிய மொழியைப் பேசி வருகின்றனர்.

தமிழர்களின் பூர்வ பண்பாட்டை அறிய வேண்டுமானால் பில்லர் போன்ற வட இந்திய பூர்வ திராவிடர்களின் பண்பாட்டையும் அறிய வேண்டியது அவசியமாகும். இன்று வட தமிழகத்தில் பல கிராமங்களில் வில்லி என்றொரு சமூகத்தார் வயல் வெளிகளில் எலி பிடித்தும், வேட்டையாடியும், கூலி வேலை செய்தும் பிழைக்கின்றனர். இவர்களின் சமய நம்பிக்கையும் வழிபாட்டு முறையும், இரவு முழுவதும் ஒரு வாரம் பாடி சாமி வரவழைத்துக் குறியறியும் முறையும், கிராமத்திற்கு வெளியே தனி இடத்தில் வாழ்வதும் இவர்கள் ஒரு தனித்த தொல்குடியின் எச்சமாகும் எனக் கருத வேண்டியுள்ளது. வில் எனும் திராவிடச் சொல் 'பில்' என மாறி அதுவே வில்லைக் கொண்டுள்ள மக்கள் என்னும் பொருளில் பில்லர் என்றாகியது.

இவ்வாறாக, இன்று நடு இந்தியாவிலும் வட இந்தியாவிலும் வாழும் திராவிடப் பழங்குடிகள் பண்டைத் திராவிடச் சமூகத்தின் தொல் கூறுகளை இலைமறை காயாகப் பேணி வருகின்றனர். இவர்கள் பற்றிய விரிவான, இனவரலாறு அணுகுமுறையிலான ஆய்வுகள் தொல் திராவிட மீட்டுருவாக்க ஆய்வுகளுக்குப் பெரிதும் உதவும் என்பதில் ஐயமில்லை. திராவிடவியல் ஆய்வாளர்கள் இத்தகு சமூகங்களை ஆராய வேண்டியது அவசியமாகும்.

இலங்கையிலுள்ள வேடர்களின் பூர்வ மொழியானது முற்றிலுமாக அழிந்து போனாலும் அவர்களிடம் திராவிட உறவுமுறைச் சொற்களும், திராவிட உறவு முறையின் அமைப்பும் இன்றும் அழியாமல் இருக்கின்றன. மொழி அழிந்தாலும் உறவுமுறை அழியவில்லை என்பதைக் கருத்தூன்றி அறியவேண்டும். இவ்வாறே ராஜஸ்தான் உள்ளிட்ட 7 வடமேற்கு மாநிலங்களில் வசிக்கும் திராவிடப் பழங்குடியான பில்லர்கள் தாங்கள் பேசி வந்த திராவிட மொழியை இழந்த போதிலும் திராவிடப் பண்பாட்டின் பல கூறுகளைக் கொண்டுள்ளனர். வட இந்தியாவில் பிற திராவிடப் பழங்குடிகளான மாலர் (மால் பஹாரியா)

கோலம், பார்ஜி, பர்தான், ஓராவ்ன், மண்டா ஆகியோரையும் ஒப்பாய்வு செய்தால் தொல் திராவிடக் கூறுகளை நன்கு புரிந்து கொள்ள முடியும்.

அகண்ட தமிழகம்

இன்று தமிழகத்தில் உள்ள பழங்குடிகளின் நீண்ட நெடிய வரலாற்றைப் பார்க்கும்போது இவர்களின் புவியியல் பரப்பு மிக விரிந்ததாக உள்ளதை அறிய முடிகிறது. இப்பரப்பு கேரளம், துளு நாடு வரை விரிந்து ஒரு அகண்ட தமிழகத்தைக் கொண்டதாக உள்ளது. இதனை அக, புறச் சான்றுகள் தெளிவாகவே விளக்குகின்றன.

இன்று தென் கேரளத்தில் (பழைய திருவிதாங்கூர்) வாழும் 2000க்கும் மேற்பட்ட மலைப் பண்டாரங்கள் தங்களின் பூர்வீகம் தமிழகமென்றே கூறுவர். அடுத்து, திருவிதாங்கூர் பகுதியில் வாழும் முதுவன் பழங்குடியினர் இரு நிலைகளில் காணப்படுகின்றனர். மேலைப் பகுதியினர் மலையாளம் பேசுபவராகவும் கீழைப் பகுதியினர் தமிழ் பேசுபவராகவும் உள்ளனர். இவ்வாறான இருமொழி நிலையினைப் பல கேரளப் பழங்குடிகளிடம் காணமுடிகிறது.

புவியியல் நோக்கில் பார்த்தால் கேரளத்தின் வயநாடானது தமிழகத்தின் நீலகிரிப் பகுதியின் தொடர்ச்சியேயாகும். இதனாலேயே நீலகிரிக் குறும்பர்களும் கேரளக் குறும்பர்களும் ஒத்த சமூகப் பண்பாட்டு அமைப்பைக் கொண்டவராக உள்ளனர். தமிழகத்தின் பல பழங்குடிகள் கேரளத்திலும் வாழ்கின்றனர். எடுத்துக்காட்டாக இருளர், குறும்பர், இரவாளன், காட்டுநாயக்கர், காணிக்காரர், குறிச்சியன், முதுவர், சோளிகர், சோலைநாயக்கர், பளியர், மலசர், மன்னான், ஊராளி போன்ற பல பழங்குடியினர் இரு பகுதிகளிலும் காணப்படுகின்றனர். ஆதியில் இவ்விரு பகுதிகளும் தமிழகமாகவே இருந்துள்ளதை வரலாற்றுச் சான்றுகள் வழி அறிகிறோம்.

இன்னும் சொல்லப்போனால் கர்நாடகத்தின் சில பகுதிகள் பண்டைத் தமிழகமாகவே இருந்துள்ளன. புன்னாடு என்பது சங்க காலத்தில் வடகொங்கு நாட்டில் இருந்தது. இன்று அது கர்நாடகத்தில் ஹெக்கட தேவன வட்டமாக இருக்கிறது. சங்க இலக்கியங்களில் புன்னாடும் அதன் தலைநகரமான கட்டூரும் கூறப்பட்டுள்ளன. காவிரி ஆற்றின் துணை ஆறாகிய கபினியைச் சுற்றி புன்னாடு இருந்தது.

மேலும் இன்றைய மைசூர் அன்று எருமையூர் எனும் பெயரில் இருந்தது. சங்கச் செய்யுள்கள் எருமையூரையும் அதனையாண்ட எருமையூரனையும் கூறுகின்றன. இது கொங்கு நாட்டின் வட எல்லையில்

இருந்தது. நாரரிநறவின் எருமையூரன் (அகம். 36.17), நேரா வன்றோள் வடுகர் பெருமகன், பேரிசை எருமை நன்னாடு (அகம். 253. 18-19) எருமையூரன் குடநாட்டையும் அரசாண்டான் என்பது நுண்பூண் எருமை குடநாடு (அகம். 115. 5) என்பதால் தெரிகிறது. சங்க இலக்கியச் சான்றுகளுக்கடுத்து, சாசன சான்றுகள் வழியும் இதனை அறிய முடிகிறது. எருமை என்பது வட மொழியில் மகிஷம் எனப் பெயர் பெற்றுப் பின்னர் அது மகிஷை ஊர் என்றாகி இறுதியில் மைசூர் என்றாயிற்று.

இவ்வாறே இன்றைய துளுநாடும் பண்டைய தமிழகத்தின் ஒரு பகுதியாக இருந்தது. சங்க காலத்தில் துளுநாடு என்றும் கொங்கண நாடு என்றும் பெயர் பெற்றிருந்த இப்பகுதி இன்று தென் கன்னட மாவட்டமாக மாறியுள்ளது. துளுநாட்டை நன்னன் என்னும் பெயருள்ள வேள்குல அரசர்கள் ஆண்டனர். அவர்கள் கொண்கானம் கிழான் எனும் பெயர் பெற்றிருந்தனர். இதன் பொருள் கொண்கான நாட்டுக்குத் தலைவன் என்பதாகும்.

பாலை பாடிய பெருங்கடுங்கோ எனும் சேர அரசர் தாம் பாடிய நற்றிணை 391ஆம் செய்யுளில் பொன்படு கொண்கான நன்னன் என்கிறார். மேலும் மோசிகீரனார் என்னும் புலவர் கொண்கானம் கிழான் ஒருவனைப் பாடுகிறார்.

இந்நிலையில் அன்றைய பழங்குடிகளின் தொடர்ச்சியாக இருக்கும் இன்றைய பழங்குடிகளை ஆராயும் போது கேரளம், துளுநாடு வரையுள்ள பழங்குடிகளையும் நாம் கவனத்தில்கொள்வது தவறாகாது. இன்னும் சொல்லப்போனால் சங்க காலத்தின் பல சமூக-பண்பாட்டு மரபுகள் இன்றைய கேரளம், துளு பகுதிகளில் மட்டுமே அழியாமல் எஞ்சி நிற்கின்றன.

சங்க காலத்தில் பெரிதும் வழக்கிலிருந்த பூத வழிபாடு இன்று தமிழகத்தில் இல்லை. ஆனால் அம்மரபு துளு பகுதியில் இன்றும் காணக் கூடியதாக உள்ளது. அங்குப் பாடப்படும் பாடுதனாக்கள் (பிரார்த்தனைப் பாடல்கள்) பூதங்களைப் போற்றும் பாடலாகவே உள்ளன. சங்க காலத்தில் மன்னர்களும் பிறரும் விரும்பி சூட்டிக் கொண்ட பெயர் பூதம் ஆகும். ஆனால் அத்தகு பெயர்கள் இன்று நம்மிடமில்லை (பரமசிவன் 2007).

வேலன் வழிபாட்டு மரபினராக விளங்கும் வேலன் சாதியினர் இன்று கேரளத்தில்தான் உள்ளனர். கேரளத்தின் ஆதிக்குடிகளில் ஒன்றாகிய அலார் (அண்மைக்காலம் வரை குகைவாசிகள்) தங்களைச் சாத்தன் எனக் கூறிக்கொள்கின்றனர். இவர்கள் பாலக்காடு, மலைப்புரம் ஆகிய மாவட்டங்களில் இன்று பெரிதும் காணப்படுகின்றனர்.

இவர்களின் இனவரலாறு (ethnohistory) ஆராயப்படவேண்டும். ஆகவே தமிழகப் பழங்குடிகள் பற்றிய ஆய்வாயினும் சரி, சங்க காலம் பற்றிய ஆய்வாயினும் சரி அந்த ஆய்வுகளை மேற்கொள்ளும் போது அன்றைய அகண்ட தமிழகமாகிய கேரளம், துளு நாடு வரை விரிந்துள்ள பகுதியில் வாழும் பழங்குடிகளையும் ஆராய வேண்டியது மிக அவசியம் என்பதை இப்போது நாம் நன்கு உணர முடியும். இந்நிலையில் தமிழகப் பழங்குடிகளைப் பற்றிய ஆய்வு என்பது திராவிடப் பகுதிகளில் வாழ்ந்த பழங்குடிகள் மட்டுமல்லாது இந்தத் துணைக் கண்டம் முழுவதும் பரவி வாழ்ந்த, இன்றும் வாழ்ந்து வருகின்ற திராவிடப் பழங்குடிகளைப் பற்றிய ஆய்வாக அமைந்தால் மட்டுமே முழுமையான புரிதலை அடைய முடியும் என்பதையும் இப்போது நாம் உணர முடியும்.

அடையாளச் சிக்கல்கள்

மனித மனமானது தன்னைச் சுற்றியுள்ள சுற்றுச்சூழல், இடம், நிலம், தாவரங்கள், விலங்குகள், பொருள்கள், பிரபஞ்சம் என எல்லாவற்றையும் தன் பண்பாட்டு அறிதிறன் பாங்கோடு (cognitive pattern) பாகு படுத்திக் காண்கிறது. அவ்வாறே மனிதர்களையும் மனித சமூகங்களையும் பாகுபடுத்திக் கொள்கிறது. இப்பாகுபாடானது முதலில் பருநிலையிலும், பின்னர் நுண் நிலையிலும் அமைகின்றது (Levi-Strauss 1969).

ஒரு பரந்த மொழிப் பிரதேசத்தில் வாழும் ஆதிக்கச் சமூகங்கள் அப்பிராந்திய வரலாற்று, வாழ்வு முறைகளோடு தங்களை உயர்வுடன் அடையாளப்படுத்திக் கொள்கின்றன. ஆனால் பழங்குடிகளும் விளிம்பு நிலைச் சமூகங்களும் தங்களைச் சுயமாக அடையாளப்படுத்தாமல் மற்றவர்களால் அடையாளப்படுத்தப்படுகின்றன. இவ்வகையான அடையாள முறையில் ஒவ்வொரு பழங்குடியும் அல்லது விளிம்பு நிலைச் சமூகமும் ஒன்றுக்கும் மேற்பட்ட இனப்பெயர்களோடு (ethnonyms) சுட்டப்படுகிறது. கூடவே, அடையாளச் சிக்கல்கள்கூட உருவாக்கப்படுகின்றன.

இப்பின்னணியில் ஒரு மொழிப் பிரதேசத்தில் வாழும் பழங்குடிகளை அறிவதும், அவற்றின் இனப்பெயர்களை அறிவதும், அப்பெயர்களின் வழி ஏற்படுகின்ற அடையாளச் சிக்கல்களை அறிவதும், அவற்றிற்கான தீர்வுகளை முன்வைப்பதும் நம் போன்ற ஆய்வாளர்களின், இயக்க வாதிகளின் கடமையாகும்.

நீண்ட வரலாறு கொண்ட நம்முடைய தேசத்தில், வட்டார வேறுபாடுகள் கொண்ட மொழிப் பிரதேசத்தில் பழங்குடிகளின் பெயர்கள் பலவாக உள்ளன. சில எடுத்துக்காட்டுகளைக் காண்போம்.

தமிழகத்திலுள்ள நரிக்குறவர்கள் வடதமிழகத்தில் குருவிக்காரன் எனப்படுகின்றனர். மற்ற இடங்களில் நரிக்குறவன் என்றும் ராட்டியன் என்றும் கூறப்படுகின்றனர். தமிழகத்தில் மட்டும் அண்டைச் சமூகத் தாரால் மூன்று வகையாக அறியப்படும் இவர்கள் தம்மை 'வாக்ரி' என்றே கூறிக்கொள்கிறார்கள்.

வடதமிழகத்தில் பூம்பூம்மாட்டுக்காரர்கள் என அறியப்படுவோர் தென் தமிழகத்தில் அழகர் மாட்டுக்காரன் எனப்படுகின்றனர். 'பூவிடையர்', 'ஆதியன்' என்ற பெயர்களும் இவர்களுக்குண்டு. இன்று பழங்குடிச் சான்றிதழ் பெறுவதற்காகக் காட்டுநாயக்கன் எனத் தம் பெயரை மாற்றிச் சொல்லி வருகின்றனர். இவ்வாறே, சமவெளியில் வாழும் காட்டுநாயக்கர்கள் யவன நாயக்கன், சிகாரி நாயக்கன். பல்லக்கு நாயக்கன், வேட்டைக்காரன் எனப் பலவாறு அழைக்கப் படுகின்றனர். ஆனால் இவர்கள் தம்மை 'நாயக்கன்' என்றே கூறிக் கொள்கின்றனர். இவ்வாறாக, இன்னும் பல்வேறு எடுத்துக்காட்டுகளைக் கூறிக்கொண்டே செல்லலாம்.

மேற்கூறிய எடுத்துக்காட்டுகளின் வழி ஒவ்வொரு சமூகத்திற்கும் தன்னை அழைத்துக்கொள்ளும் ஓர் 'அகப்பார்வை' (insider's view) உள்ளதைக் காணமுடிகிறது. கூடவே அச்சமூகத்தினரைச் சுற்றியுள்ள மற்றவர்களின் 'அயல்பார்வை' (outsider's view) வேறொன்றாக இருப் பதையும் காண முடிகிறது. இந்த அயல் பார்வையால் ஏற்படும் இனச் சுட்டுதல் முறையானது நம்முடைய சூழலில் பல வேளைகளில் அடையாளச் சிக்கல்களுக்கு வழிகோலுகிறது. தமிழ்ச் சூழலில் சில முக்கியமான பழங்குடியினர் எதிர்கொள்ளும் அடையாளச் சிக்கல்களை (identity crisis) இனிக் காண்போம்.

இனப்பெயர்கள் : அகவயமும் புறவயமும்

தொதவர்களை ஆங்கிலேயர் சரியாக உச்சரிக்கத் தெரியாமல் 'தோடா' என்றனர். எந்தத் தொதவரும் தம்மைத் 'தோடா' எனக் கூறுவதில்லை. 'ஓல்' என்றே தம்மைக் கூறிக்கொள்கிறார்கள். இதன் பொருள் 'மக்கள்' என்பதாகும். ஒரு கட்டத்தில் 'கொடா' என்னும் வழக்கு ஏற்பட்டது. இச்சொல்லின் திரிபே 'தோடா'வாக மாறியது எனலாம். கொடவர் என்றால் 'மேற்கத்தியர்' என்று பொருள். எனினும் 'தூத' மரம் இவர்களுடைய புனித மரம் என்பதால் தூதா என்றும் இவர்கள் தம்மை அழைத்துக்கொள்கின்றனர்.

நீலகிரியில் அண்டைச் சமூகத்தாராக வாழும் படுகர்கள் தொதவர் களைத் 'தொடவா' என்று அழைக்கின்றனர். கோத்தர் 'தொன்' என்று

அழைக்கிறார்கள். மற்றவர்கள் அவர்களைத் துதவர் என்றழைக் கிறார்கள். இன்று பரவலாக வழங்கப்படும் 'தோடா' என்பது படுகர்கள் வழங்கும் 'தொடவா' என்பதன் ஆங்கிலமயப்படுத்தப்பட்ட வழக்காகும். ஆங்கிலத்தில் உச்சரிப்பு மாற்றப்பட்ட இவ்வழக்கே இன்று பரவலாகி விட்டது. மெட்ராஸ் சென்னையாக மாறியது போல இவர்கள் பெயரும் மாற வேண்டுமல்லவா!

இனி மலைமலசர் பற்றிக் காண்போம். மலைமலசர் பழங்குடியினர் 'நாட்டு மலையர்', 'கொங்கு மலையர்' என இருவகைப்படுகின்றனர். இப்பெயர்களைக் கொண்டே இவர்கள் தங்களை இனங்காட்டிக் கொள்கின்றனர். இவர்களைச் சுற்றியுள்ள மற்றவர்களே இவர்களை மலசர், மலைமலசர் என அழைக்கின்றனர். அரசு ஆவணங்களில் மற்றவர் வழக்கே பெருவழக்காகிவிட்டது. மக்களின் இனப்பெயர் மறைந்து சில நூற்றாண்டுகளாகி விட்டது.

இரவாளர்கள் தம்மை 'வில்லு வேடர்கள்' என்றே கூறிக்கொள் வார்கள். மலையாளிகள் தம்மை 'மலைக்கவுண்டன்' என்றும், காணிக் காரன் தம்மை 'காணி' என்றும் சொல்லிக்கொள்கிறார்கள். அடுத்து, எரிலைக் கிழங்கு எனக்கூடிய சர்க்கரை வள்ளிக்கிழங்கைத் தோண்டி உண்பவர்கள் இருளர்கள் என்பதால் மலையடிவார மக்கள் இருளர்களை 'எரிளிகாரு' (எரிளி=கிழங்கு, காரு=மக்கள்) என்றே அழைத்தனர். பின்னாளில் எரிளிகாரு என்பது 'எருளர்' என்றாகி அதுவே பின்னர் இருளர் என்றானது. இருட்டில் வாழ்பவர்கள் இருளர்கள் என்று எட்கர் தர்ஸ்டன் பதிவு செய்திருப்பது தவறான பொருள்கோடலாகும்.

இனி நீலகிரியில் பஞ்சகம்மாளர்களின் ஐந்து தொழில்களையும் செய்யும் கோத்தர்களைப் பற்றிக் காண்போம். கோத்தர் பழங்குடியின் பெயர் பற்றி இரு கருத்துகள் உண்டு. 'கோட்டா' என்னும் சொல் 'கொஹட்ட' என்பதன் திரிபாகும். இதன் பொருள் 'பசுவைப் பலி கொடுத்த மக்கள்' என்பதாகும். இன்னொரு கருத்தின்படி கோத்தர் (கோ=மலை, அர்=மக்கள்) என்றால் 'மலை மக்கள்' என்று பொருளாகும். கோத்தர் என்னும் இன்றைய பெயர் வெளியாரால் அழைக்கப்படும் பெயராகும். தோடர்கள் இவர்களைக் 'கினாப்' என்றும் மற்றவர்கள் 'கோவ்தர்' என்றும் அழைத்தனர். அதுவே பின்னாளில் 'கோத்தர்' என்றும் மருவிவிட்டது. ஆனால் கோத்தர்கள் தங்களைக் 'கோவ்' என்றே கூறிக்கொள்கின்றனர். இவ்விடத்திலும் வெளியார் வழங்கும் இனச்சுட்டுதலே நின்று நிலைத்துவிட்டதைக் காண்கிறோம்.

அடுத்ததாக ஊராளி பழங்குடி பற்றிக் காண்போம். ஊராளி என்றால் 'ஊரை ஆள்பவன்' என்பது பொருளாகும். பாண்டிய

மன்னன் நாட்டை விட்டு மலையிலுள்ள நேரியமங்கலம் வந்தபோது இவர்களும் அவரைத் தொடர்ந்து வந்துள்ளனர். பின்பு இம்மக்களிடம் ஊரை ஆளும்படியாக நியமனம் செய்துவிட்டுப் பாண்டியர்கள் சென்றுவிட்டதால் தங்களுக்கு 'ஊராளி' எனும் பட்டம் கிடைத்ததாகக் கூறுகிறார்கள். ஊராளிகள் கூறும் இப்பொருண்மையை ஏற்றுக் கொண்டு நாம் அவர்களை அழைக்கிறோமா? இதுவரை அந்தப் பொருளில் அழைக்கவில்லையே!

அடுத்ததாக, கொடைக்கானல் தொடங்கி ஆறு மாவட்டங்களில் பரவி வாழும் பளியர் பற்றிக் காண்போம். பளியர்கள் ஆதியில் 'பழையோர்' (பழைய மக்கள் >ஆதிமக்கள்) என்றே பெயர் பெற்றிருந் தனர். கால ஓட்டத்தில் பழையோர் என்பது 'பழியர்' என்றாகி, அதுவே பின்னர் 'ழ' கரம் திரிந்து 'பளியர்' என மருவிவிட்டது. பழனிமலைக் குரிய பழனியன் பழியன் என்றாகி அதுவே பின்னர் 'பளியர்' என்று மருவிவிட்டது என்றும் விளக்கங் காணலாம்.

இன்று பளியர்கள் என்றழைக்கப்படும் மக்கள் இரண்டு பிரிவின ராகக் காணப்படுகின்றனர். 1. கீழ்மலைப்பளியர் 2. மேல்மலைப் பளியர். பழனிமலையில் கீழ்ப்பகுதிகளில் வாழும் கீழ்மலைப் பளியர் தங்களைக் 'கல்காட்டுப் பழியர்' அல்லது 'புடைப் பழியர்' என்று அடையாளப்படுத்திக் கொள்கிறார்கள் (அன்னகாமு 1961: 17). பழனி மலையின் மேல்பகுதிகளில் வாழும் பளியர்கள் தங்களை உயர்ந்தவர்கள் என்று கூறிக்கொள்கிறார்கள். இவர்கள் கீழ்மலைப் பளியர்கள் வீட்டில் சாப்பிடமாட்டார்கள். கீழ்மலைப் பளியர் இவர்களிடம் வந்தால் பச்சைப்படிதான் (சமைக்காத பொருள்கள்) கொடுப்பார்கள்.

அடுத்ததாகக் காட்டுநாயக்கன் பழங்குடியினருக்கு ஏற்பட்டுள்ள அடையாளச் சிக்கலைக் காண்போம். தமிழகத்தில் வாழும் காட்டு நாயக்கன் பழங்குடியின் அடையாள நெருக்கடிகள் இன்னொரு வகையில் சிக்கலானது. உண்மையில் காட்டு நாயக்கன் என்றால் 'காடுகளின் தலைவன்' (காடு=வனம், நாயக்கன்=தலைவன்) என்று பொருள். ஆனால் அத்தகைய தலைமைப் பண்பு கால ஓட்டத்தில் மாறிவிட்டது. இன்று நடைமுறையில் இப்பழங்குடியினர் தம்மை 'நாயக்கன்' என்றே கூறிக்கொள்வார்கள். இவர்கள் நீலகிரி, வயநாடு பகுதிகளில் மிகுதியாகக் காணப்பட்டாலும் தமிழகம் முழுவதும் சமவெளிகளிலும் பரவிக் காணப்படுகிறார்கள். சமவெளிகளில் வாழும் காட்டுநாயக்கர்களை வேட்டைக்காரன் நாயக்கன், வேடநாயக்கன், சிகாரி நாயக்கன், யவன நாயக்கன், பல்லக்கு நாயக்கன், சிகாரி நாயக்கன் எனப் பல்வேறு பெயர்களால் மற்றவர்கள் அழைக்கின்றார்கள்.

இன்று தமிழகத்தில் நாயக்கன் என்னும் பெயர்களில் தெலுங்கு, வன்னியர் சாதியாரும் உள்ளனர். எனினும், இவர்களுக்கும் காட்டு நாயக்கர்களுக்கும் எவ்விதத் தொடர்புமில்லை. எனினும், காட்டுநாயக்கன் பழங்குடியினர் பேச்சு வழக்கில் தம் பெயருக்குப் பின் 'நாயக்கன்' என்று விகுதி சேர்த்துக் கூறுவார்கள். ஆண்டாண்டுக் காலமாக நிலப் பத்திரங்களிலும் இவ்வாறே பெயரைப் பதிவு செய்துள்ளார்கள். தங்கள் இனப்பெயரை முழுமையாகக் கூறவேண்டிய சூழலில் மட்டுமே 'காட்டுநாயக்கன்' என்று சொல்வார்கள். மற்ற நேரங்களில் சுருக்கமாக 'நாயக்கன்' என்று கூறிக்கொள்வார்கள் (Bird-David 1989). பெயர்களைப் பொதுவாகச் சுருக்கிக் கூறுவது உலகளாவிய ஒரு பொதுப் பண்பாக இருப்பதை நாம் அறிவோம்.

இன்று தமிழ்ச் சூழலில் 'நாயக்கன்' என்பது ஒரு பொதுப் பெயராகச் சில சமூகத்தாருக்கு இருக்கிறது. இச்சூழலில் நாயக்கன்(ர்) பட்டம் கொண்டுள்ள தெலுங்கு, வன்னியர் சமூகத்தாரிடமிருந்து காட்டு நாயக்கன் பழங்குடியைத் தனிமைப்படுத்திக் காட்டுவது அவர்களின் பூர்வ தொழிலாகிய வேட்டையாடி உணவு சேகரிக்கும் தொழிலாகும். அதனால்தான் இவர்களை மற்ற சமூகத்தார் சில இடங்களில் வேடன் என்றும், வேட்டைக்காரன் என்றுங்கூட அழைப்பது வழக்கம். திருவண்ணாமலைப் பகுதியில் 'வேட்டைக்கார நாயக்கன்' என்றும் திருச்சி, கரூர் மாவட்டங்களில் 'வேட நாயக்கன்' என்றும் கூறிவருகிறார்கள்.

இஸ்ரேல் நாட்டு மானிடவியலர் நியூரிட் பேர்ட் டேவிட் நீலகிரி மாவட்டத்தில் மேற்கொண்ட நாயக்கன் (காட்டுநாயக்கன்) ஆய்வானது (1989) இப்பழங்குடியைப் பற்றி அறிய உதவும் ஒரு சிறந்த ஆய்வாகத் திகழ்கிறது. இவருங் கூட 'காட்டு நாயக்கன்' எனப் பயன்படுத்தாமல் அம்மக்கள் பேச்சுவழக்கில் சுருக்கமாக வழங்கும் 'நாயக்கன்' என்னும் பெயரையே தம் ஆய்வு முழுவதும் பயன்படுத்துகிறார். இவ்வாறான நிலை இன்னும் பல பழங்குடிகளுக்கும் நேர்ந்துள்ளதைப் பல்வேறு பதிவுகளின் மூலம் அறிய முடிகிறது.

ஆகவே, ஒவ்வொரு பழங்குடியின் இனப்பெயரும் பலவாறு வழக்கத்தில் இருந்து வருவதைக் காண முடிகிறது. ஒரு சமூகத்தைச் சுற்றியுள்ள பிற சமூகத்தார் காலப்போக்கில் அவரவர் அயல் (வெளியார்) பார்வையுடன் அழைக்கும் முறையால் இன்று பல்வேறு பெயர்கள் ஏற்படுவதற்குக் காரணமாகிவிட்டது.

ஆனால் பழங்குடிச் சமூகத்தார் தம் 'இனப் பார்வையோடு' (ethnic view) தங்களை அழைத்துக்கொள்ளும் முறையை நாம் நிச்சயம் கவனித்தாக வேண்டும். அவர்கள் வழங்கும் பெயராலேயே அவர்களை அழைக்க

பண்டைய அகண்ட தமிழகம் 71

முன்வர வேண்டும். டேஞ்சூர் (தஞ்சாவூர்) டூட்டிக்கோரின் (தூத்துக்குடி) கேப்கோமரின் (கன்னியாகுமரி) பேன்றவை எல்லாம் மாற்றப்பட்டது போல இம்மக்களின் பெயர்களும் மாற்றப்படவேண்டும்.

பழங்குடிகளின் பெயர்கள் மற்றவர்களால் பல்கிப் பெருகிய நிலை ஒருபுறமிருக்க பல பழங்குடிகள் ஒரே பெயரால் பொத்தாம் பொதுவாக அழைக்கப்படும் அடையாளச் சிக்கலும் மறுபுறம் காணப்படுகிறது. இருளர், காட்டு நாயக்கன், மலைவேடன், மலைக்குறவன் போன்ற பழங்குடியினர் பலரும் வெளியாரால் 'வேடன்' என்றும்கூட அழைக்கப்படுவதுண்டு. இப்பழங்குடிகள் அனைவரும் வேட்டையாடும் தொழிலைக் கொண்டிருப்பதால் அயல் சமூகத்தார் சுருக்கமாக 'வேடன்' என்கின்றனர். இத்தகு பொதுமைப்படுத்தும் வெளியாரின் பார்வை (outsider's view) பொதுப்புரிதல் சார்ந்தது; அனைவரையும் பொதுமைப்படுத்திக் காண்பது. பொதுமையாக்கம் என்பது அவர்களின் தனித்துவத்தை நிராகரிக்கும் காலனிய மனநிலை சார்ந்ததாகும். இத்தகைய பொதுமையாக்கத்தைக் கைவிடுவது மிகவும் அவசியமாகும். அவரவர் பெயராலேயே அழைக்கப்படுவது அவசியமாகும்.

காட்டுநாயக்கர்களைப் போன்றே இருளர்களும் பல பெயர்களில் அழைக்கப்படுகின்றனர். இவர்களில் இரண்டு பிரிவினர் உண்டு. 'நீலகிரி இருளர்கள்' ஒரு பிரிவினர். தமிழகத்தின் வட மாவட்டங்கள் தொடங்கி மேற்கே தர்மபுரி மாவட்டம் வரையிலும் வாழும் 'சமவெளி இருளர்கள்' மற்றொரு பிரிவினர். இவ்விரு பிரிவினருக்கான வரலாற்று ரீதியான தொடர்புகள் குறித்த புரிதல் குறைவாகவே உள்ளது. விரிவாக ஆராயப்படவில்லை. அடுத்த தலைமுறை ஆய்வாளர்கள் இதனைக் கவனத்தில்கொள்ள வேண்டும்.

நீலகிரி இருளர்களுக்குள் 8 குலங்களும் கோவை இருளர்களிடம் 12 குலங்களும் உள்ளன. நீலகிரிப் பிரிவினர் எலி சாப்பிடுவதில்லை. கோவை இருளர்கள் எலியைப் பிடித்துச் சாப்பிடுவார்கள். இவ்வாறாக, இன்னும் பல வேறுபாடுகளைச் செங்கோ வனாந்தரப் பூக்கள் *(1979)* நூலில் ஆராய்ந்துள்ளார்.

நீலகிரி இருளர்கள் மேல்நாடு இருளர், கசபர், வேட்டக் காடு இருளர், ஊராளி, காடு பூஜாரி என ஐந்து வகைப்படுவதை மொழியியல் அறிஞர் பெரியாழ்வார் *(1976)* கூறுகிறார். வடதமிழகம் முழுவதும் பரவி வாழும் இருளர்களிடம் இன்னும் சில வேறுபாடுகள் உள்ளன. சமவெளி இருளர்கள் வேட்டைத் தொழிலில் ஈடுபடுவதால் அவர்கள் வில்லி, வேடர், வேடுவர், வேட்டைக்காரன் எனச் சாதி இந்துக்களால் அழைக்கப்படுகிறார்கள்.

வேட்டைத் தொழில் இன்று பல பழங்குடிகளிடம் காணப்படும் ஒரு பொதுவான தொழில். மலைவேடன், மலைக்குறவன் போன்ற இன்னும் பல பழங்குடிகளும் வேட்டையாடுகிறார்கள். இன்று தமிழகத்தில் உள்ள 36 பழங்குடிகளில் 30க்கும் மேற்பட்டவர்கள் வேட்டையாடுபவர்கள். ஆகவே, பழங்குடிகளின் தொழிலை வைத்து அவர்களை அழைக்கும் முறை அவர்களைச் சுற்றி வாழும் பல்வேறு மக்களிடம் காணப்படுகிறது. இத்தகைய அணுகுமுறை ஏற்படுவது இயல்புதான். ஆனால் இத்தகைய 'பலபெயர் அடையாளங்கள்' அவர்களுக்குப் பழங்குடிச் சான்றிதழ் கிடைப்பதில் இடையூறாக இருக்கக்கூடாது.

அடுத்ததாக, இன்னொரு வகையான அடையாளச் சிக்கலைக் காண்போம். தமிழகத்தில் 'குடியா' எனப்படும் பழங்குடி கேரளத்தில் 'கௌடா' என அழைக்கப்படுகிறார்கள். மேலும் இவ்விரு மாநிலங்களிலும் இவர்கள் மலைக்குடியா, மலைக்குடி, மலையக்குடி என்றும் குறிப்பிடப்படுகிறார்கள். மேலக்குடி என்ற வழக்கும் உண்டு. மொத்தத்தில் ஐந்து பெயர்களில் இவர்கள் அழைக்கப்படுகிறார்கள். உண்மையில் 'குடி' என்றால் 'மலை உச்சி' என்பது பொருள். மலை உச்சியில் வாழும் மக்களே 'குடியா' என்பது இம்மக்களின் கருத்தாகும். நிர்வாக ஆவணங்களில் இடத்திற்கிடம் பெயர் வேறுபடுவது இவர்களின் ஒன்றுபட்ட அடையாளத்திற்கு அச்சுறுத்தலாகவே உள்ளது.

இன்னும் சில பழங்குடிகளும் ஒன்றுக்கும் மேற்பட்ட பெயர்களில் அழைக்கப்படுகின்றனர். 'எரவாளன்' என்று அழைக்கப்படும் 'இரவாளன்' பழங்குடியினர் 'வில்வேடன்' 'அம்புவில்வேடன்' என்றெல்லாம் அழைக்கப்படுகின்றனர். மலைமலசர் பழங்குடியில் 'பதிமலசர்' என்னும் ஓர் அகமணப் பிரிவினர் உள்ளனர். இவர்களுக்குள் கொண்டு கொடுத்தல் மணவுறவு இல்லை. இருவரும் தனித்தனிப் பிரிவினர். ஆகவே குறும்பர்களைப் போலவே இவர்களையும் தனித்தனிப் பழங்குடிகளாக இனங்காண வேண்டிய தேவை எழுகிறது.

அடுத்ததாக, முள்ளுக் குறும்பர் பற்றி அறிவோம். 'முள்ளுக் குறும்பர்' எனும் பெயர் இந்த மக்களுக்கு எஜமானர்களாக விளங்கிய நாயர்கள் கொடுத்ததாகும். முள்ளுக் குறும்பர்கள் தங்களை 'உள்ளக் குறும்பர்' என்றே கூறிக்கொள்கிறார்கள். இப்பெயர் பிரபலமடைய வில்லை. முள்ளுக் குறும்பர் வாழ்வில் 'முள்ளு' (அம்பு) பின்னிப் பிணைந்த ஒன்றாகும். இவர்கள் கையில் எப்போதும் காணப்படுகின்ற அம்பு இவர்கள் வழக்கில் 'முள்ளு' என்றே கூறப்படுகிறது. ஆதியில் 'முள்ளு' இல்லாமல், அதாவது அம்பு இல்லாமல் எந்த ஒரு குறும்பனையும் பார்க்க முடியாது.

பண்டைய அகண்ட தமிழகம் 73

முள்ளாகிய அம்பு கொண்டு வேட்டையாடுதல் இவர்களின் முக்கிய தொழிலாகும். ஆகவே முள்ளு என்னும் அம்பைக் கொண்டிருந்தவர்கள் 'முள்ளுக் குறும்பர்' என்று பெயர் பெற்றார்கள். கடந்த நூற்றாண்டில் குறும்பர்கள் ஒரே பழங்குடியாகக் கருதப்பட்ட நிலை இருந்து வந்தது. 1950களில் ஜேனுக் குறும்பர்கள் உணவு சேகரிப்பவர்களாகவும், பெட்ட குறும்பர்கள் காட்டெரிப்பு வேளாண்மை செய்பவர்களாகவும் இருந்துள்ளதை ஹெய்மண்டார்ஃப் (1952) கூறியுள்ளார்.

1978க்குப் பின்னர் கமில் சுவலபில், டைட்டர் காப், பால் ஹாக்கிங்ஸ் ஆகியோர் மேற்கொண்ட இனவரைவியல் ஆய்வுகளுக்குப் பின் புவியியல் ரீதியாகவும், மொழி ரீதியாகவும், வழிபாடு உள்ளிட்ட பண்பாட்டு ரீதியாகவும் அவர்கள் ஆலு குறும்பர், பாலு குறும்பர், பெட்ட குறும்பர், ஜேனுக் குறும்பர், முள்ளுக் குறும்பர், ஊராளிக் குறும்பர், முடுகர் என ஏழு வகையான குறும்பர்கள் இருப்பதை அறிய முடிந்தது (காப்-ஹாக்கிங்ஸ் 1989; சுவலபில் 1998).

ஜேனு குறும்பர்கள் தேன் குறும்பர்கள் எனவும் இவர்களே காட்டு நாயக்கர் எனவும் சில நேரங்களில் கூறப்படுகின்றார்கள். குறும்பர்கள் மேற்கூறிய ஏழு பிரிவுகளாகக் காணப்பட்டாலும் இவர்கள் தங்களை 'வேடுவர்' என்றே கூறிக்கொள்கின்றனர் (கண்ணப்ப நாயனார் புராணம் வேடர்களின் வாழ்வையே விவரிக்கிறது. ஏழு வேடர்களில் எந்த வேடர் என்பது தெரியவில்லை). இன்று இந்த ஏழு குறும்பர்களில் ஆலு குறும்பர்கள், பாலு குறும்பர்கள், முடுகர் ஆகிய மூவரும் கொள்வினை கொடுப்பினை செய்துகொள்கின்றனர். மற்ற நான்கு குறும்பர்களும் அகமண முறை (endogamy) கொண்டவர்கள் என்பதால் ஒவ்வொருவரும் தனித்தனிப் பழங்குடியினராக அங்கீகரிக்கப்பட வேண்டியதை அண்மைக்கால இனவரைவியல் வளர்ச்சி சுட்டிக் காட்டுகிறது (காப்-ஹாக்கிங்ஸ் 1989: 233). இவ்வாறாகப் பழங்குடி மக்கள் அவர்களின் இனப் பெயரை அவர்கள் கூறும் வகையிலேயே நாம் அடையாளப்படுத்தியிருக்கிறோமா என எண்ணிப் பார்க்க வேண்டும். நாம் அவ்வாறு அழைப்பதில்லை என்பதே கசப்பான உண்மையாகும்.

தமிழகத்தில் வாழும் சில பழங்குடிகள் தென்னிந்தியாவின் நான்கு மாநிலங்களில் பரவிக் காணப்படுகின்றார்கள். சில குடியினர் மூன்று மாநிலங்களில் காணப்படுகின்றார்கள். ஆதியில் தமிழகமானது குடகு (புன்னாடு), துளுநாடு (கொங்கணம்) வரை பரந்து காணப் பட்ட ஓர் அகண்ட தமிழகமாக இருந்ததை இங்கு நாம் கவனத்தில் கொள்ளலாம்.

இன்று குறும்பர்கள் கர்நாடகத்திலும் ஆந்திரத்திலும் 'குறுபா' எனவும் கர்நாடகத்தில் சில இடங்களில் காடு குறுபா எனவும் ஜேனு குறுபா எனவும் கேரளத்திலும் தமிழகத்திலும் குறும்பாஸ், குறும்பன் எனவும் அழைக்கப்படுவதைக் காணலாம். இவர்கள் யாவரும் ஒரு குடியைச் சேர்ந்தவர்களே. ஆங்கில அதிகாரிகள் 'குறும்பாஸ்' என்று பன்மை விகுதியுடன் எழுதினர். கால ஓட்டத்தில் இவர்கள் பல கிளைக் குழுக்களாகப் பிரிந்துவிட்டார்கள். இந்தக் குழுவினர் அகமணத் தன்மையை வெளிப்படுத்தினால் அவர்களைத் தனிப் பழங்குடியாக அங்கீகரிப்பதில் தவறில்லை. அவ்வாறு அங்கீகரிக்கும்போது அம்மக்கள் அவர்களை எவ்வாறு அடையாளப்படுத்த விரும்புகிறார்களோ அவ்வாறே நாமும் அழைக்க முற்படவேண்டும். குறும்பர்களிடம் காணப்படுகின்ற அகமணத்தன்மை குறித்து நுட்பமாக ஆராய வேண்டியுள்ளது.

இனிப் பழங்குடிகளின் அடையாள உருவாக்கத்தில் தளப் பார்வைக்கும் (synchronic), காலப் பார்வைக்குமான (diachronic) தேவை உள்ளதையும் அறிய வேண்டும். கேரளாவில் எர்நாடு வட்டத்தில் 'ஆறு நாடன்' என்ற பழங்குடியினர் இருந்தார்கள். இவர்கள் பேச்சுவழக்கில் 'அறநாடன்' என்றாகிவிட்டனர். ஆறு நாடன் பழங்குடியினர் பண்டைத் தமிழகமாக விளங்கிய இன்றைய கேரளத்தின் பாலக்காட்டுக் கணவாய்க்கு வடக்கிலுள்ள மலைவாழ் பழங்குடிகளில் மிகவும் பழமையானவர்கள் (செங்கோ 1979: 193). இப்பழங்குடியில் தகப்பனானவன் தன் முதல் மகளைத் திருமணம் செய்துகொள்ள வேண்டும் என்ற வழக்கம் நெடுங்காலம் வரை இருந்தது. அது கடந்த நூற்றாண்டு களில் கைவிடப்பட்டிருப்பது சென்னை மாவட்ட அரசிதழில் (மலபார் மாவட்டம், தொகுதி ஒன்று, 1951) பதிவாகியுள்ளது.

ஆறு நாடன் மக்களுக்கும் கோவை இருளர் குலங்களில் ஒன்றான ஆறு மூப்புக்கும் உள்ள தொடர்பு பற்றி இனவரலாற்று ஆய்வுகள் செய்ய வேண்டும். ஆறுமூப்பு குலத்தினர் 'ஆறுமலை மூப்பன்' என்பதாகச் சிறுவாணி, வெள்ளிங்கிரி பகுதிகளில் அழைக்கப் படுகிறார்கள் (மேலது: 193). இனி வருங்காலத்தில் செய்யப்படும் ஆய்வுகள் மூலம் இவற்றைத் தெளிவுபடுத்திக்கொள்ள வேண்டும். அண்டை மாநிலங்களிலும்கூட இத்தகைய நிலையைக் காண முடிகிறது (வெங்கட் ராவ் 2003).

அடையாள இழப்பும் உயர்வுபடுத்தலும்

பழங்குடிகளின் பெயர்கள் பல 'அன்' விகுதியில் முடிகின்றன. மலைவேடன், பளியன், காட்டுநாயக்கன், முதுவன், குறுமன், கொச்சு

வேலன், பணியன், மன்னான், அரநாடன் என இன்னும் பல்வேறு பழங்குடிகளின் பெயர்கள் அன் விகுதியில் உள்ளன. 'அர்' விகுதி கொடுத்து மாற்றம் செய்தால் அரசு அலுவலகங்களில் சான்றிதழ் கிடைப்பதில் சிக்கல் ஏற்படுமாம்! மரியாதை விகுதியாக 'அர்' விகுதி கொடுப்பதில் என்ன இழப்பு ஏற்படும்? கொடுக்கலாமே! உயர்சாதி யினரை நாம் 'அன்' விகுதியுடன் அழைப்பதில்லை. வெள்ளாளன், செட்டியன், முதலியன் என்றா அழைக்கிறோம்? வெள்ளாளர், செட்டியார், முதலியார் என்றுதானே அழைக்கிறோம்.

ஆதலின் நம்முடைய ஆதித் தமிழர்களாகிய பழங்குடிகளை, நம்முடைய பழந்தமிழ்ப் பண்பாட்டின் தொல்கூறுகளையும் மிச்ச சொச்சங்களையும் பாதுகாத்து வரும் பண்பாட்டுப் பேணுநர்களாகிய இவர்களை 'அர்' விகுதியுடன் மரியாதையுடன் அழைப்பதுதானே நல்லது; அதுதானே முறையுங்கூட; மரியாதைக் குறையுடன் ஒருவரை அழைப்பது தமிழ்ப் பண்பாட்டின் உயர்ந்த பண்பாகுமா?

மேற்கூறிய தரவுகளைக் கொண்டு பார்க்கும் போது பழங்குடிகளின் இனப்பெயர்களில் 'அந்தந்த இனத்தார் சுட்டும் வகை' (ethnic category) எத்தன்மையது, 'பிற இனத்தார் சுட்டும் வகை' (outsider category) எத்தன்மையது என்பதை இனங்காண வேண்டும். முதன் முதலில் காலனி அதிகாரிகள் தவறாக உச்சரித்த பெயர்களே பல ஆவணங்களில் இன்றும் உள்ளன. மாற்று உச்சரிப்புடன் பதியப் பெற்ற இப்பழங்குடி களின் பெயர்கள் இன்றும் அப்படியே பயன்பாட்டில் இருந்து வருகின்றன. இவற்றையெல்லாம் திருத்தியாக வேண்டும்.

நாம் தவறாகத் தெரிந்துகொண்டவற்றைப் பூர்வகுடிகளின் மேல் திணிக்கக்கூடாது. அதனால் அவர்களின் சுயம், தன்னிலை அழிக்கப் படுகிறது. இது ஒரு வகையான நவகாலனியச் சிந்தனை. இத்தகு அடையாள இழப்பைப் பழங்குடிகளின் மேல் எவ்வளவு காலம் நாம் செலுத்த விரும்புகிறோம்? இதனை மாற்றியமைப்பது நம் கையில்தான் உள்ளது. நமது அறியாமையும் அலட்சியமும் பழங்குடிகளின் அடையாள இழப்புக்கு இட்டுச் செல்லக்கூடாது. அப்படி தொடருமானால் ஆங்கிலேயர் நமக்குக் காலனியவாதிகளாக இருந்ததைப் போன்று நாம் பழங்குடிகளுக்குக் காலனியவாதிகளாக இருப்பதாக அமைந்து விடும்.

இன்னும் சில பழங்குடிகளின் பெயர்கள் ஆங்கிலப் பன்மை விகுதியுடன் பதிவாகியுள்ளன. மலையாளிஸ், தோடாஸ், குறுமன்ஸ், இருளாஸ் எனக் காலனிய காலத்தில் பதிவாகியுள்ள இத்தகைய பெயர்கள் அவசியம் மாற்றியமைக்கப்படவேண்டும். இன்றும் அரசுத் துறையினர் குறுமன்ஸ் என்றே சான்றிதழ் தருகிறார்கள். நம்மை

இண்டியன்ஸ், டமிலியன்ஸ் என்று அழைத்தால் ஏற்றுக்கொள்வோமா? ஆகவே பழங்குடிகளையும் சரியான பெயரிட்டு அழைக்கவேண்டும். அடையாளச் சிக்கல்களை ஏற்படுத்தக்கூடாது. இவ்வடையாளங்களை மீட்டுத் தரப் போகிற மனிதநேயமுள்ளவர்கள் எங்குள்ளார்கள்? அவர்கள் எப்போது வருவார்கள்? இவர்களின் குரல்கள் ஓய்ந்து விடுமோ!

இனி மைய நீரோட்டத்தால், பழங்குடி மக்களுக்கு ஏற்பட்ட அடையாள இழப்புகளைக் காண்போம்

மொழியும் அடையாளமும்

இந்தியாவில் நாடுகள் உருவாவதற்கு முன்பு எண்ணற்ற பழங்குடிகள் தத்தம் மலை / காட்டுப் பகுதிகளைத் தம் வாழ்வுக்குரியதாகக் கொண்டிருந்தார்கள். மன்னர்கள் காலத்திலுங்கூட இவர்கள் வாழ்ந்து வந்த காடு, மலைகளுக்குப் பெரும் இழப்பு ஏற்பட்டதில்லை. ஆங்கிலேயரின் வருகைக்குப் பின் பழங்குடிகள் சந்திக்கத் தொடங்கிய நிலம்/காடு தொடர்பான சிக்கல்கள் அதிகம். அடுத்ததாக, விடுதலைக்குப் பின்னர் இந்தியாவில் மொழிவாரி மாநிலங்கள் பிரிக்கப்பட்டபோது பழங்குடிகளின் அடையாளமும், ஒருங்கிணைப்பும், பண்பாடும் நம்முடைய மைய நீரோட்டச் சிந்தனையால் சிதையத் தொடங்கின.

மொழிவாரி மாநிலங்கள் பிரிக்கப்பட்டபோது பழங்குடிகளின் மொழிகளோ பண்பாடோ கவனத்தில் எடுத்துக்கொள்ளப்படவே யில்லை. அதனால் ஒரே பழங்குடி இரண்டு அல்லது மூன்று நான்கு மாநிலங்களில் வாழ்வோராகப் பிரிக்கப்பட்டு வெவ்வேறு ஆட்சி யமைப்பின் கீழ் வாழ வேண்டிய கட்டாயத்திற்கு ஆளாயினர். இந்தியாவின் வட மேற்குப் பகுதியில் வாழும் மிகப்பெரும் பூர்வ திராவிடப் பழங்குடியான பில்லர் (வில் ஆயுதம் கொண்டிருந்ததால் வில்லர்கள் என அழைக்கப்பட்டுப் பின்னர் பில்லர்கள் ஆயினர்.) மொழிவாரி பிரிவுக்குப் பின் ராஜஸ்தான், குஜராத், மத்தியப் பிரதேசம், மகாராட்டிரம் ஆகிய நான்கு மாநிலங்களிடையே பிரிந்து போய் விட்டார்கள்.

இவ்வாறே நடு இந்தியப் பகுதியில் பூர்வ காலம் தொட்டு திராவிட மொழி பேசி வாழ்ந்து வரும் கோண்டுப் பழங்குடியினர், பல மாநிலத்திற்குரியவர்களாகப் பிரிக்கப்பட்டனர். இவ்வாறே நடு திராவிட மொழிகளான கூய், கோலாமி, கோண்டி, பர்ஜி, கோயா ஆகிய மொழியினர் மத்திய இந்தியாவில் பல மாநிலங்களில் பிரிந்து காணப்படுகின்றார்கள்.

மேலும் வடக்கு ஓரிசா, பீகார், மேற்குவங்கம் ஆகிய மாநிலங்களில் வட திராவிட மொழி பேசும் குருக், ஓராவ்ன், மால்டோ ஆகிய பழங்குடியினர் காணப்படுகின்றார்கள். ஏன் மேற்குத் தொடர்ச்சி மலையிலுங்கூட காடர், இருளர், குறும்பர், முதுவர், பணியர், காட்டுநாயக்கர் போன்ற பழங்குடிகள் தமிழகப் பழங்குடிகளாகவும், கேரளப் பழங்குடிகளாகவும் பாகுபட்டு நிற்கின்றார்கள். கொண்ட ரெட்டி, இருளர், கம்மாரா பழங்குடியினர் தமிழகம், கேரளம், கர்நாடகம், ஆந்திரம் ஆகிய நான்கு மாநிலங்களிலும் பரவிக் காணப் படுகிறார்கள்.

இந்நிலையில் ஒத்த சமூக, பண்பாட்டு ஒருங்கிணைப்புடன் இருந்தவர்கள் மெல்ல, மெல்ல ஒன்றுக்கும் மேற்பட்ட மாநில நிர்வாக அமைப்பின் கீழ் வாழவேண்டியவர்களாய் மாற்றம் பெற்றார்கள். ஆனால் மைய நீரோட்டத்திற்குரிய தமிழ், தெலுங்கு, கன்னடம், மலையாளம் பேசும் மக்கள் பெரும்பாலும் சிந்தாமல் சிதறாமல் மொழிவாரி மாநிலத்தவராகப் பாகுபடுத்தப்பட்டார்கள்.

இத்தகு நிலையில் பழங்குடிகளின் மொழிநிலை கவனத்திற்குரியது. பல பழங்குடிகள் மாற்றத்தின் பெயரால், வளர்ச்சி எனும் பெயரால் அந்தந்த மாநில மொழிகளைக் கற்க வேண்டியவர்களாக மாறினர். இதனால் இன்று இருமொழி வழக்கையும், பன்மொழி வழக்கையும் கொண்டுள்ளார்கள். நீலகிரியில் வாழும் பழங்குடிகளிலேயே அதிக அளவில் பன்மொழியாளர்களாக இருப்பவர்கள் கோத்தர்களே. இவர்கள் தொதுவம், படுகம், தமிழ், கன்னடம், ஆங்கிலம் (படித்தவர்கள் மட்டும்) ஆகிய மொழிகளைப் பேசுகிறார்கள். பழங்குடிகள் விளிம்பு நிலை மக்களாகிவிட்டனர். அவர்களின் அடையாளம் இன்று பெரும் பொருட்டல்ல என்னுமளவிற்கு அவர்களின் இன, மொழி அடை யாளங்கள் சிதறுண்டு நிற்கின்றன.

பருநிலை அடையாளச் சிக்கல்கள்

மேற்கூறிய பெயர் சார்ந்த அடையாளச் சிக்கல்கள் அனைத்தும் பழங்குடிகளைச் சுற்றியுள்ள அண்டைய மக்களாலும் அரசு நிர்வாகத் தாலும் உருவாக்கப்பட்டவை.

இத்தகைய அடையாளச் சிக்கல்கள் ஒருபுறமிருக்க, பழங்குடிகள் அனைவரையும் ஒன்றுபடுத்திப் பருநிலையில் அடையாளம் காணும் போக்கில் பல்வேறு வகைப்பட்ட கருத்தாடல்கள் நிகழ்ந்துள்ளன. இந்தியாவில் பழங்குடிகளின் வரலாறு என்பதே அவர்களுக்கு ஏற்பட்ட தீங்குகளும் அவற்றை எதிர்கொண்ட போராட்டங்களுமாகவே அறிய

முடிகிறது (நார்ஸ்ட்ராம் - சுரேந்திரா 2009: 1). மேலைப்புலத்தார் இங்கு வரத் தொடங்கியதிலிருந்து அரசியல் சாசனச் சட்டம் இயற்றப் பட்டது ஊடாக இன்றுவரை அத்தகு கருத்தாடல்கள் தொடர்ந்து கொண்டேயுள்ளன.

இந்தியாவிற்கு வந்த வணிகர்கள், மத போதகர்கள் தொடங்கி காலனிய அதிகாரிகள் வரை பழங்குடிகளைப் பலவாறு அடையாளப் படுத்தினார்கள். நாகரிகமற்றவர்கள் (uncivilized), காட்டுமிராண்டி (barbarians), மறைந்துகொண்டிருக்கும் பழங்குடி (vanishing tribe), படிப்பறிவுக்கு முந்தையோர் (preliterate), அற்றுப்போய்க் கொண் டிருக்கும் இனம் (dying race), தனிக்கொட்டிலில் வைத்துக் கொழுக்க வைக்கப்பட்டவர்கள் (stall-fed), ஆவிவழிபாட்டினர் (animists), மலை வாசிகள் - காட்டுவாசிகள் (hill & forest dwellers), தொல்பழங்குடி (primitive tribe) என்றெல்லாம் பலவாறாக அடையாளப்படுத்தினார்கள். இத்தகைய அடையாளங்கள் எல்லாம் ஐரோப்பியர்கள் உயர்ந்தவர்கள்; பழங்குடி மக்கள் அடிமட்டத்தில் உள்ளவர்கள் என்னும் இன உயர்வுவாதத்தின் (ethnocentrism) அடிப்படையில் எழுந்தவையாகும். ஐரோப்பியர்களின் பாதுகாப்பில் இவர்களெல்லாம் வளரவேண்டிய வர்கள் (White man's burden) என்றுகூட அவர்கள் அறைகூவல் விடுத்தனர்.

காலனிய காலத்தில் நன்கு படித்துப் பட்டம் பெற்ற, பயிற்சி பெற்ற ஆங்கில அதிகாரிகள் இந்தியா முழுதும் ஏராளமான இனவரைவியல் பதிவுகளைச் செய்தார்கள். அவர்களுடைய இனவரைவியல் எழுத்துக் களில்கூட உயர்வுவாதச் சிந்தனை குறையவில்லை. ஆதிக்குடிகள் (aborigines) என்றும், பழங்குடி (tribe) என்றும், மலையகப் பழங்குடி (hill tribe) என்றும் எழுதினார்கள். இவர்களைத் தொடர்ந்து தொடக்ககால இந்திய அறிஞர்களும்கூட பல்வேறு வகையில் பழங்குடிகளை அடையாளப்படுத்தினார்கள்.

சமூகவியல் அறிஞர் குர்யே தொல்குடி எனக் கருதப்படுபவர்கள் (so-called aborigines), பின்தங்கிய இந்துக்கள் (backward Hindus) என்றும், பால்கே இனச் சிறுபான்மையினர் (ethnic minorities) என்றும், சென்குப்தா நான்காம் உலகம் (fourth world) என்றும், தேசாய் மாறிவரும் பழங்குடிகள் (tribes in transition) என்றும் எழுதினார்கள். வடஇந்தியாவில் 'ஆதிவாசி' எனும் பொதுவழக்குப் பரவலாக இருந்த வேளையில் மகாத்மா காந்தி இவர்களை 'கிரிஜன்' என அடையாளப்படுத்தினார். ஆனால் அரசியல் அமைப்புச் சட்டத்தை உருவாக்கிய அண்ணல் அம்பேத்கர் 'அட்டவணைப் பழங்குடி' (Scheduled tribe) என்று வரையறை செய்தார்.

இந்தியாவில் இவ்வாறான வரையறை நிலவ, ஐக்கிய நாடுகள் சபையானது (UNO) உலகனைத்தும் உள்ள பழங்குடிகளை எல்லாம் 'பூர்வகுடி' (indigenous people) என்று அடையாளங் காணப்பட வேண்டுமென்று பரிந்துரைத்துள்ளது. 1997 ஆம் ஆண்டை உலகப் பூர்வகுடிகளின் ஆண்டாகவும் கொண்டாடியது. அதற்குக் காரணம் பூர்வகுடிகள் மட்டும் வாழ்ந்து கொண்டிருந்த புதிய உலகை (அமெரிக்கா) கொலம்பஸ் கண்டுபிடித்து 500 ஆண்டுகள் நிறைவடைவதைக் கொண்டாடுவதற்காக ஆகும்.

ஐ.நா.வின் பிரகடனத்திற்குப் பின் 'பூர்வகுடி' என்னும் வழக்கைப் பழங்குடி எனும் வழக்குக்கு மாற்றாக ஏற்றுக்கொள்ள வேண்டிய நிலை ஏற்பட்டுள்ளது.

பழங்குடிகளின் அடையாளம் எவ்வாறெல்லாம் பேசப்பட்டுள்ளது, அடையாளப்படுத்தப்பட்டுள்ளது என்பதை அறியும்முகமாக சில குறிப்புகள் இங்கு முன்வைக்கப்பட்டுள்ளன. இவை பற்றி இனி நாம் சிந்திக்க வேண்டியவர்களாய், செயல்பட வேண்டியவர்களாய் இருக்கிறோம்.

5

இந்தியாவில் ஆரியமும் திராவிடமும்: வரலாற்றோடு வளர்ந்த பண்பாட்டு வரலாறு

இந்தியாவில் பண்பாட்டு மரபுகள்

மானிட இனத்தின் பண்பாட்டுப் படிமலர்ச்சியைப் பேசும்போதெல்லாம் இந்தியத் தீபகற்பப் பகுதி ஒரு முதன்மையான இடத்தைப் பெறுகின்றது. மிகப் பழமையான மண்ணியல் காலம் எனக் கருதத்தக்க ஆர்க்கியன் காலத்தில் தோன்றிய இப்பகுதியில் பழங்கற்காலம் முதல் இன்றுவரை பண்பாட்டுத் தொடர்ச்சி காணப்படுவது இப்பகுதிக்கான தனித் தன்மைகளுள் ஒன்று. அதோடு புதிய கண்டங்களையும் நிலப்பகுதி களையும் கண்டுபிடிக்கும் முயற்சிகளுக்கு முன்னரே பழைய உலகப் பகுதிகளில் தோன்றிய முதன்மையான நாகரிகங்களுள் ஒன்றாகிய சிந்துவெளி நாகரிகம் இப்பகுதியில் உயர்நிலையில் இருந்தது.

இந்நீண்ட பண்பாட்டுக் காலகட்டத்தில் இம்மண்ணுக்கான திணைப் பண்பாடுகளின் அறுபடாத் தொடர்ச்சியும் அயற்பண்பாடு களின் பரவலும், இவற்றிற்கிடையிலான கொண்டு கொடுத்தலும் நிகழ்ந்துள்ளன. திணைப் பண்பாடுகளாலும் அயற்பண்பாடுகளாலும் பல நூற்றாண்டுக் காலம் தொடர்ந்து நிலவிய பன்மைப் பண்பாட்டுச் சூழல் இன்றைய இந்தியப் பகுதியின் பண்பாட்டு அமைவிற்கு அடித்தளமாய் அமைந்துள்ளது.

இந்தப் பன்மைப் பண்பாட்டுச் சூழலில் இந்தியாவில் திராவிடம், இந்திய ஆரியம் (Indo-Aryan), ஆஸ்திரிய ஆசியம் (Austro-Asiatic), திபேத்தியப் பர்மியம் (Tibeto-Burman) எனும் நான்கு மொழிக் குடும்பங்கள் உள்ளன. இந்த நான்கு மொழிக் குடும்பங்களைச் சேர்ந்த மக்கள் வெவ்வேறு வகையான பண்பாட்டு மூலங்களைக் கொண்ட வர்கள். இந்தப் பண்பாட்டு மூலங்கள் யாவும் நீண்ட நெடிய வரலாற்றுக் காலத்தினூடே கட்டமைக்கப்பட்டு இன்றும் தொடர்ந்து வருவதால் இவற்றைத் தாமஸ் ட்ரவுட்மன் போன்ற அறிஞர்கள்

‘வரலாற்றுக் கட்டமைவுகள்’ (historical constructs) என்கிறார்கள். ஆகையால் இந்த வரலாற்றுக் கட்டமைவுகளை வரலாற்று ரீதியாக அறிவதால் மட்டுமே இந்தியத் துணைக்கண்டத்தில் ஏற்பட்டு வந்துள்ள நான்கு பெரும் பண்பாட்டு மரபுகளைப் புரிந்துகொள்ள முடியும்.

இவ்வியலில் திராவிடம், ஆரியம் எனும் இரண்டு மரபுகளுக் கிடையே வரலாறு உருவாக்கித் தந்த வேறுபாடுகளை அறிய முற்படுவோம். எந்தவொரு மரபையும் நுட்பமாகவும் ஆழமாகவும் அறிந்துகொள்ளுதல் என்பது மிக விரிவான புரிதலை நோக்கிய ஒன்றாகும். அதனால் அம்மரபில் ஏதாவது ஒரு தளத்தை முதன்மைப் படுத்தி ஆராய்வது என்பது தவிர்க்க இயலாததாகும். இந்நிலையில் திருமணம் என்னும் நிறுவனத்தை மட்டும் இங்கு ஆய்வுக்குட்படுத்தி இவ்விரண்டு மரபுகளின் தனித்துவங்களைக் காண்போம்.

ஆரிய மரபு

ஆரிய மரபென்பது பிராமணருக்குரியது என்பது முழுமையற்ற கருத்தாகும். உண்மையில் இந்தியாவிற்குள் நுழைந்து இங்குக் குடி யமர்ந்த பல்வேறு சமூகத்தாரும் ஏற்றுக்கொண்ட மரபையே ‘ஆரிய மரபு’ எனக் கொள்ளவேண்டும். இன்று வட இந்தியாவில் வாழும் பெருவாரியான சமூகங்களில் காணக்கூடிய மரபாக இது உள்ளது. இந்தத் துணைக் கண்டத்தின் திருமண முறைகளை ஆராயும்போது, வட இந்திய ஆரிய மரபானது தென்னிந்தியப் பகுதியில் வாழும் திராவிட மரபிலிருந்து பல தனித்தன்மைகளைக் கொண்டுள்ளது (துய்மோன் 1993; கார்வே 1990; ட்ரவுட்மன் 1974, 1981; இன்னும் பிறர்).

வட இந்தியாவில் சாதி இந்துக்களிடம் பெரும் வழக்காக இருக்கும் திருமண முறை ‘உயர்குலத் திருமணம்’ (hypergamy) ஆகும். இவ்வகைத் திருமண முறை தென்னிந்தியப் பகுதியில் பெருவழக்காக இல்லாததால் இதன் அடிப்படையைத் தெளிவுபடுத்திக்கொள்ளுதல் வேண்டும்.

இந்தியா முழுவதிலும் ஒவ்வொரு சாதியும் பல கால்வழிக் குழுக்களாகப் பிரிகின்றன. இரத்த உறவையும் கால்வழித் தொடர்ச்சி யையும் குறிக்கும் இக்குழுக்கள் குலம், கோத்திரம், கொத்து, கிளை, கூட்டம், பரம்பரை, வகையறா, வம்சாவளி, இல்லம், கரை போன்ற பொருளை உணர்த்தும் பல சொற்களால் குறிக்கப்படுகின்றன.

தென்னிந்தியப் பகுதியில் ஒரு சாதிக்குள் காணப்படும் இக்கால்வழிக் குழுக்களுக்கிடையே எவ்வித உயர்வு தாழ்வும் இல்லை. அனைத்துமே சம தகுதியானவை. ஆனால் வட இந்தியாவில் இக்கால்வழிக் குழுக்கள் உயர்வு, தாழ்வு அடிப்படையில் சாதி அடுக்கு போன்று ஒரு படிநிலையில்

அமைகின்றன. இதனால், இக்கால்வழிக் குழுக்கள் பெண் கொடுத்தல், எடுத்தலில் ஒரு வரையறைக்குட்பட்ட படிநிலையைக் காட்டு கின்றன. இவ்வரையறையின்படி பெண்ணை உயர்குலத்தைச் சேர்ந்த மணமகனுக்குக் கொடுக்கவேண்டும். இதனை வேறு வகையில் சொல்ல வேண்டுமானால் பெண்ணெடுக்கும்போது அவளைக் கீழ்க் குலத்திலிருந்து எடுக்க வேண்டும்; பெண் கொடுக்கும்போது, அவளை உயர்குலத்திற்குக் கொடுக்கவேண்டும் (இண்டன் 1976; கார்வே 1990; போக்காக் 1954; சூர் 1973).

அடுத்து, இந்த உயர்குலத் திருமண முறையில் மேலும் பல விதிமுறைகள் பின்பற்றப்படுகின்றன. இவை பல்வேறு சாதிகளிடம் வெவ்வேறு வடிவங்களில் வெளிப்படுகின்றன. பிராமணர்களில் எந்த ஒருவரும் அவர்களின் தந்தைக் கால்வழியோடு தொடர்புடைய கோத்திரங்களில் திருமணம் செய்யக்கூடாது. இந்தப் பொதுவான விதியைத் தொடர்ந்து 'சபிண்ட' எனப்படும் நெருங்கிய உறவுள்ளவர் களுடன் திருமணம் செய்துகொள்ளக்கூடாது. இங்கு நெருங்கிய உறவு என்ற வரையறை தந்தை வழியில் ஏழு வரிசை வரையிலும், தாய்வழியில் ஐந்து வரிசை வரையிலும் அமையும் உறவினர்களைக் குறிக்கும். இவ்வகையான சபிண்ட உறவுள்ளவர்களுடன் திருமணம் செய்து கொள்ளக்கூடாது (சூர் 1973: 59-63). பிராமணர்கள் ஏழு கோத்திர விதியையும் ஐந்து கோத்திர விதியையும் பின்பற்றுகிறார்கள்.

பிராமணர்களுக்கடுத்துத் தெற்குப் பஞ்சாப் முதல் தில்லி, வடக்கு ராஜபுதனம் வரை பரவி வாழும் வேளாண் சாதியாகிய ஜாட்டுகள் 'நான்கு கோத்திர விதி' யைப் பின்பற்றுகிறார்கள். இவ்விதியின்படி தன் சொந்த தந்தையின் கோத்திரத்திலிருந்து பெண் எடுக்கக் கூடாது. அடுத்து, தாதியின் கோத்திரத்திலிருந்தும் (தந்தையின் தாய் கோத்திரம்) தாயின் தாய் கோத்திரத்திலிருந்தும் எடுக்கக்கூடாது. இந்த நான்கு கோத்திரங்களைத் தாண்டி பெண் எடுக்கவேண்டும். ஆதிக்கச் சாதியாக விளங்கும் ஜாட்டுகள் பின்பற்றும் இந்த நான்கு கோத்திர விதியைப் பல சாதியாரும் பின்பற்றுகிறார்கள் (கார்வே 1990: 120-124).

இந்த நான்கு கோத்திர விதியானது பிராமணர்களின் பழைய சபிண்ட விதியின் தழுவலாக வந்ததா அல்லது ஆரியர்கள் அல்லாத ஆஸ்திரிய - ஆசிய மொழி பேசும் பண்டைய இந்தியர்களின் திருமண முறையை ஆரியர்கள் தழுவியதால் பரவியதா என்பதை மிகத் துல்லிய மாக நிறுவ இயலவில்லை என இந்திய உறவு முறையை மிக விரிவாக ஆராய்ந்த ஐராவதி கார்வே (1990: 123) கூறுகிறார். எவ்வாறிருப்பினும் ஆஸ்திரிய - ஆசிய மொழி பேசும் மக்களின் பண்பாட்டுப் பாதிப்பு

ஆரியர்களிடம் ஏற்பட்டது என்பதை ஊகிக்க முடிகிறது என்கிறார் கார்வே (மேலது: 123).

நான்கு கோத்திரம் விதியினையடுத்து மூன்று கோத்திர விதியும் சில சாதிகளிடம் பரவலாக உள்ளது. மிகச் சில சாதிகளிடம் ஒரு கோத்திர விதியும் காணப்படுகிறது. இவ்விதிகள் மேற்கூறிய நான்கு கோத்திர விதிக்கு முரணானது என்றோ, அதனை வலுவிழக்கச் செய்யும் மாற்று விதிகள் என்றோ கருதுதல் கூடாது. இவ்விதிகள், தந்தை/தாய் வழியிலும் அவர்களின் பெற்றோர்கள் வழி அமையும் நேர் கால்வழிகளில் திருமணம் செய்யக்கூடாது என்ற நான்கு கோத்திர விதியைச் சற்று தளர்த்தி தந்தை, தாய் வழியில் முறையே மூன்று / ஒன்று என்ற வரிசையில் அமையும் எந்த ஒரு கால்வழி உறவுடனும் மணம் செய்யக் கூடாது என்பதோடு, தாயின் சகோதரி குடும்பத்தாருடனும், அதுபோலத் தந்தையின் சகோதரியின் குடும்பத்தாருடனும் மணஉறவு கொள்ளக் கூடாது என வலியுறுத்துகின்றன.

சுருக்கமாகச் சொல்வதாயின் இவ்விதிகள் நான்கு கோத்திர விதியைப் போல் கால்வழி வரிசைகளை முன் வைக்காமல் நேரடியாகத் தாய்வழி, தந்தைவழி அமையும் உறவுக் குடும்பங்களைச் சேர்ந்தோரை மணப்பதைப் புறக்கணிக்கின்றன. உயர்குலத் திருமண விதிகள் தென்னிந்தியச் சாதிகளைப் போன்று தாய்மாமனையோ தாய்மாமன் மகளையோ, மகனையோ (MBD/MBS) அத்தை மகளையோ, மகனையோ (FZD/FZS), சொந்த அக்காள் மகளையோ (eZD) திருமணம் செய்வதைத் தடுக்கின்றன.

ஆரிய மரபில் அடுத்துப் பின்பற்றப்படும் மிக முக்கியமான விதி, 'கிராமப் புறமணம்' (village exogamy) ஆகும். கிராமப் புறமணம் என்பது ஒரு கிராமத்தைச் சேர்ந்தோர் அதே கிராமத்தில் உள்ளவரைத் திருமணம் செய்துகொள்ளக்கூடாது எனத் தடுக்கிறது. வேற்றுக் குலத்தவராகவும், நான்கு கோத்திர விதிக்கு அப்பால் நிற்கும் குலத்தவராகவும் இருந்தாலும்கூட ஒருவர் அதே கிராமத்தைச் சேர்ந்த எவரையும் மணம் செய்துகொள்ளக்கூடாது. பிராமணர்கள் உள்ளிட்ட பல சாதியாரும் கிராமப் புறமணத்தைக் கடைபிடிக்கின்றனர். உத்திரப்பிரதேசத்தில் களப்பணி செய்த சிகாகோ மானிடவியல் பேராசிரியர் மக்கிம் மேரியாத் ஆய்வுசெய்த போது ஒரு கிராமத்தைச் சேர்ந்தவர்கள் ஆறு கிராமம் தள்ளிதான் மணத்துணையைத் தேர்வு செய்தார்களாம் (1960: 111-12). அதோடு ஒரு கிராமத்தாருடன் மணவுறவு ஏற்படுத்திக்கொண்டால் அங்கு இரண்டு தலைமுறை வரை மணவுறவு ஏற்படுத்திக்கொள்ள மாட்டார்களாம்.

ஜாட்டுகளிடமும் பிராமணர்களிடமும் பிற சாதிகளிடமும் காணப்படும் உயர்குலத் திருமணமுறை மற்றுமொரு வடஇந்திய ஆதிக்கச் சாதியாக விளங்கும் ராஜபுத்திரர்களிடமும் காணப்படுகிறது. ராஜஸ்தானின் பூர்விகக் குடிகளான இவர்கள் இடைக்காலத்தில் வடஇந்தியா முழுவதிலும் பரவியபோது குலப் படிநிலையை அடிப் படையாகக் கொண்ட உயர்குல மணமுறையானது 'இடம் சார்ந்த உயர்குல மணமுறை'யாகவும் (regional hypergamy) மாறத் தலைப்பட்டது.

இவர்கள் புலம்பெயர்ந்த இடங்களில் பிறசாதியினருடன் கலந்து வாழ நேர்ந்ததால் கிழக்குத் திசைக்குச் சென்றவர்கள் தாழ்ந்த குலத்தவர்களாகவும் மேற்குப் புலத்தில் குடியமர்ந்தவர்கள் உயர்குலத் தவர்களாகவும் பெயர்பெற்றனர். இதனால் கங்கைச் சமவெளி ராஜபுத்திரர்களிடம் கிழக்குப் புலக் கிராமத்தவர்கள் பெண் கொடுக்கும் வகையிலும் மேற்குப்புலத்தவர்கள் மாப்பிள்ளை கொடுக்கும் வகை யிலும் அமைந்தனர் (கார்வே *1990: 169*). இவ்வாறான இடம் சார்ந்த உயர்குல மணமுறையைக் கொண்டுள்ளவர்களுக்கு குஜராத்தில் சரோத்தார் பகுதியில் வாழும் பாட்டிதார் சாதியினரும் சூரத் பகுதியில் வாழும் ஔதிக், அனாவில் பிராமணர்களும் சிறந்த எடுத்துக்காட்டுகளாக உள்ளனர்.

வட இந்தியாவில் விளிம்பு நிலைச் சாதியரால் பின்பற்றப்படும் கீழ்க்குல மணம் (hypogamy) உள்ளிட்ட இன்னும் சில மணமுறைகள் இங்கு விவாதிக்கப்பெறவில்லை. ஆரிய, திராவிட மரபுகளை ஒப்பிட்டுப் புரிந்துகொள்வதற்கு இவை தடையாக அமையாது. எனினும் இம் மரபு ஏற்படுத்தியுள்ள குடும்ப முறையும் சமூக அமைப்பும் அடிப்படையிலேயே ஆண் மையம் சார்ந்தும், தந்தைத் தலைமையை மேம்படுத்தியும் வந்துள்ளதை ஒரு முக்கிய அடிக்கருத்தாக நாம் மனதில்கொள்ள வேண்டும். பிராமணர்களின் வாழ்க்கை வட்டச் சடங்குகளையும் அவர்கள் மற்றவர்களுக்குச் செய்யும் சடங்குகளின் போது கூறும் மந்திரங்களையும் கவனித்தால் அவை ஆண் வாரிசை நோக்கிய விழைவைக் காட்டுகின்றன. உண்மையிலேயே கூர்மை மிகுந்த ஆண் மையச் சமூக விழைவைக் காட்டும் மரபாக அம்மரபு காணப்படுகிறது.

திராவிடர் மரபு

தென்னிந்தியச் சாதிகளின் திருமண முறைகள் வடபுல மரபிலிருந்து விலகி அடிப்படையிலேயே அமைப்பு (structural) முறையிலான மாற்றங்களைக் காட்டுகின்றன. இவை இப்பகுதிக்கான தனித்துவமாகும். தென்னிந்திய இந்துச் சாதிகளின் திருமண முறைகள் வட இந்தியாவில் வாழும் ஆரியர்களின் திருமண முறைக்கு நேர்மாறாக உள்ளன. இங்கு

நெருங்கிய உறவுக்குள் மணம் செய்யும் 'உறவுத் திருமணம்' அல்லது 'முறை மணம்' (cross-cousin marriage) விரும்பத்தக்க மணமுறையாக (preferential marriage) உள்ளது.

தென்னிந்தியப் பகுதி முழுவதையும் ஆய்வுக்குட்படுத்திய ஐராவதி கார்வே *(1990)* முடிவின்படி இப்பகுதியில் காணப்படும் முதன்மையான விரும்பத்தக்க மணஉறவுகளில் முதல் விருப்பமாக இருப்பது அக்காள் மகளைத் திருமணம் செய்வதாகும். அதற்கடுத்துத் தந்தையின் சகோதரியின் (அத்தை) மகளைத் (FZD) திருமணம் செய்வது இரண்டாவது விருப்பமாகும். இறுதியாகத் தாய்மாமன் மகளைத் (MBD) திருமணம் செய்வது மூன்றாவது விருப்பமாகும். பிற்காலத்தில் மேற்கொள்ளப் பட்ட ஆய்வு முடிவுகளின்படி தாய்மாமன் மகளை மணப்பதே திராவிட மரபில் முதல் விருப்பமாக உள்ளது.

இந்த மூன்று வகையான திருமணமுறைகளும் அடிப்படையில் 'முறைமணத்'தை (cross-cousin marriage) மையமாகக் கொண்டதாகும். இதன் சமூகப் பரிமாணம் நீண்ட காலகட்டத்தில் சில தனித்தன்மைகளை ஏற்றுக்கொண்டன. தென்னிந்தியப் பகுதியில் இன்றைய நிலையில் பின்வரும் மூன்று வகையான முறைமணங்கள் நிகழ்கின்றன:

1. **இருவழி முறைமணம்** (bilateral-cross cousin marriage): தந்தை வழியில் அத்தை மகளையும், தாய் வழியில் தாய்மாமன் மகளையும் மணந்துகொள்ளுதல். இருவழியினருமே விரும்பத் தக்க மணத்துணையாக அமைகின்றனர்.
2. **தந்தை வழி முறைமணம்** (patrilateral cross-cousin marriage): தந்தையின் சகோதரியின் மகளை (FZD) மட்டும் மணந்து கொள்ளுதல்.
3. **தாய்வழி முறைமணம்** (matrilateral cross-cousin marriage): தாய்மாமன் மகளை (MBD) மட்டும் மணந்துகொள்ளுதல்.
4. **அக்காள் மகளை மணக்கும் முறை** (elder sister's daughter marriage): இதனை மேற்கூறிய தந்தைவழி முறைமணத்தின் விரிவாக்கமாகவும் கொள்ளலாம். இத்திருமணத்தில் மணமகன் ஒரு தலைமுறையைச் சேர்ந்தவராகவும் மணப்பெண் அவனுக்குக் கீழ் உள்ள தலைமுறையைச் சேர்ந்தவளாகவும் அமைவதால் இத்திருமணம் தலைமுறையிடைத் திருமணமாக (inter-generational marriage) அமைகிறது. இந்த மாமன் - மருமகள் திருமணம் பல சாதிகளிடையே காணப்பட்டாலும் அக்காள் மகளை மணத்தலே ஏற்புடையது. தங்கையின் மகளை யாரும் மணப்பதில்லை.

மேற்கூறிய முறைமணங்களால் அமையும் உறவுக் கூட்டத்தின் கட்டமைப்பும் மணப்பெண்களைப் பரிமாறிக்கொள்ளும் முறையும் சில தனித்தன்மைகளைக் கொண்டுள்ளன. இருவழி முறைமணத்தில் ஒரே தலைமுறையில் இருவீட்டாரும் ஒரே திருமண நிகழ்ச்சியில் கூட நேரடியாக மணப்பெண்களைக் கொண்டு கொடுத்து உறவு கொள்ளலாம். இவ்வகையான நேரடி கொண்டு கொடுத்தல் மற்ற இரண்டு முறைகளில் அமையாது. அங்குச் சுற்றுவழி கொண்டு கொடுத்தல் நிகழ்கிறது. அதாவது, இந்தத் தலைமுறையில் பெண் கொடுத்து அடுத்த தலைமுறையில் அங்கிருந்து பெண் எடுத்துக் கொள்ளலாம். இதனையொட்டிய பிற சமூக உறவுகளின் அமைப்பியல்பு களை நோக்குவது ஆரியம் திராவிடம் ஒப்பீட்டுக்கு வெளியே சென்று விடும். ஆகையால் தென்னிந்தியப் பகுதியின் பிற முதன்மையான திருமண விதிகளை இங்குக் காண்போம்.

மேற்குறிப்பிட்ட முறைமணம் எல்லாச் சூழல்களிலும் நிகழும் என்று கூறமுடியாது. முறைமக்கள் இல்லாதபோதோ வேறு சில காரணங்கள் முன்னிலை பெறும்போதோ நெருங்கிய உறவு வட்டத்திற்கு வெளியே மணத்துணை தேடப்படுகிறது. நெருங்கிய உறவுக்குள் திருமணம் செய்தாலும் சரி, வெளியே தேடினாலும் சரி, தென்னிந்திய இந்துச் சாதிகளின் திருமணமுறையில் ஒரு முதன்மையான விதி பின்பற்றப் படுகிறது. அது மணமகன் தன் சொந்த வகையறா, பரம்பரை, கரை, கூட்டம் எனச் சொல்லக்கூடிய கால்வழியில் திருமணம் செய்யக்கூடாது என்பதாகும். ஆகவே திராவிட மரபில் கால்வழிப் புறமணம் (clan or lineage exogamy) என்பது குறைந்தபட்ச விதியாகவும் எல்லோரும் பின்பற்றுகின்ற ஒரு முதன்மையான விதியாகவும் உள்ளது. திராவிட மரபில் 'கிராம அகமணம்' (village endogamy) ஏற்புடையதே. வட இந்தியாவில் காணப்படுவது போன்று சொந்த ஊருக்குள்ளேயே மணத்துணையைத் தேடத் தடையில்லை. கிராமத்திற்குள்ளேயும் மணத்துணையைத் தேடலாம்.

ஆரிய மரபும் திராவிட மரபும்

வட இந்தியாவில் உயர்குல மணமுறையில் சாதிகளின் உட்பிரிவுகளாக விளங்கும் குலங்கள்/ கோத்திரங்கள் ஒரு படிநிலையில் அமைந்து அவற்றிற்குள் உயர்வு/ தாழ்வு என்று வரிசைப்படுகின்றன. இவ்வரிசையில் பெண் கொடுக்கும் போது அவளை உயர்குலத்திற்குக் கொடுக்க வேண்டும் என்ற விதி கட்டாயமானது. இந்நிலையில் பெண்கள் ஏறுமுக வரிசை என்ற ஒரு திசையில் மட்டுமே கொடுக்கப்படுகின்றனர். இந்த ஒரு திசைப் போக்கில் பெண் கொடுத்தல் என்ற விதியின்

காரணமாகப் 'பெண் கொடுப்போர்' தகுதி குறைந்த குழுவினராகவும் 'பெண் எடுப்போர்' தகுதி உயர்ந்த குழுவினராகவும் படிநிலைப் படுகின்றனர். வட இந்தியச் சமூக அசைவியக்கத்தில் இதுவொரு மிக முக்கிய கூறாகச் செயல்படுகிறது.

உயர்குல மணமுறையானது பல தலைமுறைகளுக்குத் தொடரும் பொழுது சமச்சீரற்ற ஒருவழிப் போக்குடைய (asymmetrical) மணவுறவை வலுப்படுத்தும். மணப்பெண் கீழிருந்து உயர்குலத்திற்குச் செல்லுதல் எனும் நிகழ்வில் பெண் ஒரே திசையில் செல்வதால் கடைசியிலுள்ள மேற்குலத்தைச் சேர்ந்தவர்கள் பெண் கொடுப்பதற்கு இயலாது. ஏனெனில் அவர்களை விடவும் உயர்ந்த குலம் அங்கிருக்காது. இதன் விளைவாகப் பெண் குழந்தைக் கொலை, பல மனைவி மணம் (பலதாரம்), முதிர்கன்னியாகவே இருக்க வேண்டிய கட்டாயம் ஆகியவை ஏற்படுகின்றன.

உயர்குலத்திற்கு இவ்வகையான சிக்கல்கள் தோன்றுகின்றன என்றால் குல வரிசையில் கீழ்நிலையில் உள்ளவர்களுக்குப் பெண் கிடைப்பது அரிதாக உள்ளது. ஆக குலவரிசையில் மேல்நிலையில் உள்ளவர்களுக்குப் பெண்கள் தேங்குவதும், கீழ்நிலையில் உள்ளவர்களுக்குப் பெண்கள் பற்றாக்குறை ஏற்படுவதும் நிகழ்கின்றன.

வட இந்தியாவில் *காங்கரா மாவட்டத்தின் சாதியமைப்பும் உறவு முறையும்* (Caste and Kinship in Kangra, 1979) என்னும் ஆய்வில் ஜொனாதன் பேரி இச்சிக்கலை ஆராய்கிறார். இவ்வாறான சிக்கல் ஏற்படும்போது மேற்குலத்தவரும், மிகவும் கீழ்நிலையில உள்ள குலத்தவரும் உயர்குல மணமுறை எனும் எல்லையைத் தற்காலிகமாக உடைத்துவிட்டு ஓரளவு சமத்தகுதி உள்ளவர்களுடன் திருமணம் செய்யும் முறையை (isogamy) ஏற்கின்றனர். இது ஒரு தற்காலிகமான முறை என்றும், இவ்வாறான முறைகூட ஒரு கால எல்லைக்குப் பின்னர் உயர்குல மணக் கட்டுக்கோப்புக்குள் நுழைந்து மீண்டும் ஏறுமுக வரிசையில் பெண் கொடுக்கும் சமச்சீரற்ற மணமுறையைத் தழுவிக்கொள்கிறது என்றும் ஜொனாதன் பேரி கூறுகின்றார். இந்நிலையில் சமதகுதியாளருடன் திருமணம் செய்துகொள்ளும் முறை உயர்குல மணமுறையின் சுழற்சித் தளத்தில் ஒரு தற்காலிகமான நிலைமாற்றமாக அமைகிறது என்பதை விரிவாக விளக்குகின்றார்.

ஆரிய மரபில் உயிர் மூச்சாகக் கருதப்படும் உயர்குல மணமுறையில் பெண்ணை உயர்குலத்திற்குக் கொடுப்பது என்பது கட்டாயமான திருமண விதி மட்டுமல்ல பாக்கியமும்கூட. இறுக்கமான தந்தைவழி அமைப்புடைய இவ்வகைச் சமூகத்தில் உயர்குலத்துப் பிறப்புடைய

ஒரு மணமகனுடன் தன் மகளைச் சேர்ப்பது என்பது பெண்ணைப் பெற்றோர்க்கு மட்டுமன்று அவர்கள் குலத்திற்கே பெருமையாகும். அதனால்தான் எவ்விதக் கைம்மாறும் பாராமல் பெண்ணை உயர் குலத்தவர்களுக்குத் தானமாகக் கொடுக்கிறார்கள். நல்ல குலமும், நல்ல குடும்பமும், நல்ல குணமும், நல்ல சொத்தும் சுகமும் உடைய மணமகன் கிடைப்பது அரிதாக இருப்பதால் பெண் வீட்டார் தங்கள் கன்னியைத் தானமாகக் கொடுப்பதுடன் (கன்னிகாதானம்) பெரும் மதிப்புள்ள மணக்கொடையையும் (வரதட்சணை) தருகின்றனர். ஆகவே ஆரியர்களின் திருமணமுறையில் 'கன்னிகாதானம்' செய்வதும், 'வரதட்சணை' கொடுப்பதும் மிக முக்கியமானவையாகும்.

ஆரியர்களின் திருமணச் சடங்கில் இடம்பெறும் பாத பூசைச் சடங்கானது நம் கவனத்திற்குரியதாகும். இது திராவிட மரபிலிருந்து முற்றிலும் மாறுபட்டதாகும். உயர்குலத்துப் பிறப்புடைய மணமகன் எல்லா நிலையிலும் உயர்ந்தவன் என்பதால் கன்னிகாதானத் திருமணச் சடங்கில் பாதபூசைச் சடங்கு மிக முக்கியமானதாகும். திராவிடப் பகுதியில் இடம்பெறும் இப்பாத பூசைச் சடங்கில் மணமகன் தாலி கட்டும் முன் தன் பெற்றோர்க்குப் பாத பூசை செய்வான். அவ்வாறே மணமகளும் தாலி கட்டிக்கொள்ளும் முன்னர் தன் பெற்றோர்க்குப் பாதபூசை செய்வாள்.

ஆனால் ஆரிய மரபிற்குரிய சமூகத்தாரின் திருமணச் சடங்கில் இதற்கு நேர்மாறான சடங்குக் கூறு இடம்பெறுகின்றது. இது வட இந்தியாவில் 'பாவொ(ம்) பூஜா' எனப்படும். இதன் பொருள் 'பாதங்களை வழிபடுதல்' என்பதாகும். அதாவது மணமகனின் பாதங்களைப் பெண்ணின் தந்தையோ பெண்ணின் மூத்த சகோதரரோ கழுவ வேண்டும். மணமகன் வயதால் குறைந்திருந்தாலும் அவன் குலத்தால் உயர்ந்து நிற்பதால் அக்குலப் பெருமையுடைய மணமகனுக்குப் பாதங்களைக் கழுவித் தன் மகளைத் தானம் தருவதில் பெண்ணின் தந்தை பெருமைகொள்கிறார் (துய்மோன் 1993: 98). திராவிடப் பகுதியில் இடம்பெறும் இதே பூசையானது பெண் கொடுப்போர் தாழ்ந்தோர் என்றோ பெண் பெறுவோர் உயர்ந்தோர் என்றோ முன்னிறுத்தாததால் மணமக்கள் தத்தம் பெற்றோர்க்குப் பாதபூசை செய்கின்றனர்.

ஆரிய, திராவிடப் பண்பாட்டு மரபுகளை ஆராயும் போது அவை 'வரலாற்றால் கட்டமைக்கப்பட்டவை' என்ற ட்ரவுட்மனின் கூற்றை நாம் இங்கு எண்ணிப் பார்க்கலாம். வடக்குக்கும் (ஆரியம்) தெற்குக்குமான (திராவிடம்) ஒரு பொது சடங்குக் கூறாகப் பாதபூசை

இந்தியாவில் ஆரியமும் திராவிடமும் 89

செய்தல் சடங்குப் பரிமாணம் பெற்றிருந்தாலும் அது பொருண்மை யளவில் ஆரியம், திராவிடம் என்னும் தனித்துவத்தைக் காட்டுவதால் இப்பகுதிகளுக்கான பண்பாட்டு வரலாறு, பண்பாட்டுப் பரவல் ஆகியவற்றுக்கான அர்த்தங்களைக் காட்டுவதாக இது அமைகிறது. பாதபூசை செய்தல் எனும் இக்கூறு தொடக்கத்தில் யாரிடம் இருந்து யாருக்குப் பரவியது என்பதும் சடங்கின் வடிவம் மாறாமல் பொருண்மை மட்டும் மாறியது எவ்வாறு என்பதும் வரலாற்று ரீதியான ஆய்வுக்குரியது. எனினும் ஆரியர்கள் இம்மண்ணுக்கான திணைப் பண்பாடுகளின் அமைப்பு சார்ந்த (structural) பல பண்புகளைச் சில மாற்றங்களோடும் மாற்றங்கள் இல்லாமலும் தழுவிக்கொண்டுள்ளதையும் இங்கு நினைவில் கொள்ளவேண்டும்.

ஆரியர்களின் ஒரு பகுதியாக விளங்கும் பிராமணர்கள் வட இந்தியாவில் உயர்குல மணமுறையையும் நான்கு கோத்திர விதியையும், கிராமப் புறமணத்தையும் பின்பற்றுகின்றனர். ஆனால் தென்னிந்தியப் பிராமணர்கள் இத்திணைக்குரிய மணமுறைகளான அக்காள் மகளை மணத்தல், அத்தை மகளை மணத்தல், தாய்மாமன் மகளை மணத்தல், கிராம அகமணம் ஆகியவற்றை ஏற்றுக்கொண்டனர். அதோடு திராவிடச் சாதிகளின் பூப்பெய்தியபின் திருமணம் செய்துகொள்ளுதல் என்ற முறையை முதன்முதலில் மலபார் பிராமணர்கள் ஏற்கத் தலைப்பட்டனர். எனினும் தங்கை மகளைத் திருமணம் செய்தல், நம்பூதிரி பிராமணர்கள் சூத்திரர்களான நாயர் பெண்களுடன் உடலுறவுகொள்ளுதல், கணவனை இழந்தவள் மறுமணம் செய்யாமல் விதவையாகவே இருத்தல் போன்ற சில தனித்தன்மைகளை இவர்கள் நீண்ட காலம் கொண்டிருந்தனர். இப்போது அவற்றிலும் மாற்றங்களை ஏற்று வருகின்றனர் (அய்யப்பன் 1988:15, 165; சீனுவாஸ் 1962: 42-43). மேற்கூறிய கருத்துகளை நோக்கும் போது இனத்தால் ஒன்றுபட்ட பிராமணர்கள் வடக்கிலும் தெற்கிலும் குடியமர்ந்து அந்தந்தத் திணைக் குரிய மொழிகளையும் பிற பண்புகளையும் தழுவிக்கொண்டதால் பண்பாட்டளவில் தனிப்பட்டவர்களாக உள்ளதைக் காணமுடிகிறது.

அடுத்து, ஆரிய திராவிட மரபுகளுக்கிடையிலான மேலுமொரு வேறுபாட்டிடைக் காண்போம். அது திருமணத்தின் வழி கட்ட மைக்கப்படும் 'உறவின்முறை' பற்றியது. ஆரிய மரபில் உயர்குல மணமகனுக்குக் கன்னியைத் தானம் கொடுத்தது முதல் மணமகன் வீட்டில் நிகழும் அனைத்து வகையான நல்லது கெட்டதுகளுக்கும் பெண்ணின் பெற்றோர்கள் அல்லது நேரடிக் குடும்ப உறவினர்கள் கலந்துகொண்டு நடைபெறும் நிகழ்ச்சிகளுக்கேற்பப் பொருள், உடை, பணம், நகை போன்றவற்றை அன்பளிப்பாகத் தருவார்கள்.

மணமகன் வீட்டார் கன்னியைத் தானமாகவும், மணக்கொடையையும் பெற்றுக்கொண்ட பின்னர், திருமணத்திற்குப் பின் நடக்கும் பல்வேறு வகையான சடங்கு நிகழ்ச்சிகளில் தொடர்ந்து அன்பளிப்புகளையும் பெற்றுக்கொள்வார்கள். மாறாக, எந்த ஒரு வகையிலும் பெண் வீட்டாருடன் பரிமாற்றம் செய்துகொள்வதில்லை. ஏனெனில் உயர்குல மணமுறையில் பெண்ணெடுத்த குடும்பத்திற்கு மீண்டும் பதிலுக்குப் பெண் கொடுத்தல் என்ற பேச்சுக்கே இடமில்லை. இந்நிலையில் அனைத்து வகையான திருமணப் பொருளியலும் ஒரு திசை நோக்கியே செல்கின்றது (ஃபுருசெத்தி *1990: 130*). பெண் கொடுத்த இடத்துக்கே அன்பளிப்புகளைக் கொடுத்துக் கொண்டிருக்கவேண்டும்.

திராவிடப் பகுதியின் மணமுறை இதற்கு முற்றிலும் நேர்மாறானது. இங்குப் 'பரிமாற்றம்' என்பது உறவுமுறையின் முதன்மையான வெளிப்பாடாகும். பரிமாற்றம் என்பது இங்கு அன்பளிப்புப் பொருட்களை மட்டும் குறிப்பதாகாது. பெண்ணைக் கொண்டு கொடுத்தலையும் குறிக்கும். அக்காள் மகள், அத்தை மகள், தாய்மாமன் மகள் ஆகிய முறைப் பெண்களுடன் நடக்கும் மணமாயினும் சரி, ஒரு குடும்பத்தினர் பெண் கொடுத்தால் மீண்டும் அங்கிருந்து பெண் எடுக்கும் உரிமையை விரும்புகின்றனர். பெண் கொடுக்கும் ஒரு குடும்பம் கொடுத்த இடத்திலிருந்து வேறு பெண்ணை அதே முறையில் பெறவும் வாய்ப்புண்டு; காலம் தள்ளியும் பெற வாய்ப்புண்டு. இங்குக் கொண்டு கொடுத்தல் என்பது கால்வழி வழியாகவும் மணவுறவு வழியாகவும் நிலைபேறு கொள்கின்றது. இங்குக் கொண்டு கொடுத்தல் என்பது கால்வழியின் வாழையடி வாழையாக வரும் செங்குத்து உறவின் தொடர்ச்சியையும், பல கிளைகளாகவும் விழுதுகளாகவும் பரவியுள்ள கிடைநிலை உறவின் தொடர்ச்சியையும் பிணைக்கும் மணமுறையாக விளங்குகிறது.

இதன் இணைநிலைப் பிரதிபலிப்பாகத்தான், பெண்ணைப் பரிமாறிக் கொள்வது போன்று சம்பந்தி வீட்டார் சடங்கு நிகழ்ச்சிகளில் அன்பளிப்புப் பொருள்களைச் சமமான அளவில் பரிமாறிக்கொள்கின்றனர். ஒருவர் ஒரு நிகழ்ச்சியில் மொய் எழுதினால் அதனைப் பெற்றுக்கொண்டவர் அடுத்த நிகழ்வில் அதனைத் திருப்பி எழுதி விடுவார்.

ஆரிய மரபின் உயர்குல மணமுறையில் கொண்டு - கொடுத்தலுக்கு வாய்ப்பில்லை என்பதால் ஒவ்வொருவரின் உறவுக் கூட்டமும் திருமணத்திற்குப் பின்பே கட்டமைகிறது. ஆனால் திராவிட மரபில் 'கொண்டு கொடுத்தல்' கோட்பாடு நிலவுவதால் முறையுடைய பெண்களும் பையன்களும் திருமணத்திற்கு முன்னர் 'மருமகன்',

'மருமகள்' என்று உரியவர்களால் அழைக்கப்படுதல் உண்டு. ஆனால் வட இந்தியப் பெண் இவ்வாறு அழைக்கப்படுவதில்லை. ஆகவே, வட இந்தியா முழுவதும் அனைத்துக் கிளை மொழிகளிலும் மகள், மணப் பெண் ஆகிய இரண்டு உறவுநிலைகளைத் தனித்தனியாக உணர்த்தும் உறவுமுறைச் சொற்கள் உள்ளன. இவை உறவுச் சொற்களாக மட்டுமன்றிக் கதை, பாடல், பழமொழி போன்ற வழக்காறுகள் பலவற்றிலும் இடம் பெற்றுள்ளன (கார்வே 1993: 57-58). மகள் 'பேட்டீ' என்றும் மணப்பெண் (மருமகள்) 'பகூ' என்றும் அழைக்கப் படுகின்றனர். அதே போல் அத்தையின் கணவரையும் தாய் மாமனையும் 'மாமன்' என்று ஒரே சொல்லில் தமிழில் விளிக்க, இந்தியில் முறையே 'பூபா' 'மாமா' என்று தனித் தனிச் சொற்களால் விளிக்கின்றனர். மாமனாரைச் 'சசூர்' என்று அழைக்கின்றனர். தமிழில் இம்மூன்று உறவுநிலைக்கும் விளித்தல் நிலையில் 'மாமன்' என்ற ஒரு சொல் மட்டுமே பயன்படுகிறது. குறிப்பிட்டுச் சொல்லும்போது மட்டுமே தனிச்சொற்கள் பயன்படுகின்றன.

இறுதியாக, மேலுமொரு கருத்தைக் கவனிக்கவேண்டும். வட இந்தியாவில் நிலவும் உயர்குல மணமுறை, கிராமப்புற மணம், ஒரு முறைப் பெண் எடுத்த கிராமத்தில் மறுமுறை எடுப்பதில் விருப்ப மின்மை, நான்கு கோத்திர விதிகள், மூன்று கோத்திர விதிகள், இடப்பெயர்வினால் அமைந்த திசை சார்ந்த உயர்குல மணமுறை, புதிய புதிய உறவுகளிலிருந்து மணப்பெண் பெறுதல் போன்ற விதி களால் 'உறவுப் பரப்பு' (marriage circle) மிகப் பெரிய நிலப்பரப்பினைக் கொண்டுள்ளது.

ஒரு வட்டாரத்தில் மக்கள் தங்கள் திருமண உறவுகளைத் தேடும் முயற்சியில் அவர்கள் பெண் கொடுத்தல், பெண் எடுத்தல் ஆகிய வற்றால் ஏற்படும் நிலப்பரப்பின் விரிவு அவர்களுடைய பண்பாட்டு அடிப்படையைக் காட்டுகிறது. தென்னிந்தியாவில் இந்நிலப் பரப்பானது சராசரியாக 20-30 கிராமங்களுக்குள் அமைகிறது என்றும், இதுவே வட இந்தியாவில் 10 மடங்கு கூடுதலாக உள்ளது என்றும் எம்.என். சீனுவாசும், ஏ.எம்.ஷாவும் (1960: 1375-76) மேற்கொண்ட ஆய்வு தெரிவிக்கிறது. இதனோடு இன்னொரு கருத்தையும் நோக்க வேண்டி யுள்ளது. மணமக்களின் பிறப்பிடங்களுக்கு இடையிலான தொலைவைக் கணக்கிடும்போது வட இந்தியாவில் இதன் சராசரி தொலைவு 12 கிலோ மீட்டர்களுக்கு மேல் அமைய, தென்னிந்தியாவில் இந்தத் தொலைவு 8 கிலோ மீட்டர்களுக்குள் அமைகிறது (லூவிஸ் 1965: 161; மேரியாத் 1955: 101; ரெட்டி 1993). இவ்வாறாக உறவின் பரப்பு வட இந்தியாவில் விரிவாகவும் தென்னிந்தியாவில் சுருக்கமாகவும் அமைந்துள்ளது.

பின்னுரை

இதுவரை ஆரிய மரபு, திராவிட மரபு ஆகிய இரண்டு மரபுகளுக்குரிய திருமண முறைகளின் வேறுபாடுகளை ஒரு ஒழுங்கு முறையில் பாகுபடுத்தி ஆராய்ந்தோம். இந்நிலையில் இவ்விரு மரபுகளுக்கான வேறுபாடுகள் எந்த அடித்தளத்தின் மீது கட்டப்பட்டுள்ளது என்பதை அறிய வேண்டும்.

ஆரிய மரபானது அடிப்படையிலேயே மிக நீண்ட வரலாற்றால் கட்டமைந்த ஒன்றாகும். ஆரிய மரபானது கால்நடை மேய்த்தல் பொருளாதாரத்தை (pastoral economy) அடித்தளமாகக் கொண்ட தாகும். இப்பொருளாதாரக் கட்டுமானத்தின் மேல் இயங்கும் சமூக அமைப்பையும், அதற்குரிய திருமணமுறைகளையும், உறவுப் பரப்பை யும், உறவுச் சொற்களையும் ஆரிய மரபானது அதன் வரலாற்றுக் கட்டமைப்பில் வடிவமைத்துக் கொண்டது. இன்று வட இந்தியச் சமூகங்கள் பலவும் ஆயர் வாழ்க்கையிலிருந்து விடுபட்டு வேளாண் வாழ்வைச் சார்ந்திருந்தாலும் வணிகம், தொழில்துறை நோக்கிய வாழ்வைச் சார்ந்திருந்தாலும் அவை பண்டைய மேய்ச்சல் வாழ்வை மையமிட்ட பண்பாட்டு அடித்தளத்தின் மீது வளர்ந்தவர்கள் என்பதை அவர்கள் கொண்டிருக்கக் கூடிய மரபு தெளிவாகக் காட்டுகிறது (கார்வே ***1993: 71***). ஆயர் மரபிற்குரிய சமூகத்தாரிடம் பரந்த நிலப்பரப்பை மையமிட்ட வாழ்க்கைப் பொருளாதாரம் ஏற்படுத்திய சமூக அமைப்பின் தொடர்ச்சி இன்றும் நிலவுகிறது. அதனால்தான் நான்கு கோத்திர விதி, கிராமப் புறமணம், ஆறு கிராமம் தள்ளிப் பெண்ணெடுத்தல் என்பன போன்ற பல விதிமுறைகள் பரந்த நிலப்பரப்பை நாடுகின்றன.

ஆனால் ஆரிய முறைக்கு மாறாகத் திராவிடப் பகுதியின் உறவியல் கோட்பாடு மிக நெருங்கிய உறவுக்குள் கொண்டு கொடுத்தலை முதன்மைப்படுத்துவதால் இங்கு மிகக் குறுகிய வட்டாரம் சார்ந்த உறவின்முறை அமைகிறது. இந்த உறவுக்கூட்டத்தில் இரத்த வழியிலான உறவினருக்கும் மணவழியிலான உறவினருக்கும் இடையே வட இந்தியாவில் உள்ளதுபோல மிக உறுதியான வேறுபாடுகள் இல்லை; ஏற்றத்தாழ்வுகளும் இல்லை. இவ்வகையான உறவியல் கோட்பாடு சமூகத்தின் வாழ்க்கைப் பொருளாதாரம் நிலையாக ஓரிடத்தில் வேளாண் வாழ்வைக் கொண்டிருப்பதை மையப்படுத்துகிறது.

திராவிடர் நாகரிகம் என்பது அடிப்படையிலேயே வேளாண் நாகரிகம் (hydraulic civilization) சார்ந்தது. இந்த நாகரிகத்தில் வாழ்க்கைக் கான ஆதாரம் நிலமும் நீரும் ஆகும். இந்த வாழ்க்கை ஆதாரங்கள் திருமணத்தால் சிதறிவிடக்கூடாது என்பதற்காக மாமன் மகள், அத்தை

மகள், அக்காள் மகள் ஆகிய முறைமக்களைத் திருமணம் செய்வது விரும்பத்தக்க முறையாக ஏற்பட்டது. ஒன்று இல்லாத போது இன்னொரு பெண்வழித் திருமணம் ஏற்பாடாகிறது. ஆக திராவிடர்களுக்கானது வேளாண் நாகரிகம்; அதற்குரிய திருமண வடிவங்களாக 'உறவுத் திருமணங்கள்' (cross-cousin marriages) ஏற்படுத்தப்பட்டன. அம்முறை களை வெளிப்படுத்தும் வகையில் உறவுமுறைச் சொற்கள், அதனை வெளிப்படுத்தும் வகையில் உறவின் முறை (சமூக வடிவம்), பொருளா தாரம் என ஒரு தொடர்வரிசையில் பண்பாட்டின் பல தளங்கள் ஒரு கருத்தியல் ஓட்டத்தில் ஒருங்கிணைவதைக் காண்கிறோம்.

ஆரிய மரபு, திராவிட மரபு இரண்டையும் நுட்பமாக ஆராய்ந்து பார்ப்பதற்கு ஒரு கருத்தினமாகத் திருமணம் எனும் தளத்தை ஆராய்ந்தோம். இது போன்று வேறு பல பண்பாட்டுத் தளங்களையும் கூட கணக்கிலெடுத்துக் கொண்டு ஆராயலாம். எண்ணற்ற பண்பாட்டுக் கூறுகளை நாம் ஆராய்ந்து பார்க்கலாம். திராவிடரின் வேளாண் நாகரிகத்தில் விவசாயம் அடிப்படை என்பதால் விதை மண்ணில் நடப்படுவது போல் இறந்தவரும் அவரவர் வேளாண் நிலத்தில் புதைக்கப்படுகிறார். மீண்டும் அக்குடும்பத்தில் குழந்தையாகப் பிறக்கிறார். அதனால்தான் பாட்டன் பெயர் பெயரனுக்கு இடப்படு கிறது. ஆரிய மரபில் இறந்தவரைப் புதைப்பதில்லை.

திராவிடரின் வேளாண் நாகரிகத்தில் நீரே தலையானது. ஆதலின் வாழ்வியல் சடங்குகள் அனைத்தும் நீரை மையமாகக்கொண்டு செய்யப்படுகின்றன. ஆரிய மரபில் அக்கினியே மையமானது. அங்கு 'ரக்ஷபந்தன்' முக்கியம் என்றால், இங்கு முறைமக்கள் மீது 'மஞ்சள் நீர் தெளித்தல்' இன்றியமையாதது. அங்குப் பெண்ணைத் தானமாகக் கொடுப்பதும் வரதட்சணை கொடுப்பதும் கட்டாயம் என்றால், திராவிட மரபில் நிலத்தில் உழைக்கும் பெண்ணை இழக்கும் குடும்பத்தாருக்குப் பரிசம் கொடுத்துத் (முலை விலை) திருமணம் செய்வது கட்டாயமாகும். இவ்வாறாக இன்னும் பல்வேறு வகையான சடங்கு முறைகளை வரிசைப்படுத்தி இவ்விரு மரபுகளுக்கிடையே காணப்படும் அடிப்படை யான, தனித்துவமான பண்பாட்டு வேறுபாடுகளை இனங்காணலாம்.

இதுவரை கூறப்பட்ட கருத்துகள் யாவும் **இந்தியத்** துணைக்கண்டம் என்ற ஒன்றுபட்டதொரு நிலப்பரப்பில் ஆரியம், திராவிடம் என்ற இரண்டு தனித் தன்மைகள் கொண்ட பண்பாட்டு மரபுகள் வரலாற்றின் கட்டமைப்பாக உருவாக்கம் பெற்று வந்துள்ளதை உறுதிப்படுத்து கின்றன.

6

தென்னிந்திய வடஇந்திய தலித் தொன்மங்கள்: பிராமணியத்துக்கான இனவரைவியல்

தொன்மங்களின் அர்த்தத்தளம்

'தலித் தொன்மங்கள்' என்னும் சுட்டுகை இங்கு அவர்களின் தோற்றத் தொன்மங்களைக் (Dalit origin myths) குறிக்கும். புராணம், இதிகாசம், தொன்மம், பழமரபுக் கதை (legend), வாய்மொழி வரலாறு இவை போன்ற இன்ன பிறவெல்லாம் புனைந்தவையா? நம்பகமானவையா? உண்மையானவையா? என்னும் கருத்தோட்டம் நேரிடலாம். அவ்வாறு எண்ணுவோரின் நனவு அறிவு வெளியில் தருக்க நிலையிலான சாதாரண விளக்கங்காணல் (reasoning) மிகுந்திருக்கும். அவை உண்மை யானவையாக இல்லாவிட்டாலுங்கூட இவை வழங்கப்படும் சமூக, பண்பாட்டு, வரலாற்றுச் சூழல்களின் தருக்க உறவுகளைக் கருத்தாடல் செய்கின்றன என்ற அளவில் அவை முக்கியத்துவம் பெறுகின்றன.

பாட்டி சுட்ட வடையைக் காக்கையிடமிருந்து ஏமாற்றிய நரியின் சூழ்ச்சியை விளக்கும் பழங்கதை வடிவத்திலிருந்து, 'கிழக்கிலிருந்து மேற்காகச் சூரியன், கழுத்து வலியோடு சூரியகாந்தி' என்ற படிமக் கவிதை வடிவம் வரை செய்யுள், கவிதை, சொலவடை, புதினம், நாடகம், உரைநடை என எந்த வகையான மொழிசார் வடிவமாக இருந்தாலும், மொழி சாரா வழக்காறுகளாக இருந்தாலும் அவை அனைத்துமே மக்களின் வாழ்வனுபவங்களாகவே, அறிதிறன் (cognition) சார்ந்த செயல்பாடுகளாகவே வெளிப்படுகின்றன.

இவ்வெளிப்பாடுகள் வாழ்க்கையில் ஏற்படும் முரண்பாடுகளை / சிக்கல்களைக் கருத்தாடல் செய்வதற்காகவும், அவற்றை எதார்த்த வாழ்வில் எதிர்கொள்வதற்காகவும், அவற்றிற்குத் தீர்வு காணும் முயற்சிக்காகவும் இவ்வகை மொழிசார் வடிவங்கள் மக்களால் கையாளப்படுகின்றன. சிறுகுழந்தைகள் கூட்டாஞ்சோறு செய்யும் அப்பா-அம்மா விளையாட்டுகூட மிகப் பெரும் உளவியல்

செயல்பாட்டைச் செய்யும்போது தொன்மம், கவிதை, புதினம், நாடகம், உள்ளிட்ட நனவு வழிபட்ட மொழிசார் தொழில்கள் கருத்தாடலற்ற வீண் முயற்சியாகுமா?

இன்னும் ஆழ்ந்து நோக்கினால் தொன்மங்களின் பன்முகச் செயல்பாடுகள் விரிந்து நிற்பதைக் காணவியலும். வாழ்தளத்தின் முரண்பாடுகளையும் இருதலைக் கொள்ளி போன்ற இரட்டை நிலைச் சிக்கல்களையும் (ambivalences) எதிர்கொள்வதற்குத் தொன்மங்கள் உதவுகின்றன. அதோடு எதிர்கொள்ளும் முரண்பாடுகளிலிருந்தும் சிக்கல்களிலிருந்தும் தன்முனைப்புடைய ஆற்றலை உருவாக்குவதற்கும் தொன்மங்கள் உதவுகின்றன.

அனைத்து வகையான மனவியல் வெளிப்பாடுகளும் குறிப்பாகத் தொன்மம் போன்ற வெளிப்பாடுகள் ஓர் இனத்தாரின் கூட்டுமனம்; அந்த இனத்தின் அன்னியோன்யமான கூட்டுத் தன்முனைப்பு; தங்களைப் பற்றிய முழு அர்த்தப்பாடு ஆகும். ஆதலின் தொன்மம் என்பது அந்த இனத்தின் கூட்டுமனப் பிரதிநிதித்துவப் பதிவாகும்.

இந்தியச் சமூகம் போன்ற மிகவும் நீண்ட வரலாறு கொண்ட பழமைச் சமூகங்களின் தொன்மங்களை அர்த்தப்படுத்துதல் என்பது அம்மொழி வழிப்பட்ட சமூகத்தின் மனப்பிரதிகளை அர்த்தப்படுத்துவ தாகும். கூட்டுமனத்தின் வெளிப்பாடான தொன்மங்களின் மூலப் பிரதிக்களமானது ஒவ்வாரு கட்டத்திலும் மக்களின் வாழ்வனுபவங் களைத் தொடர்ந்து தன் அர்த்தத் தளத்தில் துணைப் பதிவுகளாகக் கூட்டிக்கொண்டேயிருக்கும். அதோடு மூலத்தையும் தேவைக்கேற்ப புதுப்பித்துக் கொண்டேயிருக்கும்.

எனினும் மூலப்பிரதிக்கும் இக்காலத்தின் துணைப் பதிவுகளுக்கும் நடுவில் ஓர் இடைவெளி அல்லது முரண்பாடு கூடிய சூழலும் அதே சமயம் விலகிச் சென்றுவிட முடியாத ஓர் அகவய ஊடாட்டமும் இப்பிரதிகளுக்குள் இயங்கும். குறிப்பாகத் தோற்றம் குறித்த தொன்மங்கள் அவ்வினத்தின் ஒவ்வொரு கட்டத்திலும் ஏற்பட்ட முக்கிய வாழ்வனுபவங்களை மூலப்பிரதிக்குள் பதிவு செய்து அர்த்தப்படுத்து வதாகவே அமையும். எனினும் சமகால எதார்த்தத்தைத் தோற்றத் தொன்மங்கள் முழுமையாக மெய்மைப்படுத்தி வைக்க முடியா விட்டாலும் அது அவ்வினத்தின் கூட்டுமன நுண்மண்டலமாக ஒரு கட்டம் வரை சாத்தியப்பட்டு அர்த்தப்படுத்த முனையும். இம்முயற்சி யானது தோற்றம் குறித்த கடந்த கால நிகழ்வுகளின் தருக்க ஒருங்கிணைவாக நிகழ்காலக் கூட்டுமனப் பிரதியாக ஏற்றுக் கொள்ளப்படும். இவற்றின் அர்த்தக்களம் கூட்டுமனத்தின் ஏகோபித்த

பரிசோதனைக்குப் பின் வருங்காலப் புறத்தெறிவாக (projection) வெளிப்பட அனுமதிக்கப்படும் போது அத்தொன்மம் மாறுதல்களை அதிகம் சந்திக்காத மனவியல் பிரதியாகும். இது எல்லா சமூகங்களின் தொன்மங்களிலும் காணக்கூடியதாக இருக்கும் என்று கூற முடியாது.

பிராமணர்கள் பிரம்மனின் வாயிலிருந்து தோன்றியவர்கள் என்ற தொன்மம் அவர்களை உயர்வு வழிப்படுத்துகிறது. இந்நிலையில் இத்தொன்மம் கடந்த காலம், நிகழ்காலம், வருங்காலம் ஆகிய மூன்று கால வெளியிலும் தொடர்ந்து புதுப்பித்துக்கொண்டே செல்லும் போது அதன் மூலக்கட்டுமானம் சிதைவு பெறுவதில்லை. பிராமணர்களின் தோற்றத் தொன்மம் அவர்களின் உயர்வினை எடுத்தியம்புவதால் ஒற்றை வடிவம் (single version) சார்ந்தாகவே உள்ளது. தாங்கள் உயர்ந்தவர்கள் என்பதோடு நில்லாமல் மற்றவர்கள் தாழ்ந்தவர்கள் என்பதையும் சுட்டும் இருகூற்று வடிவமாகவும் இது உள்ளது.

மாறாக, வேளாளர்களுக்குத் தொழில் செய்வதற்காக தேவேந்திரனால் படைக்கப்பட்டவர்கள் பள்ளர் என்றும், சூத்திரருக்கும் பிராமணப் பெண்ணுக்கும் பிறந்தவர் பள்ளர் என்றும், இன்னும் பல்வேறுபட்ட பிரதிக்களமாக, பல்வேறுபட்ட அர்த்தக்களமாக பள்ளர் தொன்மங்கள் வடிவம் பெறுகின்றன. பள்ளர்/பறையர் தொன்மம் குறைந்தது 7 வடிவங்களைக் (versions) கொண்டுள்ளது *(டெலீஜ் 1997: 129-36)*.

இன்று மள்ளர்கள் மறுமலர்ச்சியைத் தேடும் முகமாக 'சொல்லப்பட்ட தெல்லாம் ஏற்கவேண்டியவையல்ல. கூட்டு அனுபவம்தான் தொன்மம், தொன்மம் என்பது உணர்வின் விளைவு, உணர்வுதான் தொன்மம். அதற்குக் கட்டுப்பாடுடைய எந்த வெளியும் இல்லை' என்பதைச் சாத்தியமாக்கும் பொருட்டுப் பழம்பெருமையை மீட்டெடுக்கின்றனர். மருதநில மக்களே மள்ளர். இவர்கள் தேவேந்திரகுல வேளாளர்களாகத் திகழ்ந்தவர். பழந்தமிழ் நாட்டு மன்னர்களாக இருந்தனர் என்ற தொன்மம் பரப்பப்பட்டுக் கூட்டுமனப் பிரதியாக வடிவம் பெற்றதால் புதிய எதிர்-தொன்மங்களின் உருவாக்க முயற்சி சாத்தியப்பட்டது.

இந்நிலையில் மள்ளர்களின் பரிச்சயப்பட்ட பிரதிகளை மாற்றி யமைப்பதில் தன் சாதியாரின் வாழ்தள உறவில் இணையும் பிற சாதிகளின் மேலாதிக்கப் பரிச்சயத்துடன் வினைபுரிந்திட வேண்டிய கட்டாயமும்கூட இத்தொன்ம உருவாக்கத்தின் புறம்சார்ந்த வெளியாக செயல்பட வேண்டியுள்ளது. இந்த அகவய, புறவயச் செயல்பாடுகளில் தொன்மமாகும் உணர்வுகளும் உணர்வுகளாகும் தொன்மமும் என்ற வாய்பாடு (paradigm) இயங்க முற்படும். இவ்வியக்கத்தில் தொழிற்படும் தொன்மமானது கால வழிப்பட்ட கருத்தாடலின் பரந்த வெளியாக

விளங்கும். தொன்மங்களின் பொருண்மையானது வரலாற்றை மீட்டெடுப்பதிலும், வரலாற்றை ஆராய்வதிலும் பெரும்பங்கு பெறுகின்றன. இந்நிலையில் தொன்மம் உள்ளிட்ட அனைத்து மொழி வழிப் படைப்புகளும் சுற்றுப்புறத்தில் உறவாடும் எல்லா சக்திகளோடும் கருத்தாடல் புரிபவையே.

தமிழகத்தில் பறையர் சமூகத்தை ஆராய்ந்த பிரெஞ்சு மானிடவியலர் ராபர்ட் டெலீஜ் கீழே கொடுக்கப்பட்டுள்ள தொன்மங்களைப் பதிவு செய்துள்ளார் (1997: 129-36).

பதிவு ஒன்று

தென்னிந்திய தலித் தொன்மங்கள்

வழக்காறு 1 : அண்ணன் தம்பி ஆகிய இரண்டு பிராமண சகோதரர்கள் இருந்தனர். கோயிலுக்குப் பூசை செய்ய அண்ணன் தினமும் கோயிலுக்குச் செல்வார். பொங்கலிட்டுப் படைக்கும் காலத்தில் அங்கு இந்திரலோகத்துப் (தேவலோகம், மேலுலகம்) பசு ஒன்று வந்து நிற்க அண்ணன் பசுவிலிருந்து தினமும் ஒரு சொட்டு இரத்தத்தை எடுத்து அரிசிப் பொங்கலுடன் ரத்தப் படையல் இடுவது வழக்கம். படையல் முடிந்ததும் பசுவும் அங்கிருந்து போய்விடும்.

அண்ணன் வீட்டிற்குத் திரும்பி வரும் போது தன் மனைவிக்கும் தம்பிக்கும் பொங்கல் படையல் கொண்டு வருவார். தினமும் படையலின் போது பசு வந்து செல்வதைக் கவனித்த ஊரார் தம்பியிடம் அண்ணன் மாட்டுக்கறி உண்டு விட்டு, உங்களுக்குப் பொங்கல் சோறு மட்டும் கொண்டு வருகிறார் என்று சீண்டிவிட்டனர். தம்பியும் இத்தகவலைக் கர்ப்பமாயிருந்த அண்ணியிடம் கூறினான். அவள் தன் கணவனிடம் 'கர்ப்பமாயுள்ள எனக்குச் சோறு, உனக்கு மட்டும் மாட்டுக்கறியா? கறி கொண்டு வராவிட்டால் நான் இறந்துவிடுவேன்' எனக் கூறினாள். மாட்டுக்கறி உண்ணாத அண்ணன் மனைவி சொல்லுக்குக் கட்டுப்பட்டு பசுவிலிருந்து ஒரு சிறு சதையை வெட்டி கறியாக்கிக் கொண்டு வந்தான். இவ்வளவையும் மறைந்திருந்து பார்த்த தம்பி கறியை உண்ண மறுத்துவிட்டான்.

ஊரார் பஞ்சாயத்துக் கூட்டி 'நீ பசுவைக் கொன்று விட்டாய். அதை அப்புறப்படுத்துவதுடன் அதனை நீயே உண்ண வேண்டும். மாடு வெட்டிய பயலாக மாறியதால் நீ தீண்டத்தகாதவன், ஊரை விட்டு வெளியேறு' எனத் தீர்ப்புக் கூறினர்.

அண்ணன் ஊரைவிட்டுக் கிளம்பும் போது ஒரு பெரியவர் 'எங்கே போகிறாய் சாமி, இனிக் கோயிலைப் பார்ப்பது யார்' எனக்

கேட்க அண்ணன் 'கோயில் வேலையைத் தம்பி பார்ப்பான்' எனக் கூறினான்.

அண்ணனும் மனைவியும் வேறோர் ஊருக்கு வந்தவுடன் மக்கள் ஒரு குடிசையை ஒதுக்கிக் கொடுத்து ஊராரிடம் உணவு பெற்றுப் பிழைத்துக் கொள்ளுங்கள் என்றனர். பஞ்சாயத்தார் கூடி அண்ணனுக்கு ஊர்க்காவல் (தங்கிலன்) செய்யும் வேலையையும் பஞ்சாயத்துக்கு மக்களை அழைக்கும் வேலையையும் கொடுத்தனர். அழைக்கும் வேலையை எளிமையாக்க அண்ணன் விலங்குத் தோலால் தப்பு செய்து பறையடித்து அழைக்க, அன்றிலிருந்து பறையன் என அண்ணனை அழைத்தனர். இறந்த விலங்குகளையும் எடுக்கச் சொன்னார்கள். தீட்டுள்ள இவ்வேலையைச் செய்தமையால் அண்ணனை ஒதுக்கி வைத்தார்கள்.

வழக்காறு 2 : மாரியம்மன் கோயிலுக்குச் சகோதரர்கள் இருவர் பூசாரிகளாக இருந்தனர். ஒரு நாள் அண்ணன் பேசாத விரதமிருக்க முடிவு செய்து மக்களிடம் கோயில் வேலைகளை, என் தம்பி பார்ப்பான் என்று சொல்ல அன்றிலிருந்து அண்ணன் மேளமடிப்பவராகவும் தம்பி பார்ப்பனப் பூசாரியாகவும் மாறினர்.

வழக்காறு 3 : இரண்டு ஏழைச் சகோதரர்கள் சாமி கும்பிட கோயிலுக்குச் சென்றனர். அங்கு இறந்து கிடந்த பசுவை அகற்றுமாறு கடவுள் ஆணையிட அண்ணன், என் தம்பி பார்ப்பான் (அதை என் தம்பி செய்வான்) என்றான். கடவுள் அக்கூற்றை அவன் தம்பி 'பார்ப்பான்' (பார்ப்பனன்) என்று புரிந்துகொள்ள அன்றிலிருந்து அண்ணன் பறையனாகவும் தம்பி பிராமணனாகவும் அவர்களிடமிருந்து பிற சாதிகளும் தோன்றின.

வழக்காறு 4 : ஒரு காலத்தில் பறையர் உட்பட கிராமத்திலிருந்த எல்லா சாதியினரும் ஏரியில் மீன் பிடிக்கச் சென்றார்கள். மீன் பிடித்துக் கொண்டிருந்த போது சிவன் அதிசயமாகத் தோன்றி முதலில் ஒவ்வொருவருக்கும் ஒரு பரிசு தருவதாகக் கூறினார். இதற்கு 'நான் கொடுக்கும் பூநூலை ஒவ்வொருவரும் போட்டுக் கொள்ளவேண்டும்' எனச் சிவன் கூறினார். அனைவரும் போட்டுக்கொண்டனர். பின்னர் வரிசையில் நின்று ஒவ்வொருவராகச் சிவனிடமிருந்து பரிசைப் பெற்றுத் தங்கள் உடைகளில் முடிச்சு போட்டுப் பத்திரமாக எடுத்துச் சென்றனர். ஆனால் பறையர் தாம் கொண்டு வந்த கூம்பு வடிவ மீன் பிடிக்கும் கூடையானது இரு பக்கமும் வாயுடையது. இதை மறந்து விட்டுப் பரிசைப் பெற்றதால் வீட்டிற்குச் செல்லும்போது பரிசு விழுந்து விட்டது. அவன் அறிவின்மையை உணர்ந்து மிகவும் வேதனைப்பட்டான்.

வழக்காறு 5: உலகம் ஏற்பட்டபோது ஒன்றுமேயில்லை. உயிரினங்களும் இல்லை. ஆதி என்ற பெண் மட்டும் தோன்ற அவள் தனக்குத் துணை வேண்டும் என அக்னி யாகம் நடத்தினாள். நெருப்பிலிருந்து அழகான மனிதன் தோன்றினான். ஆதி அவனை மணந்தாள். மணந்தவன் யாருமில்லை; ஈஸ்வரனே. இருவரும் மகிழ்ச்சியாக இருந்தனர். இவர்களுக்கு நான்கு குழந்தைகள் பிறந்தன. மண்ணில் மனித இனத்தவர்களை உண்டாக்கிய வேலை முடிந்துவிட்டது. சாதியைத் தோற்றுவிக்கும் வேலை மட்டும் பாக்கி உள்ளது. அதையும் முடிக்கவேண்டும் என நான்கு குழந்தைகளையும் நான்கு வருணங்களாகப் படைத்தார். அதில் ஒருவரே பறையர்/பள்ளர்.

வழக்காறு 6: மற்றொரு வழக்குப்படி வெள்ளாளர்களுக்குத் தொழில் செய்வதற்குத் தேவேந்திரனால் படைக்கப்பட்டவர்கள்.

வழக்காறு 7: சூத்திரருக்கும் பிராமணப் பெண்ணுக்கும் பிறந்தவர் என்பது மேலுமொரு வழக்கு.

பதிவு இரண்டு

வட இந்திய தலித் தொன்மம்: தூரி

பீகாரின் அட்டவணைச் சாதிகளுள் ஒன்று தூரி (Turi). இவர்கள் மிகவும் பிற்படுத்தப்பட்ட சாதியாகக் கணக்கெடுப்பில் கூறப்பட்டாலும் மொழி வழியாகவும் பண்பாட்டு வழியாகவும் முண்டர் (Mundas) பழங்குடிகளைப் பெரிதும் ஒத்துள்ளனர். இவர்களிடம் வழங்கப்படும் தோற்றம் குறித்த தொன்மமானது இந்தியச் சாதிகளின் தொன்மவியல் ஆய்வில் முக்கியமானதாகும். வான் எச்சம் (Van Exem 1984: 49-56) விவரிக்கும் இத்தொன்மம் வருமாறு:

முதன்முதலில் உலகத்தில் 'சிங்பொங்கா' (பகவான்) என்ற தூரிகளின் கடவுள் மட்டுமே இருந்தார். அப்போது மண்ணுலகமும் இல்லை; வானமும் இல்லை; சொர்க்கம், நரகம் எதுவுமில்லை; எல்லாமே வெற்றிடம்தான். சிங்பொங்கா ஒரு விதை விதைத்தார். அதிலிருந்து மண்ணுலகம் தோன்றியது.

பின்னர் மழை பெய்தது. ஈர மண்ணைப் பிசைந்து சிங்பொங்கா ஒரு சகோதரனையும் ஒரு சகோதரியையும் படைத்து இவ்வுருவங்களைச் சுடுமண் பொம்மைகளாக ஆக்கி மனிதர்கள் என்றும் சாகாதவர்களாக இருக்க எண்ணினார். அதனால் களிமண் பொம்மைகளை வெய்யிலில் உலரவைத்து விட்டுச் சிறிய சூளை ஒன்றை அமைத்தார். அமைத்து முடித்தவுடன் நெருப்பு கொண்டு வரச் சென்றார். அப்போது இரண்டு

இறக்கையுடைய குதிரை ஒன்று பறந்து வந்து சூளையைச் சிதைத்து விட்டது. கோபமடைந்த பகவான் தன் தங்க வாளினை எடுத்து குதிரையின் இறக்கைகளை வெட்டி வீழ்த்தினார். அதனால்தான் இன்றும் குதிரைகளுக்கு இறக்கைகள் இல்லை.

பின்னர் பகவான் களிமண் பொம்மைகளுக்கு உயிர் கொடுத்தார். சுடப்படாத பொம்மைகளாக உருவானதால்தான் மக்கள் இறப்புக் குள்ளாகிறார்கள். சூளை சிதையாமல் இருந்திருந்தால் பொம்மைகளைச் சுடுமண் பொம்மைகளாக மாற்றி மனிதர்கள் என்றுமே இறக்காத உயிரினமாக மாற்றியிருப்பார்.

இதுவரை விவரிக்கப்பட்ட இத்தொன்மத்தின் விவரங்கள் வட இந்தியாவில் வாழும் முண்டார், ஒராவ்ன், சந்தால், ஹோ, காரியர், பிர்கார், இன்னும் பிற பழங்குடிகளின் தொன்மங்களில் சிதைக்கப் பட்ட பொம்மைகளைப் பகவான் மீண்டும் செப்பனிட்டுப் புலி அல்லது ஒரு கோடி நாய்களைக்கொண்டு காவல் புரிந்தார் என்பதாக உள்ளன. தூரிகளின் தொன்மத்தில் சூளை அழிக்கப்பட்டதாகவும், பிற பழங்குடி களின் தொன்மத்தில் களிமண் பொம்மைகள் சிதைக்கப்பட்டதாகவும் விவரிக்கப்படுகின்றன.

பகவான் உருவாக்கிய சகோதரன் - சகோதரி மனித உருவத்திலிருந்து மொத்தம் 36 சாதிகளை உருவாக்கினார். இறுதியாக ஜோரா (Jhora) பழங்குடியினரை உருவாக்கினார். இவர்கள் அந்நாளில் சத்திரியர் களாகத் திகழ்ந்தனர்.

36 சாதிகளையும் உருவாக்கிய பின்னர் பகவானே ராஜாவாகி ஒவ்வொரு சாதிக்கும் ஒரு வேலை கொடுத்து அனைத்துச் சாதிகளையும் தன் கட்டுப்பாட்டிற்குள் வைத்துக்கொண்டார். தூரிகளை மிக உயர்வான சாதியாக வைத்தார். கோடையின் வெய்யிலைத் தணிக்க தூரிகள் மூங்கிலால் செய்த விசிறிகளை ராஜாவுக்குக் கொடுத்தபோது ராஜா இவர்களின் திறமையை வியந்து தங்கக் கோடரி, தங்கக் கத்தி, தங்க முக்காலி, இன்னும் பிற தங்க உபகரணங்களைக் கொடுத்து இவர்களின் தொழிலை மிக உயர்வாகப் போற்றினார். தங்கக் கருவிகள் கிடைத்தாலும் தூரிகள் மூங்கில்கொண்டு கைவினைப் பொருள்கள் செய்யும் தொழிலைத் தொடர்ந்து மேற்கொண்டனர். தூரிகளின் கருத்துப்படி பகவான் உருவாக்கிய 36 சாதிகளின் தொழில்களும் பகவானாலேயே கொடுக்கப்பட்டன. இதனால் சமூகத்தில் ஒருவர் மற்றொருவரைப் பிரித்து நடத்துவது தவறு.

பொற்காலமாகிய அந்தக் காலத்தில் ராஜா நடத்தும் பல விருந்துச் சடங்கின் படையலானது கோயிலின் சேண்டை (மணி) அடித்ததும்

அனைவரும் சமமாகப் பிரசாதம் உண்ணும் காட்சி கண்கொள்ளாக் காட்சியாகும்.

ஒரு நாள் மன்னர் ஏற்பாடு செய்த இவ்வகை விருந்துச் சடங்கின் போது கோயில் சேண்டை ஒலிக்கவேயில்லை. மன்னருக்கும் கூடியிருந்த மக்களுக்கும் ஒரே வியப்பு. காரணத்தைக் கண்டறிய முயற்சி செய்த போது தூரி அங்கு வராதது தெரியவந்தது. தூரி வந்திருந்தால் சேண்டை ஒலித்திருக்கும். தூரிக்கு வயதாகி விட்டிருந்தது. சொறிப் புண்ணால் பாதிக்கப்பட்டிருந்தார். அதனால் விருந்துக்கு வரமுடியவில்லை. மன்னன் அவரை வரவழைத்தார். அவருக்கு இலை போட்டுச் சோறும் 36 வகை பதார்த்தங்களும் பரிமாறப்பட்டன. ஆனால் தூரி 36 பதார்த்தங்களையும் ஒன்றாகக் கலந்து முதல் உருண்டையை வாய்க்குக் கொண்டு செல்லும் தருவாயில் கோயில் சேண்டை ஒலித்தது. மன்னன் மகிழ்ச்சியுற்று தூரியின் தோளில் பூநூல் அணிவித்து அன்றிலிருந்து சூப்ப பகத்தாக (தலைமைப் பூசாரியாக) நியமித்தார். அம்மன்னனின் நாட்டில் தூரி மட்டுமே பூநூல் அணிந்தவராக இருந்தார்; பூசகராகப் பணியாற்றினார்.

பூநூல் பெற்ற காலத்திலிருந்து தூரிகளே உயர்ந்த சாதி; சூப்ப பகத்துகளே பலி / யாகச் சடங்குகள் செய்யும் தலைமைப் பூசாரி.

மன்னன் பல்லக்கில் தொலைவானப் பகுதிகளுக்கு மந்திரி அலுவலர்களுடன் செல்லும்போது சூப்ப பகத் அக்குழுவிற்கு முன்னால் செல்வார். இவர்கள் செல்லும் வழியானது பஞ்சபூதங்கள் நிறைந்ததாகவும், காடு மலைப் பகுதிகள் நிறைந்ததாகவும் இருக்குமென்பதால் சூப்ப பகத் மந்திர உச்சாடனங்கள் சொல்லிச் செல்ல பல்லக்கு பளு தட்டாமல் இருக்கும். இவ்வாறு ஒருநாள் செல்லும் போது சூப்ப பகத் 'இயற்கை அழைப்பை' (மலம் கழித்தல்) கவனிக்க வேண்டியிருந்ததால் 'சென்று கொண்டேயிருங்கள், இதோ வந்து சேர்ந்துகொள்கிறேன்' என்று சொன்னார்.

சிறிது தூரம் சென்ற பின் பல்லக்கு மிகவும் பளுவாக மாறியது. தூக்கிச் சென்றவர்களால் நடக்க முடியவில்லை. சூப்ப பகத்தைக் கூவினர். அவர் அவசரத்தில் பூநூலை செடியின் மேல் வைத்து விட்டு வந்து மந்திர உச்சாடனங்களைச் சொல்லி சிக்கலைத் தீர்க்க முயன்றார். முடியவில்லை. பின்னால் வந்த பிராமணன் பூநூலைத் தெரியாமல் மாட்டிக்கொண்டு வழிநெடுக சூப்ப பகத் சொன்ன மந்திரங்களை நினைவிற்கொண்டு மந்திரங்களைச் சொல்லத் தொடங்கியவுடன் பல்லக்கின் பளு குறைந்தது. செல்லவேண்டிய வழியும் கண்ணுக்குப் புலப்பட்டது. மன்னர் வியப்படைந்து இந்த ஆற்றல் உனக்கு

எவ்வாறு கிடைத்த என்று வினவ தனக்கு இறைவன் அருளால் பூநூல் கிடைத்ததாகவும் அதன் ஆற்றலால் மந்திரம் கற்றதாகவும் கூறினான். அன்றிலிருந்து பிராமணனைச் சூப்ப பகத்தாக மன்னன் நியமித்தான். அன்றிலிருந்து பூநூலைத் திருடிய பிராமணன் உயர்ந்தவனானான். வட இந்தியாவில் தொல்குடிகளிடம் வழங்கப்படும் இத்தொன்மம் தலித் இனவரைவியலில் மிக முக்கியமானதாகும்.

இந்தியச் சமூக அமைப்பின் உருவாக்கத்தை அறிந்துகொள்வதற்குத் தலித் தொன்மங்கள் மிக முக்கியமானவையாகும். தலித் தொன்மங் களை ஆய்வுக்குட்படுத்தும்போது பிராமண உயர்வுவாதத்திற்கான வரலாற்று அடிப்படைகளை இனங்காண முடியும். தமிழகத் தலித் தொன்மங்கள் திராவிட உயர்வுவாதத்தின் அடிப்படையில் உருவாக்கப் பட்டவை என்று வாதிட முற்பட்டால், அத்தகைய வாதத்தை நிராகரிக்கும் முகமாக வட இந்திய தலித் தொன்மம் அமைந்துள்ளது. தூரிகளின் தொன்மத்தைக்கொண்டு ஒப்பியல் நிலையில் பார்க்கும் போது சாதியடுக்கின் அமைப்புமுறை ஒரு காலகட்டத்தில் தலைகீழாக மாற்றப்பட்டிருக்கிறது என்பதை உறுதியுடன் நிரூபிக்க முடிகிறது. தூரி மக்களிடம் வழங்கும் இத்தகைய தொன்மத்தைப் போன்று இன்னும் பல வகையான தரவுகளைக் கண்டறிய வேண்டும்.

திருவாரூர் கோயில் விழாக்களின்போது கோவிலில் பணியாற்றும் பிராமணர்கள் 'மத்தியானப் பறையர்' எனத் தீட்டுப்படும் முறை கவனத்துடன் ஆராயப்பட வேண்டும் (பரமசிவன் 2001: 65-66; மேலும் காண்க: பக்தவத்சல பாரதி 2008: 124-25). பிராமணர், பறையர் உறவை விளக்கும் 'குருவி-காக்காய்' கதையை விளக்கும் ஆலன் டண்டிஸ் (1997) ஆய்வையும் கவனிக்க வேண்டும். வடஇந்தியாவில் ஆங்கிலேயர்களிடமிருந்து தப்பிப்பதற்காகச் சக்கிலி வேடம் போட்ட வர்கள் பின்னர் சக்கிலியர்களாகவே அறியப்பட்ட கதையையும் கவனிக்க வேண்டும் (பக்தவத்சல பாரதி 2008: 133). இவையெல்லாம் இந்தியச் சமூகத்தில் சாதியமைப்பையும் தீண்டாமையின் தோற்றத்தை யும் விளக்கும் மிக முக்கியமான இனவரைவியல் தரவுகளாகும்.

7

வரலாறாகும் தலித் வன்முறைகள்: ஆனந்த் தெல்தும்தே வரைவுகள்

இக்கட்டுரையை ஆங்கிலத்தில எழுதியவர் அண்ணல் அம்பேத்கர் அவர்களின் பெயர்த்தியின் கணவராகிய ஆனந்த் தொல்தும்தே ஆவார். இக்கட்டுரையின் முக்கியத்துவம் கருதி மாலதி மைத்ரி அவர்கள் இந்நூலாசிரியரிடம் கொடுத்துத் தமிழில் மொழியாக்கம் செய்யச் சொன்னார். மொழியாக்கத்தை அவருடைய 'அணங்கு' இதழில் வெளியிட்டார். அக்கட்டுரையின் முக்கியத்துவம் கருதி இங்கு இடம்பெறுகிறது.

ஆனந்த் தெல்தும்தே எழுத்துக்கள் வீரியம் மிகுந்தவை. அண்மையில் மகாராஷ்டிர மாநிலம், பண்டாரா மாவட்டம், மொஹாடா வட்டத்தில் உள்ள கயர்லாஞ்சி கிராமத்தில் தலித்துகளைக் கொன்று குவித்த கொலை வெறியாட்டம் பற்றிய செய்திகள் செய்தித்தாள்களிலிருந்தும் தொலைக்காட்சிகளிலிருந்தும் உருவான தாக்கம் அநேகமாக மறைந்து விட்டது. ஆனால் அந்நிகழ்வின் தாக்கம் மறையவில்லை. இந்த நிகழ்ச்சிக்குப் பின்னால் உள்ள சக்திகள் எவை, இக்கொலை நிகழ்வு பொதுமக்களிடத்திலும் தலித்துகளிடத்திலும் எத்தகைய எதிர்வினையை எழுப்பியுள்ளது, இந்நிகழ்வு சுட்டிக்காட்டும் பாடமென்ன என்பன பற்றியெல்லாம் நாம் அறிந்துகொள்ள முடியும்.

கயர்லாஞ்சியில் நடந்த கொலையானது நமது சூழலில் முதன்முதலாக நடந்த ஒரு நிகழ்ச்சியல்ல; ஒரேயொரு முறை நடந்ததுமல்ல; மேலும் இதுவரை நடந்த கொலைகளிலேயே இது மிகவும் தனித்துவமானது மல்ல. இக்கொலைவெறியின் கொடூரமும் காட்டுமிராண்டித்தனமும் புதிதல்ல என்றாலும் இது உருவாக்கிய வெறுப்புணர்வு மிக அதிகமாகும். இதற்கு முந்தைய காலத்தில் நடந்தவை போலல்லாமல், அண்மைக் காலங்களில் தலித்துகளின் மேல் நடக்கும் கொடூரத் தாக்குதல்களில் ஒரு பொது அம்சம் இருப்பதை இந்நிகழ்வின் மூலம் அறியமுடிகிறது.

அதே போல் இந்நிகழ்வின் மூலம் இன்றைய சாதிய அட்டூழியங்களின் ஒட்டு மொத்தப் பாங்கினை அறிவதற்கும் இக்காலத்திய சாதிய வெறியுணர்வு எத்தகையது என்பதை அறிவதற்கும் கயர்லாஞ்சி நிகழ்ச்சி உதவும் (மேலும் உலகமயச் சூழலில் சாதியுணர்வு மங்கிவருகிறது என்ற கருத்தைத் தகர்த்தெறிவதோடு, சாதி அட்டூழியங்கள் நடைபெறும் போதெல்லாம் கண்டுகொள்வது போன்று கண்டுகொள்ளாமல் நடக்கும் அரசின் வஞ்சகச் செயலைக் கயர்லாஞ்சி நிகழ்ச்சி மிக நன்றாக வெளிச்சமிட்டுக் காட்டுகிறது). இந்நிலையில் தலித் அரசியல் காலங் காலமாக திவாலாகிப் போயுள்ள சூழலையும், இந்தப் பின்னணியில் வருங்கால தலித் தலைமுறையினர் ஏற்படுத்திக்கொள்ள வேண்டிய புதிய அரசியல் வியூகத்திற்கான படிப்பினைகளையும் உருவாக்கிக் கொள்ள முடியும்.

இந்தியா உலகமயமாகும் சூழலில் சாதி

உலகமயமாதல் இந்தியாவுக்கு வளம் சேர்க்குமென்ற வளமான மனோநிலை திளைக்கத் தொடங்கியுள்ள நிலையில் கயர்லாஞ்சி ஒரு வஞ்சகப் புகழ்ச்சிக்குரியதாகியுள்ளது. இன்றைய உலகமயச் சூழலில் அதிகபட்சமாக 92 சதவிகித அளவு வளர்ச்சி வீதம் ஏற்பட்டுள்ளது என்றும், அந்நியச் செலாவணி கையிருப்பு அதிகமாகியுள்ளது என்றும் அந்நிய முதலீடு பெருகிவருகிறது என்றும், பங்குச்சந்தைக் குறியீடுகள் தொடர்ந்து ஏறுமுகத்தில் உள்ளன என்றும், இவ்வாறான பிற அளவு கோல்கள்படியும் இந்தியா வளர்ச்சி முகத்தில் உள்ளது என்ற மகிழ்ச்சிச் சூழல் உள்ளது. இன்னும் சில பத்தாண்டுகளில் உலகில் ஒரு முக்கிய வல்லரசாக முடியும் என்ற மயக்கக் கனவையும் காணத் தொடங்கி யுள்ளது.

இந்நிலையில் உலகமயத்தை ஆதரிப்பவர்களுடைய கூற்றின்படி முதலாளித்துவத்திற்கு முந்தைய வடிவமான சாதிமுறையானது உலகமயச் சூழலில் கட்டுடைந்து சிதையத் தொடங்கும் என்று கூறத் தலைப்பட்டனர். ஆனால் அத்தகு அறிகுறிகள் ஏதும் ஏற்படவேயில்லை. மாறாக, சமூகத்தில் சாதிய முரண்பாடுகள் இதற்கு முன்பைவிட மிக வேகமாக வளர்ந்து வருவதையே காண முடிகிறது. சாதி அட்டூழியங்கள் சாதியுணர்வின் ஒன்றுபட்ட கொடூர வெளிப்பாடாகும். கடுமையான சாதி வெறியின் மாற்று வடிவமாகவே இவை வெளிப்படுகின்றன.

சாதிக் கொடுமைகள் பற்றிய பத்தாண்டுகளுக்கும் மேற்பட்ட புள்ளிவிவரங்கள் உலகமயம் ஏற்படுவதற்கு முன்னரும் பின்னரும் எடுக்கப்பட்டுள்ளன. இப்புள்ளிவிவரங்கள் மூலம் எல்லா வகையான கொடுமைகளுமே மேலும் மேலும் குறையவேயில்லை என்பதை

அட்டவணைச் சாதிகள் (SC), பழங்குடிகள் (ST) மீதான கடந்த மூன்று பத்தாண்டுகளின் புள்ளிவிவரங்கள் (*1981-1990, 1991-2000, 2001-2005*) தெரிவிக்கின்றன. ஒவ்வொரு வகையான குற்றங்களின் ஆண்டு சராசரி எண்ணிக்கை பின்வரும் அட்டவணையில் கொடுக்கப் பட்டுள்ளன:

அட்டவணை - 1

குற்றங்கள்	1981-1990	1991-2000	2001-2005
கொலை	534.9	545.7	681.2
பாலியல் வல்லுறவு	714.1	928.8	121.0
கடத்திச் செல்லுதல்	-	251.0	292.4
தீயிட்டுக் கொளுத்துதல்	866.0	423.6	260.2
புண்படுத்துதல்	1477.8	2978.6	4135.6
தண்டனைக்குரிய பிற குற்றங்கள்	-	1339.7	588.0
SC/ST கொடுமைகள் தடுப்புச் சட்டம்	15182.8	8585.4	9863.8
பிற குற்றங்கள்	11896.1	13146.2	12099.4
கூடுதல்	-	28041	29254.8

ஆதாரம்: தேசிய குற்ற ஆய்வுக் கழகம் (National Crime Research Bureau), ஆனந்த் தெல்தும்தே.

மேற்கூறிய புள்ளிவிவரங்களைப் பார்க்கும்போது தீயிட்டுக் கொளுத்துதல் சட்டத்தின் படி தண்டிக்கப்படும் குற்றங்கள் தவிர மற்ற குற்றங்கள் தொடர்ந்து பெருகி வந்திருப்பதைப் பார்க்க முடிகிறது. ஆனால் எஸ்.சி, எஸ்.டி மீதான குற்றங்களைத் தடுக்கும் சட்டத்தின் கீழ் வரும் குற்றங்கள் பெரிதும் குறைந்திருப்பதை அறிய முடிகிறது. இத்தகு குற்றங்கள் 1981-1990 ஆண்டுகளில் சராசரி 15182.2 ஆக இருந்தது. ஆனால் 1991-2000களில் அவை பாதியாகக் குறைந்துவிட்டது. எனினும் 2001-2005இல் அது சற்று அதிகரித்து 9863.8 ஆக உயர்ந்திருக்கிறது. இச்சட்டம் மிகக் கடுமையானது என்பதால் காவல்துறையினர் இதன்கீழ் குற்றத்தைப் பதிவு செய்வதில் தயக்கங் காட்டுகின்றனர். இல்லையென்றால் மேற்கூறிய புள்ளிவிவரங்கள் இன்னும் கூடுதலா யிருக்கும் என்பதில் ஐயமில்லை.

இப்புள்ளிவிவரங்களின் எண்ணிக்கைகள் தலித்துகள் மீதான வன்கொடுமைகளை முழுவதுமாக வெளிப்படுத்துவதில்லை. அண்மைக் காலக் கொடுமைகளைப் பார்க்கும் போது கடந்த காலங்களைவிட இப்போது அதன் தன்மையிலும் செய்யும் முறையிலும் பெரும் மாற்றம் காணப்படுகிறது. கடந்த காலத்தில் பெரிதும் தனிமனிதர்களே தலித்துகள் மீது அட்டூழியம் செய்தார்கள். ஆனால் இப்போதோ பலர் குழுவாகச் சேர்ந்து ஒரு விழா கொண்டாடுவது போல வன்கொடுமைகள் செய்கிறார்கள். ஹரியானாவில் ஜஜ்ஹார் (Jajjhar) என்னுமிடத்தில் தலித்துகள் ஐந்துபேர் கொல்லப்பட்ட நிகழ்ச்சியில் சாதி இந்துக்கள் பட்டப்பகலில் காவல்துறையின் கட்டுப்பாட்டிற்குரிய இடத்தில் வெட்டிக் கொன்றனர். காவல் துறையினர் இதனைப் பார்த்துக் கொண்டிருந்தனர். கொலையாளிகளை உடனடியாகத் தண்டிக்கக் கூடிய வகையில் இது பொது இடத்திலும் பகலிலும் நடந்துள்ளது.

இன்னொரு நிகழ்ச்சி மகாராட்டிரத்திலும் மரத்வாடா பகுதியிலும் உள்ள பூட்டேகோவன் (Bhutegoan) என்னுமிடத்தில் 2003 மே மாதம் நடந்தது. இங்கு ஒரு கூட்டமாக வந்த சாதி இந்துக்கள் தலித் பையனை உயிருடன் தீயிட்டுக் கொளுத்திவிட்டனர். இதே காலகட்டத்தில் பீட் (Beed) மாவட்டத்தில் சொன்ன கோட்ட (Sonna Khota) ஊரில் ஒரு ஏழை தலித் பையனை சாதி இந்துக்கள் துரத்திச் சென்று கல்லால் அடித்தே கொன்று விட்டனர். இத்தகு நிகழ்ச்சிகளைப் பார்க்கும்போது வன்கொடுமைகளின் போக்கும் தன்மையும் கொடூரமாக மாறியிருக் கின்றன. இவை மனித கற்பனைகளுக்கு அப்பால் உள்ளன. சாதி இந்துக்கள் ஒன்று சேர்ந்து தாக்கும் முறை அதிகரித்து வருகிறது. கயர்லாஞ்சியில் போட்மேங்கசில் (Bhotmanges) நடந்த கொடுமையானது மனிதர்களா இப்படி இழைத்தார்கள் என்று நம்பமுடியாத அளவுக்கு உள்ளது. ஒரு தாயும் அவர் மகளும் ஆடையின்றி அம்மணமாக ஊரின் நடுப்பகுதிக்கு இழுத்து வரப்பட்டனர். இரு இளைஞர்களும் அவர் களுடைய தாயோடும் சகோதரிகளோடும் வன்புணர்ச்சி செய்யுமாறு கொடுமைப்படுத்தப்பட்டனர்; அதற்கு அவர்கள் மறுக்கவே அவர் களின் ஆண்குறிகள் கல்லால் அடித்து நசுக்கப்பட்டன. தலித் பெண்கள் அக்கூட்டத்தினரால் பாலியல் பலாத்காரம் செய்து கொல்லப் பட்டனர். இவ்வுடல்கள் கால்வாய்களில் வீசி எறியப்பட்டன. இத்தகு கொடூரங்கள் செய்தவர்கள் மனிதர்களா என்று நம்பமுடியாத அளவிற்கு நடந்தேறியுள்ளன.

கயர்லாஞ்சி நிகழ்வுகளில் உலகமயத்தின் தாக்கம் உள்ளது என்று வெளிப்படையாகச் சுட்டிக்காட்ட முடியாமல் போகலாம். ஆனால் அதன் கூறுகள் இதனுள் ஊடுருவியுள்ளன என்பதை அனுமானிக்காமல்

இருக்க முடியாது. இந்திய கிராமப்புறங்களில் எதிர்பாராத விளைவுகளை உலகமயம் ஏற்படுத்தி வருகிறது. வெட்கப்பட வேண்டிய அளவில் விவசாயிகளின் தற்கொலை நிகழ்கிறது. கயர்லாஞ்சி ஒரு வளமான பகுதியாகும். நீர்ப்பாசன வசதியுடன் விவசாயம் இங்கு நடைபெறுகிறது. இங்குள்ள 373 ஹெக்டேர் நிலங்களில் 70 சதவிகித நிலம் கால்வாய்ப் பாசன வசதி பெற்றுள்ளது. ஆனால் நிலவுடைமையில் ஏற்றத்தாழ்வு அதிகம் உள்ளது. 25 ஏக்கர் வைத்திருப்பவரும் உண்டு. 3.5 ஏக்கர் வைத்திருப்பவரும் உண்டு. இங்குள்ள 800 பேரில் 10-12 பேரே கூலி வேலை செய்பவர்கள். ஒரு ஏக்கரில் 15 குவிண்டால் நெல் (HMT) விளைகிறது. இந்த நெல் கிலோ ரூ 15/- அளவுக்கு விலை போகிறது.

இத்தகு நிலையில் கயர்லாஞ்சியில் பொருளாதார நெருக்கடி ஏதுமில்லை என்பது போல் தோன்றுகிறது. ஆனால் விவசாய இடுபொருட்களின் விலை, விஷம் போல் ஏறியுள்ளது. நுகர் பொருட்களின் விலைவாசி, வேலையில்லா திண்டாட்டம், உலகமய மாதலால் ஏற்பட்டுள்ள நுகர்வுப் பண்பாட்டின் ஏகபோகத் தாக்கம் எல்லாம் ஒன்றாகச் சேர்ந்து ஓர் உளவியல் அழுத்தத்தை இறுக்கி வைத்துள்ளன. இது வாழ்வின் ஒவ்வொரு சூழலிலும் ஒவ்வொருவித விளைவை ஏற்படுத்துவதாகச் செயல்படுகிறது. தலித்துகளுக்கும் சாதி இந்துக் களுக்கும் உள்ள முரண்பாட்டில் இந்த உளவியல் அழுத்தம் உள்ளே நுழைகிறது. உலகமய காலத்தில் தலித்துகள் மீதான வன்கொடுமைகளில் உலகமயத்தின் கூறுகளும் ஊடுருவியே நிற்கின்றன என்ற கருதுகோளை முன்வைத்தோமானால், கயர்லாஞ்சியும் இதிலிருந்து தப்பிக்க முடியாது எனலாம்.

எனினும் கயர்லாஞ்சி நிகழ்ச்சி உலகமயத்தால் நிகழ்ந்தது என்று நேரடியாகச் சொல்ல முடியாது. இந்நிகழ்ச்சிக்கு முக்கிய காரணமாக அமைந்தது போட்மாங்கே என்னும் ஊருக்குச் செல்லும் வழிக்குரிய ஒரு நிலத்தகராறு ஆகும். ஆனால் இத்தகராறிலும் வன்கொடுமை களிலும் நினைத்துப் பார்க்க முடியாத பரிமாணங்கள் ஏற்பட்டுவிட்டன. இந்த நிலத்தகராறு 17 வருடங்களுக்கு முன் ஏற்பட்டது. பையாலால் போட்மேங்கே என்பவர் தன் மணவழி உறவினர் ஊருக்கு அருகில் 5 ஏக்கர் நிலம் வாங்கினார். அந்நிலத்தில் பயிரிடுவதற்காகத் தம் குடும்பத் தாருடன் அந்த ஊருக்கே குடியேறிவிட்டார்.

இவர் வாங்கிய நிலமானது சிலகாலம் பயிரிடப்படாமல் இருந்ததால் அதனை ஊரார் நடந்து செல்லும் வழியாகப் பயன்படுத்தினர். இவர் பயிரிடத் தொடங்கியதால் ஊராருக்கு வழி அடைபட்டுப்போனது. இப்பிரச்சினை நீதிமன்றத்துக்கு எடுத்துச் செல்லப்பட்டது. ஆனால் பையாலால் தம் மனைவி சுரேகாவின் நெருங்கிய உறவினர் (cousin)

சித்தார்த் கஜ்பியே காவல் துறையில் உயர்பதவியில் இருந்ததால் எவ்வித இழுக்குமின்றி இவ்வழக்கிலிருந்து விடுவித்துக் கொண்டார். போட்மாங்கே தம் சாதிக்கு ஏற்பட்ட மதிப்புக் குறைவை, தைரியத்துடன் செயல்பட்டதால் மீண்டும் அதனை நிலைநிறுத்தினார். மேலும் இவரது பிள்ளைகள் நன்கு படிக்கத் தொடங்கியதாலும் கஜ்பியேயின் ஆதரவு இருந்ததாலும் நிலபுல வசதியாலும் தம்மை அசைக்க முடியாதவாறு வெளிப்படுத்திக் கொண்டார். கஜ்பியேவும் அவ்வப்போது கயர்லாஞ்சிக்கு வந்து சென்றார். இவர் சுரேகாவுடன் கள்ள உறவு கொண்டிருப்பதாலேயே இங்கு வந்து போகிறார் என்ற எண்ணமும் மக்களுக்கு ஏற்பட்டது.

இவையெல்லாம் ஊர் மக்களுக்குச் சாம்பல் பூத்த நெருப்பாக அடிமனதில் எரிந்துகொண்டிருந்தன. இந்த ஆத்திரத்தில் ஊர் மக்கள் அவரை அடித்துவிட்டனர். கஜ்பியே வழக்கு தொடர்ந்தார். இதில் சுரேகாவும் அவரது மகளும் சாட்சிகளாயினர். இவ்வழக்கில் கயர்லாஞ்சி மக்கள் 12 பேர் கைது செய்யப்பட்டனர். ஜாமீனில் வந்த இவர்கள் சாதி இந்துக்களின் உதவியுடன் செப்டம்பர் 29 அன்று போட்மாங்கேயைத் தாக்கினர். இந்த வகையில் பார்க்கும் போது கயர்லாஞ்சி பிரச்சினை நிலத்தகராறில் தொடங்கியது எனலாம். சாதி இந்துக்களின் சாதிவெறியே அங்கு ஏற்பட்ட தகராறுக்கும் அதனையடுத்த கொடூர செயல்களுக்கும் அடிப்படைக் காரணமாகும்.

அரசே முக்கிய குற்றவாளி

சமூக அடிப்படைகளைக் கொண்டு பார்க்கும் போது சாதி அட்டூழியம் இரண்டு கூறுகளைக் கொண்டுள்ளது. ஒன்று: தலித்துகளுக்கும் சாதி இந்துக்களுக்கும் இடையேயான ஏற்றத்தாழ்வு. இரண்டு: அரசியலமைப்புச் சட்டத்தில் கூறப்பட்டுள்ள தலித்துகளுக்கான பாதுகாப்பு அம்சங்கள். இந்த ஏற்றத்தாழ்வுகள் அநீதிக்கு வழிவகுப்பதாக மாறியுள்ளன. முதல் விஷயமானது சாதி அமைப்பிற்குள் காலங்காலமாக இருந்துவரும் கருத்தாகும். இதில் சாதி இந்துக்களின் உயர்வுக்கு தலித்துகள் அடி பணிகிற மனப்பான்மை இருந்துவருகிறது. இரண்டாவது விஷயத்தில் கருத்தளவிலாவது தலித்துகள் சமத்துவம் அடைவது என்பது அறிவார்ந்த நிலையாகும். இவ்விரு பிரிவினருக்கும் நடைமுறை உறவில் இருந்து வருகிற சிக்கல் அசைவியக்கம் பெற்று வருகிறது எனலாம்.

தலித்துகளின் பலத்தைக் குறைக்க அரசின் நடவடிக்கைகள் முக்கிய பங்காற்றுகின்றன. முரண்பாடுகளை அரசே உருவாக்க முயலுகிறது. இது சாதிய ஏற்றத்தாழ்வை அதிகரிக்க உதவுகிறது. சாதிகளுக்கிடையில் சமத்துவம் இல்லாததால் தலித்துகளுக்கு அரசியலமைப்பில் பாதுகாப்பு வழங்கப்பட்டுள்ளது. இதனைக் கொண்டு அரசு பல்வேறு அநீதிகளைக்

கண்டிக்க முடியும். மேலும் கல்வி, கருத்தியல் சார்ந்த நிலையில் சாதிக் கொடுமைகளை மாற்ற முடியும்; சட்டத்திற்குப் புறம்பாக நிகழும் கொடுமைகளைத் தண்டிக்கவும் முடியும்.

தலித்துகள் மீது நடத்தப்படும் எண்ணற்ற வன்கொடுமைகள் யாவும் அரசு அரசியலமைப்பின் அடிப்படையில் அதன் கடமையைச் செய்ய முடியவில்லை என்பதையே காட்டுகின்றன. கல்வியாலும் பிற கருத்தியல்களாலும் சாதியை ஒழிக்கிற பணிகள் வெற்றிபெறவில்லை. இன்னும் சொல்லப்போனால் ஆளும் வர்க்கத்துக்கே அரசானது உண்மை யாகப் பரிவுகாட்டுகிறது எனலாம். ஆளும் வர்க்கமோ இப்போதுள்ள சாதிப் பாகுபாட்டையே விரும்புகிறது; அதை வளர்த்தும் வருகிறது. ஆதிக்கச் சாதியினரின் சாதியக் கண்ணோட்டம், இந்த நிலையில் இருப்பதால் அரசாங்கம் சாதிக் கொடுமைகளை அழிக்க முடியாமல் திணறுகிறது. மாறாக, குற்றமிழைப்போரைக் கண்டுங்காணாமல் இருப்பது போல் நிற்கிறது. மேலும் நிகழ்த்தப்பட்ட கொடுமைகளுக்குப் பின் வழக்கு பதிவு செய்வதுகூட மறுக்கப்படுகிறது. நியாயமான விசாரணையும் நடைபெறுவதில்லை. நீதிமன்றத்தில் உண்மையை நிலைநாட்ட காவல்துறை பாடுபடுவதுமில்லை. குற்றஞ் சாட்டப்பட்ட வர்கள் பற்றிய பின்வரும் அட்டவணை இதனை நன்கு தெளிவு படுத்தும்:

அட்டவணை 2: தலித்துகள், பழங்குடியினர் மீது குற்றமிழைத்து தண்டிக்கப் பட்டோரின் அளவு

குற்றத்தின் வகை	2001	2002	2003	2004	2005
கொலை	41.3	45.1	43.9	46.4	42.1
பாலியல் வன்கொடுமை	36.8	30.3	33.0	29.8	34.0
கடத்துதல்	35.4	33.8	40.6	34.0	37.4
கொள்ளை	50.0	58.3	28.6	28.6	46.2
திருடுதல்	35.4	36.0	40.9	25.0	34.0
தீயிடுதல்	37.5	33.8	30.9	34.2	28.5
காயப்படுத்துதல்	33.7	28.6	26.9	32.5	26.8
பிசிஆர். சட்டம்	24.7	19.7	25.2	12.6	20.7
எஸ்.சி/எஸ்.டி.மீது கொடுமைகள் தடுப்புச்சட்டம்	34.7	30.5	26.7	23.4	26.8
எஸ்.சிக்கள் மீது பிற குற்றங்கள்	34.3	35.3	29.0	27.0	32.2
கூடுதல்	34.1	32.1	28.5	27.1	29.8

2005ஆம் ஆண்டு மைய அரசின் உள்துறை அமைச்சகத்தின் கீழ் செயல்படும் தேசிய குற்ற ஆய்வுக் கழகம் வெளியிட்ட ஆண்டறிக்கையில் தண்டனை பெற்றவரின் அளவு கூறப்பட்டிருக்கிறது. இந்த எண்ணிக்கையில் 94.1% வழக்குகள் பதிவு செய்யப்பட்டாலும் 29.8% குற்றமிழைத்தவராக அறிவிக்கப்பட்டனர். 2005ஆம் ஆண்டில் மட்டும் 57,804 பேர் தலித்துகள் மீது வன்கொடுமை செய்தவர்கள் என கைதுசெய்யப்பட்டனர். அதில் 46,936 பேர் (82.4%) மீது வழக்குப் பதிவு செய்யப்பட்டது. ஆனால் 12,691 பேர் மீது மட்டுமே விசாரணை முடிக்கப்பட்டுள்ளது.

அரசானது அதன் கடமையை முறையாகச் செய்யுமானால் சாதிக் கொடுமைகளின் அபாயம் பெருமளவு குறைந்திருக்கும். ஆனால் எதிர்பார்ப்புக்கும் மாறாக, ஆண்டுதோறும் கொடுமைகள் அதிகமாகிக் கொண்டே செல்கின்றன. வெட்கப்பட வேண்டிய வகையில் இந்த வளர்ச்சி வீதம் தேசிய வளர்ச்சி வீதத்திற்கு மாறாக இருக்கிறது. வன்கொடுமைகளைக் காவல்துறையினர் பதிவு செய்வதற்கே பெரும் போராட்டம் தேவைப்படுகிறது. ஆதிக்கச் சாதியாரின் குறுக்கீடுகளால் இது பெரிதும் தடுக்கப்படுகிறது. தலித் பெண்கள்மீதான குற்றமாயின் இது மேலும் மோசமான நிலையில் சென்றுவிடுகிறது. இந்தத் தடைகளை எல்லாம் மீறிய ஒரு வழக்கானது பதிவு செய்யப்படுகிறது. பெரும்பாலும் உள்ளூர் காவல் நிலையத்தில் தலித்துக்கெதிரான வழக்குகளைத் தொடக்கத்திலேயே இல்லாமல் செய்துவரும் முயற்சியே நடைபெறுகிறது. அப்படியே குற்றமானது பதிவு செய்யப்பட்டாலும் அது பற்றிய விசாரணையைக் காவல்துறையே மேற்கொள்கிறது. இக்காவல் துறையினரின் விசாரணை பல நேரங்களில் முழுமையாக நடைபெறுவதில்லை என்பதால் தண்டனை பெறுவோரின் அளவு குறைந்துவிடுகிறது. ஆகவே இப்போதுள்ள காவல்துறையின் நடைமுறை மேல்சாதிக் காரர்களுக்குச் சாதகமானதாக வடிவமைந்து நிற்பதால் தலித்துகளுக்கு இது பாதகமாகவே உள்ளது. இத்தகு காரணத்தால் ஆண்டுதோறும் தலித்துகள்மீதான கொடுமைகள் அதிகரித்துக்கொண்டே செல்கின்றன.

கயர்லாஞ்சி நிகழ்ச்சியைப் பார்க்கும்போது காவல்துறை, ஒரு ஒப்புக்காக அவ்வழக்கினை எழுத்தில் பதிந்துகொண்டாலும் அதனைக் கூடியவரை அமுக்கி வைக்கவே விரும்பியது எனலாம். இவ்வளவு கொடூரமான நிகழ்ச்சிகளைப் புரிந்துகொள்ள முடியாதவாறு காவல் நிலையத்தில் சில கோப்புகளுக்குள் முடக்கப்படுவது என்பது நம்மை நிலைகுலையச் செய்கிறது. இத்தகு கொடூர நிகழ்ச்சிகளை விரிவாக வெளிப்படுத்திவிட்டோம் என எண்ணியோரின் எண்ணம் வீணாகப் போய்விடுகிறது. உண்மையில் சொல்லப்போனால் இந்நிகழ்ச்சியைத்

தொடர்ந்து ஒரு மாதம் வரையில் பொதுமக்களின் கிளர்ச்சி நடை பெற்றது. இக்காலகட்டத்திலேயே அது மறைக்கப்படுவதற்கான வேலைகளும் நடந்தன. பையாலால் போட்மாங்கே கொடுத்த முதல் தகவல் அறிக்கையின் (FIR) அடிப்படையில் கயர்லாஞ்சியில் சிலர் கைது செய்யப்பட்டனர் (உண்மையான குற்றவாளிகள் பிடிபட வில்லை). அவர் மட்டும் நவம்பர் இரண்டாம் வாரம்வரை கத்திக் கொண்டிருந்தார். இந்த வழக்கு தொடர்ந்து நடைபெற்றாலும் குற்றவாளிகளும் சாட்சிகளும் மறைக்கப்பட்டபின் அதனால் என்ன பலன் கிடைக்கும். கயர்லாஞ்சியில் நடந்த விஷயங்கள் எல்லாமே ஞாபகத்திலிருந்து மறைக்கப்படுகின்றன. கயர்லாஞ்சி நிகழ்ச்சி இவ்வளவு தூரம் பிரபலமடைந்தாலும் உண்மையான குற்றவாளிகள் தண்டிக்கப்படுவார்களா என்பது யாருக்கும் தெரியாது. மும்பையின் நடுப்பகுதியில் உள்ள ரமாபாய் நகரில் தலித்துகளுக்கு எதிராக நடந்த கொடுமைகள் தலித்துகளை மனம்நோகச் செய்தது போலவே வெகுதொலைவில் நடந்த கயர்லாஞ்சி நிகழ்ச்சியில் குற்றவாளிகள் தண்டிக்கப்படுவார்களா?

கயர்லாஞ்சியில் காவல்துறை மேற்கொண்ட நயவஞ்சகச் சூழ்ச்சிகள் மூலம் அவ்வழக்கு மூடிமறைக்கப்பட்டது. மற்ற இடங்களில் நடக்கும் சாதிக்கொடுமைகளை அணுகும் முறைக்கு இது ஓர் எடுத்துக்காட்டு எனலாம். அந்தப் பகுதியில் இருக்கும் பெரும்பாலான ஊர்களைப் போலவே கயர்லாஞ்சியும் ஓர் ஊராகும். 800 பேர் கொண்ட இக்கிராமத்தில் மூன்று குடும்பத்தார் புது பவுத்தர்கள் (தலித்துகள்); ஏழு குடும்பத்தார் கோண்டுகள் (பழங்குடிகள்). இக்கோண்டுகள் விதர்பா பகுதியில் தங்களைச் சாதி இந்துக்களோடு இணைத்து அடையாளப் படுத்திக்கொள்கின்றனர். இந்த பத்து குடும்பத்தார் தவிர ஏனையோர் குன்பி, காலர், தெளி, லோதி, தேவர் (தமிழ்ச் சாதி), வாடி ஆகிய மிகவும் பிற்படுத்தப்பட்ட (OBC) சாதிகளைச் சேர்ந்தவர்கள். ஆனால் இவர்கள் தலித்துக்களைப் பொருத்தவரையில் உயர்சாதிக்காரர் களாகவே செயல்படுகின்றனர். இச்சூழ்நிலையில் கயர்லாஞ்சியில் தலித்துகள் சாதி இந்துக்களுடன் எப்போதும் தகராறு செய்வதற்கான வாய்ப்பே இல்லை எனலாம்.

கயர்லாஞ்சியில் ஏற்பட்ட நிலத்தகராறின் போது நிலத்தில் நடப்பதற்கு வழிவிட மறுத்த பையாலால் போட்மாங்கே அடிக்கப்பட்டார். அச்சம்பவம் காவல் நிலையத்தில் பதியப்பட்டது. 2012இல் ஷிவ்சங்கர் அடில்கார் தம் பக்கத்து நிலத்துக்காரர் சுரேகா என்பவரின் நிலத்தில் நியாயமற்ற முறையில் அத்துமீறியதாலும் சாதிப்பெயர் கூறி திட்டிய தாலும் சுரேகா காவல் நிலையத்தில் வழக்குத் தொடுத்தார். இன்னொரு

வழக்கில் 2004இல் அமைதி திரும்புவதற்காக நிலம் அளக்கப்பட்டு சித்தார்த் கஜ்பியி என்பவரிடம் மத்யஸ்தம் மூலம் 15 அடி வழியை போட்மாங்கே விட்டுக்கொடுத்தார். இருப்பினும் சாதிக்கொடுமை தீரவில்லை. சுரேகாவின் மகள் பிரியங்கா பள்ளிக்கு மிதிவண்டியில் செல்லும்போது வயதானவர்களும் இளைஞர்களும் கிண்டலும் கேலி யும் பேசினர். சித்தார்த் கஜ்பியிடம் இதுபற்றி புகார் சொன்னபோது அவர் வெகுண்டெழுந்தார். அதே நேரத்தில் போட்மாங்கே காவல் நிலையத்திற்குச் செல்லக்கூடாது எனவும் அறிவுறுத்தினார். சுரேகா சாதிப் பெண்களால் தாக்கப்பட்ட சம்பவம்கூட காவல் நிலையத்தில் பதியப்பட்டது.

கஜ்பியின் உதவியுடன் போட்மாங்கே பல்வேறு சண்டைகளில் ஈடுபட்டு வந்தார். இவருக்குத் தகுந்த பாடம் புகட்ட வேண்டுமென கயர்லாஞ்சி கிராமத்தார் தீர்மானித்தனர். செப்டம்பர் 3 ஆம் தேதி வேலையாட்களுக்குக் கூலி கொடுக்கும் தகராறு வந்தபோது அவரைப் பிடித்து நன்றாக அடித்து விட்டனர். சுயநினைவு இழக்கும் வரை இது சென்றுவிட்டது. மறுநாள் 4ஆம் தேதி அவருடைய சகோதரர் ராஜேந்திரர் புகார் செய்ய அந்தல்கோவன் காவல் நிலையத்திற்குச் சென்றார். ஆனால் அங்கிருந்து கடுங்கோபத்துடன் திரும்பினார். இதற்கிடையில் சித்தார்த் கஜ்பியி மருத்துவமனையில் சேர்க்கப்பட்டார். அவரிடமிருந்து பெற்ற புகாரைப் பதிவு செய்துகொண்டு அதனை அதிகார எல்லைக்குட்பட்ட அந்தல்கோவன் காவல்நிலையத்திற்கு மாற்றிவிட்டனர்.

இக்காவல் நிலையத்தில் புகாரில் கூறப்பட்டிருந்த சுரேகா, பிரியங்காவிடம் வாக்குமூலம் பெறுவதற்கு வந்தபோது கயர்லாஞ்சி யைச் சேர்ந்த கர்சஞ்ச், உப்கர்பஞ்ச் இருவரும் சுரேகா, பிரியங்காவை காவலர்கள் முன்னிலையிலேயே கொன்றுவிடுவதாக மிரட்டினர். இதுபோலவே செப்டம்பர் 21ஆம் தேதி காந்திரி கிராமத்தைச் சேர்ந்த ராஜன் என்பவரையும் மிரட்டினர். மறுநாள் வேறொரு விவகாரத்தில் தகராறு ஏற்பட்டபோது அதுபற்றிய புகார் கொடுத்தும் எவ்வித நடவடிக்கையும் எடுக்கவில்லை. ஆனால் கஜ்பியி அடிக்கப்பட்ட விவகாரத்தில் 12 பேர் கைது செய்யப்பட்டுப் பின்னர் செப்டம்பர் 29இல் ஜாமீனில் விடுவிக்கப்பட்டனர். இவ்வழக்கில் சுரேகா தம் பழைய எதிரிகளையும் 12 பேர் பட்டியலில் இணைத்து விட்டதாகக் கூறப்பட்டது. இந்த 12 பேரும் காவல் நிலையத்திலிருந்து திரும்பியபின் சாதி இந்துக்கள் ஒரு கூட்டம் போட்டனர். சித்தார்த் கஜ்பியியுக்கும் போட்மாங்கே குடும்பத்திற்கும் பாடம் புகட்ட வேண்டும் என விரும்பினர்.

மேற்கூறிய ஒவ்வொரு புகாரும் குற்றத் தடுப்புச் சட்டத்தின் கீழ் பதிவு செய்வதற்கு உரியதுதான். ஆனால் ஒன்றுகூட பதியப்படவில்லை. கயர்லாஞ்சியில் சித்தார்த் கஜ்பியின் விவகாரமும்கூட உரிய முறையில் அணுகப்பட்டிருக்குமானால் கயர்லாஞ்சி நிகழ்வுகள் தவிர்க்கப்பட்டி ருக்க முடியும். காவல் துறையினரின் அணுகுமுறை சாதி இந்துக்களுக்கு தைரியத்தைக் கொடுக்கக் கூடியதாகவே இருந்தது.

அம்பேத்கர் சிலைக்குரிய கண்ணியமும் கவுரவமும் பேணப்பட வேண்டிய நிலையில் இன்று வாழும் தலித்துகளின் நிலைமை மோசமாக இருந்து வருகிறது.

கயர்லாஞ்சியில் ஒரு பெருங்கூட்டம் தாக்க வந்தபோது சுரேகா தம் செல்போன் மூலம் ராஜேந்திர கஜ்பியைக் கூப்பிட்டுக் காவல்துறையின் உதவியை நாடியுள்ளார். ராஜேந்திரா காவல்துறையை உதவிக்கு அழைக்க அவர்கள் வரவில்லை. புரியாத புதிராக செல்போனில் இருந்த சிம் கார்டு காணாமல் போய்விட்டது. இந்தத் தாக்குதலை நேரில் கண்ட பையாலால் தம்மைக் காத்துக்கொள்ள ஓடி ஒளிந்துகொண்டார். சித்தார்த் காவலர்களின் உதவியை நாடினார். பூட்மாங்கேவினர் மீதான கொடூரத் தாக்குதல் இரண்டு மணி நேரத்திற்கும் மேல் நடந்தது. அப்போது 8 கி.மீ தூரத்திலிருந்த காவலர்கள் நினைத்திருந்தால் 20 நிமிடங்களில் அவ்விடத்திற்கு வந்து சேர்ந்திருக்க முடியும். ஆனால் அவர்கள் மௌனம் காத்துவிட்டனர்.

பையாலாலும் கஜ்பியேயும் அண்டல்கோவன் காவல் நிலையத்திற்கு நேரில் சென்று நடந்ததை முறையிட்டனர். ஆனால் அவர்கள் புகாரைப் பதிவு செய்யவில்லை. கயர்லாஞ்சியில் எல்லாம் நடந்து முடிந்தவுடன் ஒரு காவலரை மட்டும் அனுப்பி வைத்தனர். வந்த காவலர் கிராமத் தலைவரிடம் விசாரித்துவிட்டு அங்கு இயல்புநிலை ஏற்பட்டுவிட்டது என்று கூறிவிட்டார். மறுநாள் பையாலால் கஜ்பியே உறவினர் இருவருடன் காவல் நிலையம் சென்று முதல் தகவல் அறிக்கை கொடுத்தனர். செப்டம்பர் 30 ஆம் நாள் காலையில் ராஷ்ட்ரபால் அடையாளம் காட்ட பிரியங்காவின் சடலம் கால்வாயில் கண்டு பிடிக்கப்பட்டது. காவல்துறையினர் அதனை அடையாளம் தெரியாத யாரும் கேட்பாரற்ற சடலம் எனப் பதிவு செய்துகொண்டு பிரேதப் பரிசோதனைக்கு அனுப்பி வைத்தனர். மறுநாள் மேலும் மூன்று சடலங்கள் கண்டெடுக்கப்பட்டன. அவற்றையும் மேற்கூறியவாறே முடித்துவிட்டனர். சான்றுகளை மிகச்சிறப்பாக அழித்துவிட்டனர்.

காவல்துறையினர் இவ்வழக்குக்கான விவரங்களைப் பத்திரிகை களுக்குக் கொடுக்கும்போது செய்தியை மாற்றிவிட்டனர். முறையற்ற

பாலுறவால் கொல்லப்பட்டதாக செய்திகள் வெளியாயின. நாக்பூரில் அக்டோபர் 2 ஆம் தேதி பாபாசாகேப் பவுத்தத்தை தழுவிய 50ஆம் ஆண்டு விழா ஏற்பாடு செய்யப்பட்ட தீக்ஷா பூமியில் கூடிய கூட்டத்தில் மேற்கூறிய நிகழ்ச்சி பற்றி கவனத்தில் எடுத்துக்கொள்ளப்பட வில்லை. இதன் பிறகு அக்டோபர் 14ஆம் தேதி விழாவிற்குப் பெருங் கூட்டமாகக் கூடியபோதுகூட இதுபற்றி கவனம் செலுத்தவில்லை. இக்கொடூர நிகழ்ச்சியை உரிய முறையில் கையாண்டிருந்தால் சிலரையாவது கைது செய்திருக்கமுடியும். புலன் விசாரணை மேற்கொள்ளப்பட்டிருக்கக்கூடும். பெரும்பாலான கொடூரங்களில் இத்தகைய நிலையே தொடர்கிறது. இந்நிகழ்ச்சி பலர் அறியும்படி செய்த பின்னரும் குற்றவாளிகளைத் தண்டிப்பது என்பது உத்திரவாதம் இல்லாத ஒன்றாகவே இருந்து வருகிறது. இவ்வாறே கோகனாவிலும் ஜஜ்ஜாரிலும் என்ன நடந்தது என்பது யாருக்கும் தெரியவில்லை.

காவல்துறையின் ஒட்டுமொத்தச் செயல்பாடுகளுக்கும் அப்பால் இந்த நிகழ்ச்சியைக் கூட்டிக் குறைத்துச் சொல்லப்பட்டதன் மூலம் இதை மறைப்பதில் மருத்துவர்களும் தம் பங்கைச் செய்தனர். அரசு வழக்குரைஞருங் கூட அட்டூழியங்களைத் தடுக்கும் சட்டத்தின் வழி (POA) செயல்படுவதை ஆதரிக்கவில்லை. சுருக்கமாகக் கூற வேண்டு மானால் அரசுத் தரப்பைச் சேர்ந்த எல்லாப் பிரிவினரும் கயர்லாஞ்சி நிகழ்ச்சியை மூடி மறைப்பதில் பங்காற்றினர் எனலாம்.

அரசைத் தீங்கிழைக்கும் சட்டத்தின் கீழ் கொண்டு வருதல்

கயர்லாஞ்சி நிகழ்ச்சிக்குப் பின் நடந்தவை இன்னும் மோசமானது எனலாம். கயர்லாஞ்சியின் வெறிக் கொலைத் தாக்குதல் பிற இடங்களுக்குத் தெரியத் தொடங்கியவுடன் அது தலித்துகளில் சில பிரிவினரைத் தர்ம சங்கடத்தில் ஆழ்த்தியது. இது பற்றிய முதல் எதிர்ப்பை ராஷ்ட்ரிய சம்புத்தா மகிலா சங்கதனா என்னும் பெண் அமைப்பே காட்டியது.

நவம்பர் 1 ஆம் தேதியன்று 5 ஆயிரத்துக்கும் மேற்பட்ட பெண் களைக் கூட்டி ஒரு பேரணியைப் பந்த்ரா நடத்தினார். பிற நகரங்களில் இத்தகைய பேரணிகளை நடத்துவதற்கு இது முன்மாதிரியாக இருந்தது. இதனால் விதர்பா முழுவதும் கயர்லாஞ்சிக்கெதிரான எதிர்ப்பலைகள் பரவின. பெண்களின் எதிர்ப்புகள் குறிப்பிடும்படி இருந்தன. மேலும் இளைஞர்களின் பங்கேற்பும் கணிசமாக இருந்தது. இந்த எதிர்ப்புகள் பெரிய அரசியல் கட்சி சார்பானவையாக இல்லை என்பதால் இது உணர்வுபூர்வமாகவும் உண்மையானதாகவும் இருந்தது. பங்கு கொண்டவர்களில் பெரும்பாலானவர்கள் படித்தவர்கள்; வேலையில்

இருப்பவர்கள். இவர்கள் அனைவருமே கயர்லாஞ்சி கிராமத்திற்கெதிரான காவல் துறையின் மௌனத்திற்கெதிரான அறம் சார்ந்த உறுத்தலை வெளிப்படுத்த விரும்பியவர்கள். இவர்களின் எதிர்ப்பைக் காவல்துறை இரும்புக்கரம் கொண்டு அடக்க முயன்றது. பல இடங்களில் காவல் துறையினரின் அடக்குமுறைக்கு இவர்கள் ஆளானார்கள்.

அமராவதியில் காவல்துறையின் துப்பாக்கிச் சூட்டிற்கு ஒருவர் பலியானார்; பலர் காயமடைந்தனர். நாக்பூர், காம்படி, அமராவதி, அகோலா, யவத்மால் போன்ற இடங்களில் காவல்துறையினர் நடத்திய அட்டூழியங்களை விசாரித்த அனைத்திந்திய உண்மையறியும் குழு காவல்துறையின் அணுகுமுறை நம்பிக்கைக்குரியதாக இல்லை என்றும், தலித்துகளுக்கு எதிரானதாக இருந்தது என்றும் கூறியது.

இதுவரை நடத்திய தொடர் பேரணிகளில் முதலில் நடந்தது நாக்பூரில் ஆகும். இப்பேரணியில் மக்களின் கோபத்தை உணர முடிந்தது. சாலைகளில் போக்குவரத்தைத் தடுத்தும் அரசுக்கெதிரான கோஷமிட்டும் எதிர்ப்பைக் காட்டினர். கயர்லாஞ்சியில் நடந்தவற்றை நோக்கும்போது இது ஒன்றும் இயல்பு மீறிய ஒன்றல்ல. ஆனால் மகாராட்டிர மாநில உள்துறை அமைச்சர் பேரணி நிகழ்ச்சிகளுக்குப் பின்னால் நக்சலைட்டுகள் உள்ளதாகப் பேட்டி கொடுத்தார். இப்பேட்டி தலித்துகளிடம் கொந்தளிப்பை ஏற்படுத்தவே அக்கருத்தைத் திரும்பப் பெற்றுக்கொண்டார். இதன் பின்னர் நாக்பூரில் காவல்துறையினர் தலித்துகள் மேல் அடக்குமுறையைக் கட்டவிழ்த்தனர். பல இடங்களில் தடியடி நடத்தினர். பலர் கைது செய்யப்பட்டனர். சாதி குறிப்பிட்டு இழிவுபடுத்தினர். பழங்காலத்தில் பேசியதைப் போல 'பைத்தியக்கார நாய்கள்' என்றெல்லாம் குறிப்பிட்டுப் பேசியுள்ளனர். இந்நிகழ்ச்சிகள் முழுவதிலும் சாதிய ஒடுக்குமுறை உள்ளோட்டமாக இருந்துகொண்டே இருந்தது.

நவம்பர் 14 ஆம் தேதி அமராவதியில் கயர்லாஞ்சி நிஷ்த க்ருதி சமிதி ஏற்பாடு செய்த மிகப் பிரமாண்ட பேரணியில் 25 ஆயிரத்துக்கும் மேற்பட்டவர்கள் அணிதிரண்டனர். ஆனால் இந்தியக் குடியரசுக் கட்சி (RPI) சார்பில், ஆர்.எஸ்.கவாய் நடத்திய பேரணிக்கு வெறும் இரண்டாயிரம் பேரே கலந்துகொண்டனர். பேரணியின் இறுதியில் மாவட்ட ஆட்சித் தலைவரிடம் மனுக் கொடுத்தனர். அதோடு பேரணி முடிவு பெற்றது என அறிவித்துவிட்டனர். மக்கள் திரும்பும் வழியில் காவல்துறையினர் 'தடியடி' செய்தனர். குழந்தைகள், பெண்கள் எவரையும் விட்டுவைக்கவில்லை. ஒரு பெண் உயிருக்குப் போராடும் வகையில் அடிபட்டார். மக்கள் கல்வீசியதால் 'தடியடி' செய்யப் பட்டனர் எனக் காவல்துறை கூறத் தொடங்கியது.

காவல்துறையினரின் முரட்டுத்தனத்தால் கோபமுற்றவர்கள் அங்கு நிறுத்தப்பட்டிருந்த சில மோட்டார் சைக்கிள்களுக்கும் தண்ணீர் லாரிக்கும் தீ வைத்தனர். இதனால் காவல்துறையினர் கண்ணீர் புகை குண்டுகளை வீசத் தொடங்கினர். பின்னர் துப்பாக்கிச் சூட்டையும் மேற்கொண்டனர். இதனால் தினேஷ் வங்கடே என்னும் இளைஞர் மண்டையில் காயம்பட்டு பின்னர் இறந்துபோனார். மேலும் மூன்று இளைஞர்கள் பலத்த காயமடைந்தனர். இக்கலவரத்தில் பாதிக்கப் பட்டவர்களை மீட்ட இளைஞர்கள் மீது தடியடி நடந்ததை கேமராவின் பதிவுகளிலிருந்து காணமுடிகிறது. ஆனால் போலீஸ் கமிஷனர் துப்பாக்கிச் சூட்டினை நியாயப்படுத்தினார். சிவசேனாவினர் தயாராக இருந்ததால் அங்குச் சமூகக் கலவரமாக மாறும் என்பதாலேயே துப்பாக்கிச் சூட்டிற்கு உத்தரவிடப்பட்டது என்றார்.

இதோடு காவல்துறையினரின் வேலைகள் முடிந்துவிடவில்லை. அங்கிருந்த மக்களைச் சுற்றி வளைத்து அவர்கள்மீது சூறையாடுதல், கலவரம் தூண்டுதல் போன்ற பல குற்றச்சாட்டுகளைக் கூறி வழக்குப் பதிவு செய்தனர். இத்தகு குற்றச்சாட்டுகள் ஊரகப் பகுதிகளில் நடக்கும் போது ஜாமீனில் வெளியே வருவது கடினமாகும். இந்நிகழ்ச்சிகளில் அங்கு நவோதயா வித்யாலாயாவில் கணக்கு ஆசிரியராக இருந்தவரைக் கைது செய்தனர். காரணம் இவர் வீட்டில் கயர்லாஞ்சி பற்றி சுவரொட்டிகள், அறிக்கைகள் வைத்திருந்தாராம். இவர் எய்ட்ஸ்க்கு எதிரான சேவையில் ஈடுபட்டுப் பன்னாட்டு அளவில் அங்கீகாரம் பெற்றவர். இவரது வீட்டில் கிடைத்த அறிக்கையானது நாக்பூரைச் சேர்ந்த சமதா சைனிக்தால் என்பவரின் உண்மையறியும் குழுவின் அச்சாக்கம் பெற்ற அறிக்கையாகும். சுவரொட்டிகள் யாவும் இணைய தளத்தில் கிடைப்பவைதாம்; பல நகரங்களில் ஒட்டப்பட்டவைதாம். அறிவுஜீவிகள் இத்தகு நிகழ்ச்சிகளுக்குக் கொடுக்கும் மனரீதியான ஆதரவை ஒடுக்கவே இத்தகு ஒடுக்குமுறைகள் மேற்கொள்ளப்பட்டன. உள்ளூரிலிருந்து வெளியாகும் மட்டாடர் (Matadar) பத்திரிகையின் ஆசிரியர் திலிப் எடட்கர் சொல்வது போல கைது செய்யப்பட்டவர் களைப் பற்றியோ, கொடூரம் இழைப்பவர்கள் பற்றியோ எதுவும் பேசாமல் வாயை மூடிக்கொண்டு இருப்பதற்காகவே இங்கு அடக்கு முறையைக் காவல்துறை மேற்கொள்கிறது.

யவட்மால் என்னும் ஊரில் தலித் பெண்கள் அமைப்பைச் சேர்ந்த ஒரு முக்கியமான இயக்கவாதியாகிய பிரமோதினி ராம்தெக்கே நடத்திய ஒரு சிறிய பேரணியும் ஒரு காரணமாக அமைந்துவிட்டது. பேரணியின் போது ஏற்பட்ட கல்லெறி சம்பவத்திற்குப் பதிலடி கொடுக்கும் முகமாக குறுகிய காலத்தில் அரசியல்வாதியாக மாறிய

வணிகர் சுபாஷ்ராய் தம் கூலிப்படையின் மூலம் மறைமுகமாகச் செயல்பட்டார். அங்குள்ள பட்டிபுரா தலித் காலனியில் அம்பேத்கர் சிலை மீது கற்களையும் செருப்புகளையும் வீசத் தூண்டியுள்ளார். காவல் துறை கண்டும் காணாமல் இருந்துவிட்டது. அன்று இரவு 100க்கும் மேற்பட்ட காவல்துறையினர் கதவுகளை உடைத்து தலித் இளைஞர்களை அவர்களுடைய பெற்றோர் முன்னிலையில் அடித்து இழுத்துக்கொண்டு போய் போலீஸ் வாகனத்தில் ஏற்றினர். பின்னர் பட்டிபுராவையே சூறையாடினர்.

கைது செய்யப்பட்ட பலரும் என்ன நடக்கிறது என்று தெரியாமல் தவித்தனர். சாதி இழிவுச் சொற்களால் திட்டும் காவல்துறையினரின் போக்கை அவர்களால் புரிந்துகொள்ள முடியவில்லை. பிரமோதினி ராம்தெக்கேவும்கூட கைது செய்யப்பட்டார். காவல் நிலையத்தில் கொடுக்கப்படும் பாலியல் துன்புறுத்தலுக்கும் ஆளானார். காவல் நிலையத்தில் நடந்த கொடுமைகளை அவர் எடுத்துச் சொல்லும் போது ஆற்றொணாத் துயரத்துடன் உண்மையில் அழுதுவிட்டார். அமராவதி யில் நடந்த நிகழ்ச்சியில் சர்காட்டே பணியிடை நீக்கம் செய்யப் பட்டது போலவே இவரும் பணியிலிருந்து இடைநீக்கம் செய்யப் பட்டார்.

தலித் எழுச்சியைக் கட்டுப்படுத்துவதற்காகப் பிற மக்களை வீதிகளில் வந்து கலாட்டா செய்யத் தூண்டும் நிகழ்வுகள் நடந்தேறின. லக்காண்டூரில் ஒரு தலித் பையன் அங்கிதா லஞ்சேலர் என்னும் பெண்ணைப் பாலியல் பலாத்காரம் செய்து கொன்ற விஷயத்தில் பஜ்ரங்தல், சிவசேனை, பி.ஜே.பி போன்றவை வீதிக்கு வந்துவிட்டன. காவல்துறை சமூகக் கலவரம் ஏற்படக்கூடாது என்னும் கோஷத்தை முன்வைத்துத் தன் அடக்குமுறையை அரங்கேற்றியது. அமராவதியில் போலீஸ் கமிஷனர் முன்னிலையில் நடந்த அடக்குமுறையும் இந்த வகையில்தான் நடந்தேறியது. ஷோலாப்பூரில் நடந்த பிரச்சினை யில் பஜ்ரங்தல், சிவசேனை இரண்டும் தலித்துகளுடன் மோதின. ஆனால் காவல்துறையினர் ஓரவஞ்சனையுடன் தலித்துகளை மட்டுமே வஞ்சித்தனர். பெண்கள், சிறுவர்கள் என்றுகூட பார்க்காமல் அடித்து நொறுக்கினர். அம்பேத்கர், புத்தர் படங்களை நொறுக்கினர். எதிரணியினர் மீது எவ்வித நடவடிக்கையும் எடுக்கவில்லை.

தலித்துகள் நடத்திய போராட்டங்களைச் சாதகமாக்கிக் காவல் துறைச் சைத்திய பூமியில் 50 வது நினைவேந்தலில் தலித்துகள் கலந்து கொண்டு அஞ்சலி செலுத்துவதைத் தடுத்துவிட்டது. சைத்திய பூமியில் ஒவ்வோராண்டும் டிசம்பர் 6 ஆம் தேதி கூடும் பல லட்சம் மக்கள் அந்நாளைப் புனித நாளாகக் கருதுகிறார்கள். கடந்த 50 ஆண்டுகளில்

இந்நிகழ்ச்சியின் போது எவ்வித அசம்பாவிதமும் நடைபெறவில்லை. காவல்துறைகூட இங்கு வருவதில்லை. அனைத்துப் பாதுகாப்பு ஏற்பாடு களையும் சமதா சைனிக் தல் கவனித்துக்கொள்ளும். ஆனால் அரசுத் துறையானது ஊடகங்கள் வழி வேண்டுமென்றே ஏற்படுத்திய பய உணர்வால் பல லட்சம் மக்கள் இங்கு வருவதைத் தவிர்த்தனர். லட்சக்கணக்கான தலித்துகள் ஒரு சேர அணிதிரளுவதையும் அதனால் ஏற்பட வாய்ப்புள்ள தலித் ஒருமைப்பாட்டினைக் குலைப்பதற்காகத் திட்டமிட்டு சைத்திய பூமி, சிவாஜி மைதானம் முழுவதும் காவல் துறையினர் நிரம்பி வழிந்தனர். இதனால் தீக்ஷா பூமி, சைத்திய பூமி விழாக்கள் பழைய முறையில் நடப்பது என்பது கேள்வியாகி விட்டது. அரசு தன் அசுர பலத்தால் தலித்துகளின் நடவடிக்கைகளைக் கண்காணித்தும் கட்டுப்படுத்தியும் வந்தது.

காவல் துறையினர் மாநிலம் முழுவதும் 2000க்கும் மேற்பட்டவர் களைக் கைது செய்தது. இதனால் தலித் குடும்பங்கள் நேரடியாக பாதிக்கப்பட்டனர். கைதாகுதல் என்பது வாழ்வில் ஒரு பெரும் நெருக்கடியை உண்டாக்குகிறது. கைதைத் தொடர்ந்து நசுக்கும் காவல் துறையின் அடிதடி உள்ளிட்ட மனரீதியான கொடுமைகளிலிருந்து மீள்வதற்கு 3-6 ஆண்டுகள் ஆகும். ஜாமீனில் வெளியே வருவதற்கு வழக்குரைஞருக்குப் பணம் கட்டியாக வேண்டும். ஜாமீன் தொகை கட்டி வெளியே கொண்டு வருவதற்கு நிலபுலம் உள்ளவரை நாட வேண்டியுள்ளது. தலித்துகளைப் பொறுத்தவரை இது ஒரு வகையில் திவாலாகும் செயலாகும். பொதுவாக சாதிக் கொடுமைகளால் உடல் ரீதியாகப் பாதிப்பு ஏற்படும். ஆனால் இவ்வாறான கொடுமைகள் அநீதிக்கு எதிராகப் போராடும் உத்வேகத்தையே அழித்துவிடுவதாக உள்ளது. அரசின் பிரதிநிதியாக இருக்கும் காவல்துறையானது சாதாரண தலித்துகளுக்குச் சாதகமாக இல்லாமல் மற்ற சாதிக் குற்றவாளிகளுக்குச் சாதகமாக நடந்துகொள்கிறது என்றே கூற வேண்டியுள்ளது.

சிலைகளும் மக்களும்: நேர்மையுணர்வு பற்றிய கேள்வி

கயர்லாஞ்சி நிகழ்வுகளின் தீப்புண் மனதிலிருந்து ஆறுவதற்கு முன்பாக, கான்பூரில் சிலை இழிவுபடுத்தப்பட்ட செய்தி பரவி மகாராஷ்டிரா முழுவதும் எதிர்ப்புப் போராட்டங்கள் ஒரே நேரத்தில் தீவிரமாயின. நாசிக்கில் ரங்கநாத் தாலே கொல்லப்பட்டார். உஸ்மனாபாத்தில் நடந்த சாலை மறியல் போராட்டத்தில் ரவி ஷிங்கடே, தீபக் மானே ஆகிய இருவரும் துப்பாக்கிச் சூட்டில் கொல்லப்பட்டனர். நண்டேட் என்னுமிடத்தில் துப்பாக்கிச் சூட்டில் ஒருவர் இறந்தார். உல்லாஸ் நகரில் டெக்கான் அரசி விரைவு ரயிலும் ஒரு உள்ளூர் ரயிலும் தீ

வைக்கப்பட்டன. இவற்றைத் தொடர்ந்து நடந்த கைது நடவடிக்கைகளில் எப்போதும் போல் காவல் துறையின் அடக்குமுறை கட்டவிழ்க்கப்பட்டது. இந்நிகழ்ச்சி பற்றி உண்மையறியும் குழு கண்டறிந்த முடிவின்படி, கிளர்ச்சியாளர்கள் ரயிலின் முன்பக்கம் மறியல் செய்தனர். உள்ளூர் மக்களில் ஒரு அரசியல்வாதி வளர்த்துவரும் கும்பல்தான் வண்டியின் பின்புறம் தீயிட்டனர். இத்தகைய உண்மைகளை விடுத்து, தலித்துகளைக் கைது செய்தனர். இவர்கள் ரயிலுக்குத் தீ வைத்ததாகவும் காவல் நிலையத்தைத் தாக்கியதாகவும் இன்னும் சில குற்றங்கள் செய்ததாகவும் இவர்கள் மேல் குற்றம் சாட்டப்பட்டன.

சிலை இழிவுபடுத்தப்பட்டபோது ஏற்பட்ட தன்னிச்சையான எதிர்ப்புகள் பலரையும் வியப்புக்குள்ளாக்கியது. ஏனெனில், இழிவுபடுத்தப்பட்ட சிலை ஒரு மாநிலத்தில் இருக்க, தூரத்து மாநிலமாகிய மகாராஷ்டிரத்தில் இந்த எதிர்ப்புகள் கிளம்பின. இவ்வாறே கயர்லாஞ்சி நிகழ்ச்சியிலும் எதிர்ப்பு நடைபெற்றதால் மகாராட்டிர தலித்துகளும் அம்பேத்கர் விசுவாசிகளும் தலித் உணர்வு கொண்டவர்களாக உள்ளதைக் காட்டுகின்றன. கயர்லாஞ்சியில் இறந்த நான்கு பேரும் சாதிவெறியால் கொல்லப்பட்டவர்கள்.

இச்செய்தி பரவி ஒரு மாதத்திற்குப் பின்புதான் போராட்டங்கள் நடத்தப்பட்டன. ஆனால் சிலை இழிவுபடுத்தப்பட்டவுடனேயே செய்தி பரவி போராட்டம் வெடித்தது. ஆனால் ஹரியானாவில் 70 தலித் வீடுகள் எரிக்கப்பட்ட போதும், ஜஜ்ஜாரில் கொடுமையான முறையில் தலித்துகள் கொல்லப்பட்ட போதும் (இன்னும் பல நிகழ்வுகள் நடந்துள்ளன) அவற்றின் தாக்கம் மகாராஷ்டிராவில் போராட்டமாக வெளிப்படவில்லை. மேலும் மரத்வாடாவில் பீட் மாவட்டத்தில் நவம்பரில் ஒரு தலித் கூலித் தொழிலாளி மிகவும் கொடூரமாகத் துண்டு துண்டாக வெட்டப்பட்டுக் கொல்லப்பட்டார். அடுத்து, அக்டோபரில் மாதாங் சாதியைச் சேர்ந்த உமர்கா நாரங்வாடியைச் சேர்ந்த இளைஞர் ஒருவரும் கொல்லப்பட்டார். இவையெல்லாம் தலித்துகளிடம் கொந்தளிப்பை ஏற்படுத்தவில்லை. ஆனால் அம்பேத்கர் சிலை மானபங்கப்படுத்தப்பட்டபோது குறிப்பாக ரமாபாய் நகரில் நடந்த போராட்டத்தில் 10 உயிர்கள் துப்பாக்கிச் சூட்டில் மாய்க்கப்பட்டன. தலித் கவிஞர் விலாஸ் கோக்ரே என்பவரின் தற்கொலையுங்கூட இதனால் நிகழ்ந்ததேயாகும்.

மேற்கூறிய நிகழ்வுகளைப் பார்க்கும் போது தலித்துகள் உடல்ரீதியான கொடுமைகளை முக்கியமாகக் கருதுவதில்லை. தங்கள் சமூக அடையாளத்திற்கும் ஒருமைப்பாட்டிற்கும் ஏற்படும் கொடுமைகளைத்

தாங்கிக்கொள்ள முடிவதில்லை. அண்ணல் அம்பேத்கர் சிலை அவர்களின் போராட்டத்திற்கான உந்து சக்தி. இதுவே பல தலைமுறைகள் கடந்தும் இம்மக்களை வழிநடத்தப் போகிறது. பண்டைய நாளில் இருந்த விதோபா அல்லது மகாசோபா போன்றவை இவர்களை அடிமைக் கூண்டுக்குள் கொண்டுவரக்கூடும். தலித்துகளின் இன்றைய நிலையைப் பார்க்கும்போது இது ஏற்பட்டாலும் வியப்பில்லை. இதை ஆளும் வர்க்கத்தினர் நன்குணர்ந்துள்ளனர். இதை வளர்த்தெடுக்கவே இவர்கள் விரும்புகிறார்கள். அம்பேத்கர் சிலைகள் பெருகப் பெருக அம்பேத்கரின் கொள்கைகள் முற்றிலும் ஒழிந்து போகக்கூடும். அம்பேத்கர் சிலைக்குரிய கண்ணியமும் கவுரவமும் பேணப்பட வேண்டிய நிலையில் இன்று வாழும் தலித்துகளின் நிலைமை மோசமாக இருந்து வருகிறது. கயர்லாஞ்சி நிகழ்வுகள் இவை பற்றி யோசிப்பதற்கு ஒரு வாய்ப்பாக உள்ளது. இன்றைய இயங்கியல் தத்துவம் சார்ந்த இயக்கங்களைப் பார்க்கும்போது தலித்துகளின் இயக்கங்கள் வரலாற்று ரீதியாக அந்நியப்பட்டே வந்துள்ளன. ஆகவே தலித்துகளின் ஒட்டு மொத்த நலனுக்கு ஏற்பட்டுள்ள பாதிப்பு குறித்த நோக்கினை மறுபரீசிலனை செய்ய இது ஒரு நல்ல தருணமாகும்.

பொருத்தமற்ற தலித் அரசியல்வாதிகள்

தலித்துகள் தங்கள் அடையாள ஓர்மையை ஒரு வர்க்கமாக முன்னிறுத்த முடியுமென்றால் அது ஒரு அரசியல் அணியாக உருவாகலாம். ஆனால் அது தலித்துகளுக்கு எந்த ஒன்றையும் வழங்கும் நிலையில் இல்லை. தலித்துகள் வெற்றுச் சின்னங்களையும் பயனற்ற கூக்குரல்களையுமே வெளிப்படுத்துகின்றனர். தலித் வாழ்வின் உண்மையான பிரச்சினைகளை ஒருங்கிணைத்து நோக்கவோ அவற்றை எதிர்கொள்ளவோ உள்ளார்ந்த முயற்சிகள் இல்லை. ஆளும் வர்க்க அரசியல் கட்சிகள் தலித் அரசியலில் தொடர்ந்து வெற்றிடத்தை முன்னிறுத்தி வந்துள்ளன.

தலித்துகளின் தலைவிதி 1932 பூனா ஒப்பந்தத்தில் முடக்கி வைக்கப் பட்டுவிட்டது. இந்த ஒப்பந்தத்தால் தலித்துகள் அவர்களின் சமூக அடையாளத்தை முன்னிறுத்தித் தனிப் பிரதிநிதித்துவம் பெறுவதிலிருந்து முடங்கிப் போயினர். தலித் இயக்கத்தின் வழி ஒரு தர்க்க ரீதியான வர்க்கக் கூட்டமைப்பு ஏற்படுவதற்கான சாத்தியக் கூறுகளை ஏற்படுத்தியிருக்க முடியுமென்றாலும் அத்தகைய முயற்சியை வர்க்க அரசியலைத் தனதாக்கிக் கொண்ட கம்யூனிஸ்ட் கட்சிகள் செய்யவில்லை. தலித்துகள் அந்நியப்பட்டே நின்றனர். இருப்பினும், வர்க்க அரசியலென்பது அடையாள அரசியல்போல் அவ்வளவு எளிதானதன்று. ஆகவே தலித் அரசியல் என்பது தவிர்க்க முடியாதவாறு ஆளும்

வர்க்கத்தினரின் கட்சிகளுக்குப் பாலம் அமைப்பது போன்ற சின்னங் களையும் அடையாளங்களையும் கொண்டதாகவே கருதப்பட்டது.

ஆதலால் கயர்லாஞ்சியானது தலித் அரசியலும் அரசியல்வாதி களும் திவாலாகிவிட்டதையே வெளிச்சமிட்டுக் காட்டுகிறது. தலித் அரசியல்வாதிகள் கயர்லாஞ்சியில் மட்டும் காணாமல் போகவில்லை. இதற்கு முன்னர் நிகழ்ந்த கொடுமைகளின் போதும் இதே கதிதான். தலித் அரசியல் என்பது தலித்துகளின் நலன்களைப் பேணிக்காப்பது என்பதாக உள்ளது. இந்த நலனும்கூட சாதிக் கொடுமையிலிருந்து காப்பாற்றுவதாக இருந்து வருகிறது. இதற்குக் காரணம் தலித் அரசியல் வாதிகள் தங்களின் ஆளும் வர்க்க அரசியல் புரவலர்களோடு கைகோர்த்து நிற்க முடியாத நிலையால் ஆகும். ஒரு தலித் அரசியல்வாதி அச்செய்தி நாளிதழில் வெளிவராமல் தடுத்துள்ளார். இதனால் தர்ம சக்கர பிரவர்த்தன் 50வது ஆண்டுக் கொண்டாட்டம் மெல்ல மெல்ல குறைந்துவிட்டது. சில அரசியல்வாதிகள் நீர்க்குமிழி போன்று நிலை யற்ற சாதி சார்ந்த பகுஜன் கொள்கையை முன்வைக்கின்றனர். குன்பி களும் காலர்களும் தலித்துகளின்பால் காட்டும் பரிவைக் கொண்டு எந்த நிலைப்பாட்டை எடுப்பது என்றும் தெரியாமல் உள்ளனர். பிராமணிய எதிர்ப்பு முறையிலேயே வளர்ந்துவிட்ட இவர்களுக்கு என்றுமே பிற்படுத்தப்பட்டவர்களால் தாக்குதல் ஏற்படுகிறது என்பதை அறியாமல் உள்ளனர். ஆனால் விடுதலைக்குப் பின்னர் பிற்படுத்தப் பட்டவர்கள்தாம் பிராமணியத்தை அதிகம் வெளிப்படுத்துகிறார்கள்.

இதனால் கயர்லாஞ்சி நிகழ்ச்சியை எதிர்த்தவர்கள் எல்லோருமே மிகவும் வெறுப்புணர்வுடன் அரசியல் வர்க்கத்தினரிடமிருந்து ஒதுங்கியே இருந்தனர். மேலும் எதிர்ப்புப் பேரணி நடத்திய அமைப்பாளர்கள் ஒலிபெருக்கி போன்ற கருவிகளைப் பயன்படுத்தக் கூடாது என்றும் தடைசெய்தனர். அத்தகு கருவிகளைப் பயன்படுத்தினால் அமைப்பாளர் களும்கூட அரசியல்வாதிகள் போல் ஆகிவிடுவார்கள் என அஞ்சினர். மேலும் தலித்துகளுக்குக் கொடுஞ்செயல் புரிந்தவர்கள் ஒருபக்கமிருக்க, அரசும் தலித் அரசியல்வாதிகளும் செயல்படுகின்ற முறை மறுபுறம் ஆத்திரமூட்டுவதாக உள்ளதை உணர்ந்தனர். இவ்வளவு கொடுமைகள் நடப்பதற்கு இவர்களே காரணம் என்பதையும் உணருகின்றனர். தலித் வெகுசனம் வெகுண்டெழுந்து கிளர்ச்சியில் ஈடுபடும்போது இந்த தலித் அரசியல்வாதிகள் திடுமென உள்ளே நுழைந்து பெயர் வாங்க முயன்றனர். இத்தகையோர் முழுமையாக விலக்கப்பட்டனர். ஆர்.எஸ். கவாய் அரசு நிர்வாகத்தின் ஆதரவுடன் நவம்பர் 14இல் நடத்திய பேரணியில் இது வெட்ட வெளிச்சமானது. அம்பேத்கர் சிலை இழிவு படுத்தப்பட்டபோது ஏற்பட்ட எதிர்ப்பலைகளிலும் இது தலைதூக்கியது.

தலித் அரசியல் என்பது மிச்ச சொச்ச பயன்பாட்டிற்கே உதவுகிறது எனலாம். கைது செய்யப்படுபவர்களுக்கு உதவுவதற்கும் ஆதரவு தருவதற்கும் இது பயன்படுகிறது. அதுகூட சில வேளைகளில் தென்படுவதில்லை எனலாம். எந்தவித ஆதரவும் இல்லாதவர்கள் காவல்துறையின் கொடுமைகளை ஏற்றுக்கொள்ள வேண்டியவர்களாய் உள்ளனர். அரசியல்வாதிகளின் உதவிகளை நாடுவதில்லை. கயர்லாஞ்சி நிகழ்ச்சியானது வெகுசனத்திற்கும் அரசியல்வாதிகளுக்கும் இடையேயான தொலைவை எப்போதும் இல்லாத அளவிற்கு அதிகமாக்கி விட்டது.

தொன்மங்களும் தொன்மவியலும்

கயர்லாஞ்சி நிகழ்வுகள் சாதியின் எதார்த்தத்தைத் தொடர்ந்து மூடிவைப்பதுடன் அதற்குரிய புற மெய்மைசார்ந்த தீர்வை (objective solution) மழுங்கச் செய்கிறது. இது தொடர்பான பல தொன்மங்களும் இந்நிகழ்வு வழி உண்டாயின. சில வெளிப்படையான தொன்மங்களை நோக்குவோம். அவற்றுள் ஒன்று பொருளாதார வளர்ச்சியினால் சாதிகள் மறைந்துவிடும் என்பதாகும். மகாராஷ்டிரா வளர்ந்து வரும் ஒரு மாநிலமாகும். இங்கு முன்னேற்றப் பாதையில் இருக்கிற தலித் அல்லாதவர்கள் சாதி முறையை விரும்பாதவர்கள். அடுத்து, அரசு அதிகார அமைப்பில் இருக்கிற தலித்துகள் தலித்தியத்தைக் கால் ஊன்றச் செய்வர் என்றும், தலித்துகளுக்கு உதவுகிறார்கள் என்றும் ஒரு கருத்து உள்ளது. மேலும் காலம் சென்ற கன்ஷிராம் அவரது ஆதரவாளர்கள் வளர்த்து வந்துள்ள பகுஜனவாதம் பல்வேறு வடிவங்களில் செயல்படுகிறது என்ற கருத்தும் உள்ளது.

பொருளாதார வளர்ச்சியையும் நுண்ணியல் நிலையில் சாதி அட்டூழியங்கள் நடப்பதையும் தொடர்புபடுத்துவது வஞ்சப்புகழ்ச்சி சார்ந்ததாகும். இன்னுங்கூட பல அறிவுஜீவிகள் பொருளாதார வளர்ச்சி ஏற்படுமாயின் சாதிகள் அழிந்துவிடும் என்னும் கருத்தைக் கொண்டுள்ளனர். இன்னும் சிலர் பொருளாதார வளர்ச்சியோடு ஏற்படக்கூடிய கல்வி பண்பாட்டு வளர்ச்சியினால் பகுத்தறிவிற்கு ஒவ்வாத சாதிமுறை தானாக ஒழிந்துவிடும் என்று கருதுகின்றனர். இவ்வகையான எல்லாக் கருத்துக்களையும் கயர்லாஞ்சி நிகழ்வுகள் மறுத்துவிட்டன. மகாராஷ்டிராவிலுள்ள சராசரி கிராமத்தைவிட இக்கிராமம் பொருளாதாரத்தில் மேம்பட்ட ஒன்றாக உள்ளது. பிரச்சினைக்குள்ளான போட்மாங்கே சராசரி தலித்தைவிட வசதியானவர். 5 ஏக்கர் நன்செய் நிலம் இவருக்குள்ளது. கல்வி நிலையிலும் கூட இம்மாநிலத்துக் கிராமங்களை விட சற்று மேம்பட்டதாகவே உள்ளது.

இத்தகு நிலையிலும் இக்கிராமத்தில் நீண்ட நெடுங்காலமாக சாதிவெறி வேரூன்றி உள்ளது. சாதி என்பது ஒரு சமூக வகையினமாகும். இது சமூகத்தின் அதிகாரத்திற்குரிய ஒன்றாக உள்ளது. அதிகார அமைப்பிற்குப் பொருளாதார வளர்ச்சி ஒரு முக்கிய கூறாக இருக்கிறது. ஆனால் இதுவே எல்லாவற்றுக்கும் உரியதாக இல்லை. இவ்வுண்மை யானது பஞ்சாப்பில் தலித்துகளுக்கும் ஜாட்டுகளுக்கும் நடந்த சாதிப் போராட்டத்தில் வெளிப்பட்டது. இங்கு இரண்டு சாதிகளுமே வசதி படைத்தவையாக உள்ளன. ஆனால் மக்கள் தொகையில் தலித்துகள் அதிகமானவர்களாக உள்ளனர்.

மகாராஷ்டிரம் பற்றிய தொன்மம், அது வளர்ச்சி பெற்ற மாநிலம் என்பதாகும். பொருளாதார வளர்ச்சியை மையமிட்டே இத்தொன்மம் ஏற்பட்டுள்ளது. குறிப்பாக மும்பை-பூனா பகுதிகள் வளர்ச்சி பெற்று வருகின்றன. இந்தப் புள்ளிவிவரங்கள் இதனை ஒரு வளர்ந்த மாநிலம் எனக் காட்டுகின்றன. இத்தொன்மத்தோடு இன்னொன்றும் சேருகின்றது. ஜோத்திபா பூலே, பாபா சாகேப் அம்பேத்கர் இருவரும் முறையே பிராமணர் அல்லாதார்; தலித் இயக்கங்களை இம்மாநிலத்தில் தோற்றுவித்தார்கள். இத்தகு முயற்சிகளால் மற்ற மாநிலங்களைப் போலவே மகாராஷ்டிரம் சாதிவுணர்வுள்ளதாக உள்ளது. தலித்துகள் மீது நடந்த வன்கொடுமைகள் இம்மாநிலத்தில் ஒரு நீண்ட வரலாறு கொண்டவை. 2005 ஆம் ஆண்டு எஸ்.சி., எஸ்.டி. குற்றங்கள் பற்றிய புள்ளிவிவரப்படி நாட்டின் 30 மாநிலங்களில் மகாராஷ்டிரா 10 ஆம் இடத்தில் உள்ளது. இது மனநிறைவைத் தருகிற ஒரு விஷயமல்ல. இதற்கு இத்தகு தொன்மங்கள் எவ்வகையில் பங்காற்றுகின்றன என்று பார்த்தால், இவை அரசு, குடிமைச் சமூகம் (civil society) இரண்டிலும் சாதிய உணர்வையும் சாதியின் எதார்த்தத்தையும் பார்ப்பதிலிருந்து தடை செய்கின்றன.

சாதிய வன்கொடுமைகளிலேயே மிகவும் காட்டுமிராண்டித்தனமான கயர்லாஞ்சி நிகழ்வு இத்தகு தொன்மங்களை அம்பலப்படுத்துகின்றது. சில இந்துத்துவா அமைப்புகள் வெளிப்படையாகவே கயர்லாஞ்சி பேரணிகளுக்குப் பல இடங்களில் எதிர்ப்பு தெரிவித்தன. சில பத்திரிகை யாளர்களும்கூட அவர்களின் விஷமத்தனமான கருத்துக்கள் வழி வெகுசன எதிர்ப்புகளை ஒன்றுமில்லாதது போல் திரித்தனர். பூலே, அம்பேத்கர் ஆகிய மகான்களின் பெருமையைப் பேச மகாராட்டிரம் எந்த ஒரு உரிமையையும் கோரமுடியாது.

சாதியத்திற்கு எதிரான கருத்துக்களைத் தலித் அல்லாத ஒரு முன்னேறிய பிரிவினர் சமூகத்தில் வளர்த்து வருகின்றனர் என்பதுகூட ஒரு தொன்மம்தான். சமூகத்தில் சீர்திருத்தக் கருத்துக்கள் கொண்ட

பிரிவினர் பரவலாக உள்ளனர். இவர்கள் சமூகப் பிரிவினைவாதம், பால் சார்புடைய வெறுப்புணர்வு, உழவர்களையும் கூலிகளையும் சுரண்டுதல் போன்ற பல சமூகப் பிரச்சினைகளில் புரட்சிகர கருத்துக்கள் கொண்டுள்ளனர். ஆனால் சாதி என்று வரும்போது தலித்துகளைத் தனியே வைத்துவிடுகின்றனர். கயர்லாஞ்சி நிகழ்ச்சிக்கு எதிர்ப்பலைகள் எழுந்தபோது இவர்கள் எல்லாம் தலித்துகளுக்கு ஆதரவளிக்க முன்வந்திருக்க வேண்டும். இப்பேரணிகள் எல்லாம் அரசியல் சாராமல் வெகுசனங்கள் நடத்தியவை. இத்தகு சீர்திருத்தக் கருத்தாளர்கள் இப்பேரணிகளில் ஏன் இடம்பெறவில்லை? முஸ்லிம்களுக்கு எதிரான அடக்குமுறைகளுக்குக் குரல் கொடுக்கும் இவர்கள் ஏன் தலித்துகளுக்கு எதிரான கொடுமைகளில் கவனம் செலுத்துவதில்லை.

வகுப்புக் கலவரத்திற்கு எதிரான செயல்பாடுகளும் ஏகாதிபத்தியத்திற் கெதிரான செயல்பாடுகளும் முன்னேற்றக் கொள்கை என்பதாகக் கருதப்படுவதில்லை. சாதி பற்றிய தங்களின் நிலைப்பாட்டை மாற்றிக் கொண்டதாகக் கூறிக்கொள்ளும் கம்யூனிஸ்ட் கட்சிகள்கூட பேருக்குச் செயல்படுவதாகவே உள்ளது. கயர்லாஞ்சியில் எதிர்ப்பு நடவடிக்கைகளில் கம்யூனிஸ்ட் தொண்டர்களை ஏன் அணிதிரளச் செய்யவில்லை? ஆகவே முன்னேற்ற வாதம் என்பது இந்தியாவில் சாதி உணர்வை நீக்குவதாக இல்லை. இதனால் பாசாங்குக்கார ஊடக அன்பர்கள் முன்னேற்றவாதம் என்பதையும் போலியாகவே கடைப் பிடிக்கிறார்கள். இவர்கள் எழுத்துக்களில் தலித்துகளில் யாரைக் குறிப்பிட்டாலும், குறிப்பாக எழுத்தாளர்கள், மருத்துவர்கள், பொறியாளர்கள், மேலாளர்கள் போன்றோரைக் குறிப்பிடும் போது 'தலித்' என்ற முன்னொட்டைப் போட்டுவிடுவார்கள். ஆனால் வர்ஷா காலே இன்னும் சிலரை விதிவிலக்காகக் கொள்ளலாம்.

கயர்லாஞ்சி நிகழ்வானது இன்னுமொரு தொன்மத்தையும் உடைத் தெறிந்துள்ளது. அதாவது அரசு அதிகார அமைப்பிற்குள் செயல்படும் தலித்துகள் சக தலித்துகளுக்கு ஆதரவாகச் செயல்படுவார்கள் என்பதே அக்கருத்தாகும். இக்கருத்தைக் கயர்லாஞ்சி நிகழ்வு மாற்றியிருக் கிறது. இப்பகுதியின் போலீஸ் சூப்பிரன்டென்டென்ட் பண்டாரா என்பவரும், துணை போலீஸ் சூப்பிரன்டென்டென்ட், அன்தல்கோவன் காவல் நிலைய அதிகாரி, அவருக்குக் கீழுள்ள ஒரு காவலர், பிரேதப் பரிசோதனை செய்த மருத்துவர், மாவட்ட அறுவை சிகிச்சை மருத்துவர் (இவரே பெண் டாக்டர் இல்லாமல் பிரேத அறுவை சோதனை செய்ய அனுமதித்தவர்), அரசு வழக்குரைஞர் (இவரே குற்றத் தடுப்புச் சட்டத்தின்படி பதிவு செய்யவேண்டாம் எனப் பரிந்துரைத்தவர்) போன்ற அனைவரும் தலித்துகளே. போட்மாங்கேவினரின் உட்பிரிவைச்

சேர்ந்த இவர்கள் யாருமே மேல்சாதிக்காரர்கள் தலித்களுக்கெதிராக சாதி உணர்வுடன் செயல்பவடுவதைக் கண்டுகொள்ளவில்லை. ஒவ்வொரு கட்டத்திலும் இந்த அதிகாரிகளின் வலையமைப்பு சார்ந்த தவறுகள் ஏற்படவே வழிவகுத்தது. இந்த அதிகார அமைப்புக்கு எதிராகக் குரல் கொடுத்த தலித் தனிமனிதர்கள் குரல் எடுபடவில்லை.

கயர்லாஞ்சி நிகழ்வானது மேலுமொரு முக்கியமான தொன்மத்தை யும் உடைத்தெறிந்துவிட்டது. காலம் சென்ற கன்ஷிராம் வளர்த்து நடைமுறைப்படுத்தி பெருமளவு வெற்றிபெற்ற 'பகுஜனாயிருத்தல்' என்பதே அத் தொன்மமாகும். இன்று பிரகாஷ் அம்பேத்கர், உதித்ராஜ் இன்னும் பலரும் கன்ஷிராமின் பங்குபணிகளை நன்றி பாராட்டி, தங்களுடைய தலித் அரசியலை நடத்துகிறார்கள். தேர்தல் களத்தில் அடித்தளச் சாதிகள் தங்களின் பெறுமானத்தைக் காட்டுகிற ஒரு வியூகமே வாக்குரிமையாகும். இது முலாயம்சிங்கோ, சரத் யாதவோ, இடைத்தட்டு சாதிகளைக் கொண்டு வெற்றிகரமாகக் கட்டமைத்துள்ள முறையிலிருந்து மாறுபட்ட ஒன்றல்ல.

சமூகத்திலுள்ள எல்லா சூத்திர சாதிகளும் தலித்துகளும் இணைந்து ஒரு வலுவான அணியை உருவாக்கி அதிகாரத்தைக் கைப்பற்ற முடியும் எனத் தோன்றுகிறது. பொருளாதார நிலையைப் பார்க்கும்போது இச்சாதிகள் அனைத்தும் ஒரே மாதிரி இருப்பதால் இவை யாவும் ஒரு அணியில் திரள வேண்டும். பகுஜன் என்னும் நிலையில் பார்த்தால் இது சாதி அடையாளங்களை முன்னிறுத்தி அவர்களை ஒன்றிணைக்க முயலுகிறது. ஆனால் அது ஒரு நிலையில் தவறுகிறது. இம்மக்களை ஓரணியில் திரட்ட எண்ணும்போது ஒரு முட்டுக்கட்டை ஏற்படுவது போல் அவர்களில் பலர் சாதியாகவும், சிலர் சாதி அடையாளத்திற்குள் வராமலும், சிலர் வருணங்களாகவும், சிலர் சவர்ணங்களாகவும் அடையாளங்களில் வேறுபடுகின்றனர். மராத்தா அல்லது வேறு சில சாதி அடையாளங்கள் போல் இவர்கள் அடையாளம் பெறுவதில்லை. வேறு ஒரு மாற்று அணுகுமுறையுடன் நோக்கினால் இத்தகைய முட்டுக்கட்டையை அல்லது பிரிவினையை எதிர்கொள்ள முடியும். இச்சாதிகளுக்கிடையில் உள்ள வர்க்க ஒற்றுமையை முன்னிறுத்தி இவர்களை ஒருங்கிணைக்க வேண்டியுள்ளது. கயர்லாஞ்சி உட்பட ஒவ்வொரு சாதிக்கொடுமையும் பகுஜன்களைக் குழப்பி வருகிறது. ஏனெனில் இக்கொடுமைகள் யாவும் பிற்படுத்தப்பட்ட சாதிகளால் (OBC) இழைக்கப்படுகின்றன.

பின்னுரை

கயர்லாஞ்சியில் நடந்த இந்த பயங்கர நிகழ்ச்சியானது எவ்வாறு

சாதிவெறி உயிர்பெறுகிறது, வளருகிறது, வன்முறையாக வெடிக்கிறது என்பவற்றை அறிய உதவும் ஒரு முக்கிய நிகழ்வாகும். ஊடகங்களில் போலி மதச்சார்பற்ற பிரிவினர் இருக்கிறார்கள். இவர்கள் இத்தகு வன்கொடுமைகளில் புதைந்துள்ள சாதிவெறியை அம்பலப்படுத்து வதற்கு மாறாக, நிலத்தகராறு என்னும் வடிவத்தில் இதன் வன்மத்தைக் குறைக்க முயன்றுள்ளனர். இந்திய அறிவுஜீவிகளிடம் சாதியம் குறித்த தெளிவின்மை இன்னும் தொடர்வதாக எண்ணி இதைப் புறக்கணிக்கலாம்.

மேலும் தலித்துகள் மற்ற சாதிகளின் பொருளாதார வளர்ச்சியினால் சாதிவெறி தணிந்துவிடும் என்ற எண்ணத்தைக் கயர்லாஞ்சி நிகழ்ச்சி தகர்த்துள்ளது. மாறாக, உலகமயம் என்னும் போக்கு மேல்தட்டு மக்களின் வளர்ச்சி சார்ந்த செயல்பாடாக இருப்பதால் இது ஊரக மக்களிடம் ஒரு நெருக்கடியை ஏற்படுத்தியுள்ளது. சமூகப் பிரிவினர் களிடம் ஏற்றத்தாழ்வை வசப்படுத்தி வருகிறது. சாதிகள் இதற்கு ஆட்படுகின்றன. கயர்லாஞ்சி நிகழ்ச்சியைப் பார்க்கும்போது தலித் அரசியல் என்பதும் தலித் அரசியல்வாதிகள் என்போரும் பயனற்றவர் களாகவே காட்சி தருகின்றனர். இவ்விரண்டையும் தலித் வெகுசனங்கள் நிராகரித்துள்ளனர் என்றே தோன்றுகிறது. கயர்லாஞ்சி வன்கொடுமை யால் தலித் பெண்கள் காட்டியுள்ள வியக்க வைக்கும் எதிர்ப்புகளை, போராட்டங்களை தலித் மக்கள் உரிய முறையில் அங்கீகரிக்கவில்லை.

இத்தகு நிலை கயர்லாஞ்சி நிகழ்வின் கவலைதரும் ஓர் அம்சமாகும். எனினும் இத்தகைய போராட்டங்களை நடத்தியோர் ஒரு புதிய தலைமுறையினராக மகாராஷ்டிரத்தில் தலையெடுத்திருப்பதைக் காண முடிகிறது. இது ஒரு புதிய தலைமையை உருவாக்குவதற்கு நீண்ட காலம் எடுத்துக்கொள்ளும் வாய்ப்புள்ளது. ஏனெனில் இப்போதுள்ள கருத்தியல் முறையை மறுசிந்தனை செய்ய வேண்டியிருக்கிறது. அவர்களுக்கான நோக்கங்கள் குறிக்கோள்கள் என்னென்ன என்று தீர்மானிக்க வேண்டியுள்ளது. இதனடிப்படையில் வியூகமும் புதிய தலைமைக்கான ஒரு மாதிரியையும் உருவாக்க வேண்டியுள்ளன. இப்போதைக்கு அத்தகைய அறிகுறிகள் தீவிரமாக இல்லையென்பது கவலைக்குரிய அம்சமாக உள்ளது.

Anand Teltumbde - ஐ.ஐ.டி. பேராசிரியர்; சிந்தனையாளர்; தலித் போராளி; *இஸ்லாமியர் பற்றி அம்பேத்கர்* என்ற நூலின் ஆசிரியர்; அம்பேத்கர் பெயர்த்தியின் கணவர்.

அணங்கு இதழில் வெளியான கட்டுரையை இங்கு எடுத்தாளுவதற்கு நன்றி தெரிவித்துக் கொள்கிறேன்.

8

தென்னிந்தியாவில் காலனியமும் வரலாறும்: ஐரோப்பிய மையவாதத்தின் இந்திய நிகழ்வுகள்

ஐரோப்பியர் வருகை

தென்னிந்தியா பற்றிய மேலைப் புலத்தாரின் விவரிப்புகள் மிக அதிகம். அதிலும் சமயம் பற்றிய எழுத்துக்கள் மிகவும் கணிசமானவை. தொடக்கத்தில் தென்னிந்தியாவிற்கு வந்த பயணிகள், வணிகர்கள், சமய போதகர்கள் ஆகியோர் எழுதிய பதிவுகள் மேலை மக்களிடம் மிகவும் அதிகமான ஆர்வத்தை ஏற்படுத்தின. 16,17ஆம் நூற்றாண்டுகளில் இந்தியாவில் பயணம் செய்த போர்ச்சுகல் பயணி பார்போசா என்பவர் சாதிகள் பற்றி எழுதிய குறிப்புகளும், பிரெஞ்சுப் பயணி டேவர்ணீ என்பவர் 72 சாதிகளைப் பற்றி எழுதிய குறிப்புகளும் அக்காலக் கட்டத்தில் மிகவும் பிரபலமானவை.

வரலாறு நெடுகிலும் இந்திய தேசத்தோடு அயல்நாட்டினர் தொடர்பு கொண்டிருந்தார்கள். ஐரோப்பிய வணிகர்கள் நறுமணப் பொருட்களுக் காகவும், ஜவுளி வகைகளுக்ககாகவும் இந்தியாவோடு நீண்ட காலமாகவே தொடர்பு கொண்டிருந்தார்கள். பழங்காலம் தொடங்கி, இடைக்காலம் ஊடாகக் காலனிய காலம் வரை, அதன் பின்னரும் அது தொடர்ந்து நடந்து வருகிறது. இருப்பினும் 15ஆம் நூற்றாண்டின் இறுதியில் (1498) கிறித்தவர்களையும் நறுமணப் பொருட்களையும் தேடி போர்ச்சுகீசியரான வாஸ்கோடகாமா மலபார் கடற்கரைக்கு வந்திறங்கினார். அடுத்தடுத்த நூற்றாண்டுகளில் என்னென்ன மாறுதல்கள் நடக்கப் போகின்றன என்பதைக் கோடிட்டுக் காட்டும் முகமாக வாஸ்கோடகாமாவின் வருகை அமைந்தது என்பதை இப்போது நம்மால் உணரமுடிகிறது.

போர்ச்சுகீசியர்களின் வருகைக்குப் பின்னர் 16,17ஆம் நூற்றாண்டு களில் டச்சுக்காரர்கள், ஆங்கிலேயர்கள், பிரெஞ்சுக்காரர்கள் என

அடுக்கடுக்காக இங்கு வந்து வணிக நிறுவனங்களை நிறுவினார்கள். **1526-1757** காலகட்டத்தில் இந்தியாவில் ஆங்கிலேயரின் கிழக்கிந்தியக் கம்பெனி நிறுவப்பட்டு நன்கு கால்கொண்டது. வணிகத்தைத் தொடர்ந்து காலனிய நிர்வாகமும் சமயப் பரப்பலும் காலூன்றி வேகமாக வளரத் தொடங்கின.

காலனியமும் கிறித்துவத்தின் வளர்ச்சியும்

காலனிய காலத்திற்கு முன்பிருந்தே கிறித்தவ போதகர்கள் தென்னிந்தியாவில் சமயப் பரப்பிகளாகப் பணியாற்றத் தொடங்கி விட்டார்கள். அவர்களில் ஒருவரே மாமறைத் திரு ஹென்றி ஒயிட்ஹெட். இவர் இங்கிலாந்து நாட்டவர்; தென்னிந்தியா முழுவதும் சென்று பணியாற்றியவர். அக்கால கட்டத்தில் இந்தியாவின் உயிர்நாடியாக விளங்கிக்கொண்டிருந்த கிராம மக்கள் பல்வேறு வகையான வழிபாட்டு முறைகளைப் பின்பற்றி வந்தார்கள். இவற்றைத் தென்னிந்தியா முழுவதும் தொண்டூழியம் செய்த காலத்தில் ஒயிட்ஹெட் நேரில் கண்டறிந்து ஏராளமான பதிவுகளைச் செய்து வந்தார். பின்னர் அவற்றையெல்லாம் தொகுத்து **1907**இல் *தென்னிந்திய கிராம தெய்வங்கள் (The Village Deities of South India)* எனும் தலைப்பில் நூலாக வெளியிட்டார். பின்னர் திருத்தப்பட்ட பதிப்பாக *The Village Gods of South India* (1921) எனும் தலைப்பில் வெளியானது. இந்நூல் **90** ஆண்டுகளுக்குப் பிறகு இப்போது சந்தியா பதிப்பகத்தின் முயற்சியால் தமி[illegible]கிடைத்திருக்கிறது. வேட்டை எஸ். கண்ணன் அவர்களின் [illegible]யர்ப்பானது பழகு தமிழில் மூலநூலை வாசிப்பது போன்ற உ[illegible]வ ஏற்படுத்துகிறது.

நான்கு முக்கிய பதிவுகள்

காலனியத்தின் வருகையால் கிறித்துவத்தின் வருகையும் உடன் நிகழ்ந்தது. கிறித்துவத்தை அறிமுகம் செய்யவும், அதனைப் பரப்பவும் முற்பட்ட ஐரோப்பியர்களும் ஆங்கிலேயர்களும் இங்குள்ள சமயங்களை அறிந்துகொள்வதன் தேவையை உணர்ந்தார்கள். அத்தகைய முயற்சியால் ஏற்பட்ட எண்ணற்ற பதிவுகளில் நான்கு பதிவுகள் மிக முக்கியமானவையாகும்.

முதலாவதாக **300** ஆண்டுகளுக்கு முன்னர் நிகழ்ந்த முதல் எழுத்து முயற்சி குறிப்பிடத்தக்கது. இந்தியாவிற்கு வந்த முதல் புராட்டஸ்டன்ட் மிஷினரியைச் சேர்ந்த பாதிரியார் பார்த்தலோமஸ் சீகன்பால்க் ***(1682-1719)***. இவர் டச்சுக் காலனி சார்பாக வந்தவர்; ஒரு ஜெருமானியப் பாதிரியார். **1706**ஆம் ஆண்டு ஜூலை மாதம் **9**ஆம் தேதி தரங்கம்பாடிக்கு வந்தார். இங்கு வந்தது முதல் தம் வாழ்நாள்

முழுவதும் இங்கேயே வாழ்ந்தவர். தமிழ்மொழியைக் கற்றுத் தேர்ந்து, அதன் இலக்கியங்களைப் பயின்று, மக்களோடு மக்களாக வாழ்ந்து அரும்பணியாற்றினார். தென்னிந்தியச் சமூகம், பண்பாடு, சமயம் பற்றிய சீகன்பால்கின் எழுத்துக்கள் அவருக்குப் புகழைத் தேடித் தந்தன. முதல் ஜெருமானிய திராவிடவியல் அறிஞரென இன்றைய ஆய்வாளர்களால் மதிக்கப்பெறுகிறார். இவர் 1713 இல் ஜெருமனியில் எழுதிய *தென்னிந்தியக் கடவுள்களின் வம்சாவளி (Genealogy of the South Indian Deities)* எனும் நூல் மிக விரிவான, முக்கியமான நூலாகும். இதன் ஆங்கில மொழியாக்கம் அண்மையில் கிடைத்துள்ளது. இதனை அமெரிக்காவிலுள்ள பேராசிரியர் டேனியல் ஜெயராஜ் (2005) மிகச் சிறந்த முறையில் மொழியாக்கம் செய்துள்ளார். ரூட்லெட்ஜ் கர்சன் வெளியீடாக வந்துள்ளது.

இரண்டாவதாக அபே ஜெ. எ. துபுவா (1765-1848) எனும் பிரெஞ்சு நாட்டுக் கத்தோலிக்கப் பாதிரியாரின் எழுத்துக்கள் முக்கியமானவை யாகும். ஏறக்குறைய 200 ஆண்டுகளுக்கு முன்பு பிரெஞ்சுப் புரட்சியின் போது தப்பியோடி இந்தியாவில் தஞ்சமடைந்தவர் அபே துபுவா. கிறித்தவ மத போதகர்களிலேயே மக்களுடன் மக்களாக மிகவும் நெருங்கிப் பழகி தென்னிந்தியர்களின் அன்புக்குப் பாத்திரமானவர் துபுவா. மைசூரைத் தலைமையிடமாகக் கொண்டு 31 ஆண்டுகள் இவர் சமயப் பணியாற்றினார்.

கிழக்கிந்தியக் கம்பெனியானது இந்திய மக்களின் வாழ்க்கை முறைகளைப் பற்றிக் கூறும் ஆவணங்களைக் கேட்டுத் தொடர்ந்து இதழ்களில் விளம்பரங்களை வெளியிட்டு வந்தது. அது முதல் அபே துபுவா தேவையான ஆதாரங்களைத் திரட்டத் தொடங்கினார். இந்துக்களிடம் பழகியும் அவர்களுடைய மதநூல்களைத் தேடிக் கண்டுபிடித்தும் பலரிடம் கலந்து பேசியும் நேரில் கண்டுணர்ந்தும் செய்திகளைச் சேகரிக்கத் தொடங்கினார்.

தென்னிந்திய மக்களிடம் நீண்ட காலம் நெருங்கி வாழ்ந்தபோது அவர்களுடைய மதக் கோட்பாடுகள், சாதிய முறை, பழக்க வழக்கங்கள், சமய நிறுவனங்கள் என எல்லாவற்றையும் தொகுத்துத் தன் தாய் மொழியான பிரெஞ்சு மொழியில் எழுதி வைத்தார். எழுதியவற்றை அச்சிட வசதியில்லை. 1806இல் ஆங்கில நிர்வாகம் இத்தொகுப்பின் முக்கியத்துவத்தை உணர்ந்து அதனை விலை கொடுத்து வாங்கி *இந்திய மக்களின் மதம், பழக்கவழக்கங்கள், நிறுவனங்கள் (A Description of the Character, Manners and Customs of the People of India; and of Their Institutions Religions and Civil)* எனும் தலைப்பில் வெளியிட்டது.

மூன்றாவதாக ஹென்றி ஒயிட்ஹெட்டின் எழுத்துக்கள் குறிப்பிடத் தக்கவையாகும். இவர் 19.12.1863இல் இங்கிலாந்தில் பிறந்தவர். கிறித்துவ குருவாகப் பயிற்சி பெற்றபின் இந்தியாவிற்கு வந்தார். கொல்கத்தாவில் பிஷப் கல்லூரியின் முதல்வராக 1883 முதல் 1889 வரை பணியாற்றினார். அதன்பின்னர் சென்னையில் ஐந்தாவது பிஷப்பாக 23 ஆண்டுகாலம் பணியாற்றி 14.04.1947இல் இறந்தார். இங்கிலாந்து நாட்டு மறை பரப்பாளராக வந்த இவர் தென்னிந்தியா முழுவதிலும் நீண்ட காலம் சமயப் பணியாற்றினார். இந்தியாவில் மொத்தம் 40 ஆண்டுகாலம் பணியாற்றியிருக்கிறார். இக்காலகட்டத்தில் தொகுத்த ஏராளமான செய்திகளை அவர் தென்னிந்திய கிராம தெய்வங்கள் (Village Gods of South India, 1907/1921) எனும் நூலாக வெளியிட்டார்.

நான்காவதாக, மற்றுமொரு ஐரோப்பியப் பாதிரியார் வில்பெர் தியடோர் எல்மோர் 1915இல் எழுதிய *நவீன இந்து சமயத்தில் திராவிடக் கடவுளர்கள்* (Dravidian Gods in Modern Hinduism) நூலும் மிக முக்கிய மானது. கூடவே, இவற்றுக்கெல்லாம் முன்பே 1864இல் ஜான் முர்டாக் தொகுத்த *கிறித்துவ சமய போதகர்க(ளுக்கான கையேடு* (The India Missionary Manual or, Hints to Young Missionaries in India with List of Books) நாம் அறிய வேண்டிய ஒன்றாகும். இவ்வாறாக, இன்னும் பல நூல்கள் தொடர்ந்து வெளிவந்தன. அவையெல்லாம் காலனிய காலத்தில் கிறித்துவத்தின் வளர்ச்சிக்கு எடுக்கப்பட்ட முயற்சிகளின் விளைவால் தோன்றியவையாகும்.

காலனியத்தின் செயல்திட்டங்கள்

ஆங்கிலேயர்கள் பிரிட்டிஷ் இந்தியாவைத் தனதாக்கிக் கொண்டு, தொடர்ந்து காலனியாட்சியை வலுவான நிலையில் வளர்க்க முற்பட்ட போது அவர்கள் திட்டமிட்ட, அறிவு நிலை சார்ந்த செயல்முறைகளை மேற்கொண்டார்கள். பிரிட்டிஷ் இந்தியாவைக் கட்டியமைப்பதற்கு அவை மிகவும் முக்கியமானவை; ஆதாரமானவை எனக் கருதினார்கள். இந்த அடித்தளத்துடன் இந்தியா முழுமைக்கும் அத்திட்டத்தை ஒருசேர செயல்படுத்தினார்கள். அவற்றில் மிக முக்கியமாகப் பின்வரும் எட்டு செயல்திட்டங்கள் அடங்கும். அவை:

1. இந்தியா முழுவதிலும் பயணம் செய்து நேரில் கண்டுணர்ந்தவற்றைப் பதிவு செய்யத் தொடங்கினார்கள் (observational / travel modality). 17ஆம் நூற்றாண்டில் மேற்கு கடற்கரைக்கும் சிலோனுக்கும் வந்த பயணிகள் வெகுவாகவே எழுதினார்கள். 18ஆம் நூற்றாண்டில் கொல்கத்தா, சென்னை, மும்பை போன்ற துறைமுகங்களுக்கு வந்த வணிகர்கள்

நிலம், கடல், கால்வாய் வாயிலாகப் பயணம் செய்து தம் அனுபவங்களை எழுதினார்கள்.

2. அடுத்து, இந்து மக்களிடமும் பிற சமயத்தாரிடமும் கிறித்துவத்தைப் பரப்பும் பணியை மேற்கொண்டார்கள் (missionary modality). புனித தாமஸ், அன்றிக் அடிகளார், இரேனியஸ் ஐயர், பாப்ரிஷியஸ், சீகன்பால்க், சேவியர் பாதிரியார், இராபர்ட் டி நொபிலி, போப் ஐயர், வீரமாமுனிவர், ஒயிட்ஹெட், எல்மோர் போன்ற பாதிரியார்கள் தென்னாட்டில் சமயப் பணியாற்றினார்கள்.

3. அடுத்து, சில விடயங்களை விரைவாகவும் மேலெழுந்த வாரியாகவும் புரிந்துகொள்வதற்குப் பரந்த நிலையில் மதிப்பாய்வு செய்தனர் (survey modality). பூர்வீக மக்கள், வளமான நிலப்பகுதிகள், சமூகங்களின் தொழில்முறைகள், இயற்கை வளங்கள், சரக்குகள், பொருட்கள் ஆகியவற்றையெல்லாம் சோதித்து, மேற்பார்வையிட்டு, கணித்து, மதிப்பாய்வு செய்வது இதில் அடங்கும். ஜேம்ஸ் ரென்னால், வில்லியம் லேம்ப்டன், காலின் மெக்கன்சி, அலெக்சாண்டர் கன்னிங்ஹாம், பிரான்சிஸ் புக்கானன், ஹாமில்டன் ஆகியோர் இவ்வாறான பணிகளில் ஈடுபட்டனர்.

4. மேலும், வலுவான நிர்வாகத்தை மேற்கொள்வதற்குத் துல்லியமான விடயங்கள் தேவைப்பட்ட சூழலில் கணக்கெடுக்கும் முறையை மேற்கொண்டார்கள் (enumerative modality). வணிகர்கள், உற்பத்திப் பொருட்கள், விலைகள், பழக்கவழக்கங்கள், எடைபோடும் முறைகள், அளக்கும் முறைகள், எண்ணிக்கை முறை, காசுகளின் மதிப்புகள் போன்றவற்றைப் பிரதேச வாரியாகக் கணக்கெடுத்தனர். முதல் குடிமதிப்பு 1871இல் மேற்கொள்ளப்பட்டது. 1862இல் மாவட்டக் கையேடு வேண்டுமெனத் தீர்மானிக்கப்பட்டது. 1880கள் முடிவில் அனைத்து மாவட்டங்களுக்கும் கையேடுகள் தயாரிக்கப்பட்டன.

5. இவற்றையடுத்து இந்திய தேசத்தின் முகத்தையும், உருவத்தையும், அறிவையும், தொழில்நுட்பத்தையும் காணுகின்ற நிலையில் பழம் பொருட்களைச் சேகரித்து ஓரிடம் வைக்கும் அருங்காட்சியக முறையை உருவாக்கினார்கள் (museological modality). 1840இல் கொல்கத்தாவில் பெரிய அளவு அருங்காட்சியகம் தொடங்கப்பட்டது. 1859இல் கர்னிங் பிரபு இந்தியத் தொல்லியல் துறையைத் தொடங்கினார். இராணுவப் பொறியியல் வல்லுநர் அலெக்சாண்டர் கன்னிங்ஹாம் இந்தியத் தொல்லியல் துறையில் ஆர்வம் காட்டினார்.

6. இதனையடுத்து, காலனிய அரசின் மேலாண்மையை வளர்க்கவும் நிர்வாகத்தை மேம்படுத்தவும் 'கண்காணிப்பு முறையை' (surveillance

modality) மேற்கொண்டார்கள். 1835இல் திருடுகளைக் கண்காணிக்கும் துறை ஏற்படுத்தப்பட்டது. அல்போன்ஸ் பெர்ட்டிலன் போலீஸ் துறையில் மனித உடல் அளவுகளைக் கொண்டு ஆராயும் முறையைக் கொண்டு வந்தார். வில்லியம் ஹெர்ஷல் விரல்ரேகையைக் கொண்டு பரிசோதிக்கும் முறையை அறிமுகப்படுத்தினார். சர் பிரான்சிஸ் கால்டன் விரல் ரேகை முறையைப் போலீஸ் உதவியுடன் மேலும் செழுமைப் படுத்தினார்.

7. இதற்கடுத்து, இந்திய தேசத்துக்கான விரிவான வரலாற்றை எழுதுதல் (historiographic modality) எனும் முறையை மேற்கொண்டனர். முதற்கட்டமாக 1770களில் மேற்கு வங்கத்தில் விசாரணைகள் (enquiries) என்னும் வகையில் நிலத் தீர்வை, வரிகள், வட்டார வரலாறு தொடர்பான விசாரணைகள் நடந்தன. அடுத்த கட்டத்தில் இந்தியப் பண்பாடு, நாகரிகம் தொடர்பான வரலாறு எழுதுதல் மேற்கொள்ளப் பட்டது. அலெக்சாண்டர் டவ். ராபர்ட், ஓர்ம், சார்லஸ், கிராண்ட், மார்க் வில்க்ஸ், ஜேம்ஸ் மில், ஜேம்ஸ் டாட் போன்றவர்கள் இத்தகைய பணியை மேற்கொண்டார்கள். மூன்றாம் கட்டத்தில் அனைவருக்கு மான எளிய வரலாறுகள் எழுதப்பட்டன.

8. இறுதியாக, உலகளாவிய நிலையில் அவர்களின் மேலாண்மையை நிறுவ கல்விப்புலம் சார்ந்த ஆய்வு முறைகளை மேற்கொண்டார்கள் (investigative modality). கொல்கத்தா, மும்பை போன்ற இடங் களில் பல்கலைக்கழகங்கள் அமைத்தும் பிறவிடங்களில் தொடர் புடைய துறைகள் அமைத்தும் கல்விப்புலம் சார்ந்த ஆய்வுகளை மேற்கொண்டார்கள்.

பிந்தைக் காலனியச் சூழலில் எதிர்வினையாற்றுதல்

இன்றைய பிந்தைக் காலனியச் சூழலில் இவ்வாறான காலனிய காலப் பதிவுகளை, எழுத்துகளை, வரைவுகளை, ஆவணங்களை, இன்னபிற கருத்துருவாக்கங்களையெல்லாம் எவ்வாறு அணுகுவது? புரிந்து கொள்வது? எதிர்வினை செய்வது?

நம்மைப் பற்றி அயலவர்கள் கூறியுள்ளவை குறித்து நமக்கு மிகவும் தீவிரமான பரிசீலனை முறை, ஓர்மை முறை, கேள்வி முறை தேவைப் படுகின்றன. பிந்தைக் காலனியச் சூழல் என்பது ஒவ்வொரு தேசிய இனத்திற்குமான சுயத் தன்மையை முன்னெடுத்துச் செல்லும் அறிவு நிலையை முன்வைப்பதாகும். இந்நிலையில் பிந்தைக் காலனிய அறிவாராய்ச்சியானது 'அறிவு என்பது அதிகாரம் சார்ந்தது' (Knowledge is power) என்று அழுத்தம் திருத்தமாக முன்வைக்கிறது. அறிவு என்பதை

ஒவ்வொரு இனமும் தனக்கான சார்புநிலையில் உருவாக்கிக் கட்டமைக்கிறது. உண்மையில் அறிவு என்பது உண்மையைச் சொல்வதல்ல. கூடவே அது உண்மை சார்ந்த, நடுநிலையான கருத்தாகவும் எப்போதும் அமைந்ததில்லை; சார்பு நிலை சார்ந்ததுதான். இதனை வரலாற்றின் பல்வேறு பரிமாணங்களிலிருந்து பிந்தைக் காலனியவாதிகள் மிக நுட்பமாக ஆராய்ந்து நிறுவியுள்ளார்கள்.

இந்நிலையில் காலனியவாதிகள் இத்தேசத்தின் மீது உருவாக்கிக் கட்டமைத்துள்ள பதிவுகள், எழுத்துக்கள், ஆவணங்கள் எனப் பல நிலைகளில் கட்டமைத்துள்ள 'அறிவு' என்பதெல்லாம் அவர்களின் தேவைக்காக விளைவிக்கப்பட்ட ஒன்று என்பதே பிந்தைக் காலனியத்தின் மிக முக்கியமான கருத்து நிலையாகும்.

இந்திய தேசத்து மக்கள், சமூகம், பண்பாடு பற்றி மேலைத் தேயத்தார் கொண்டு செலுத்திய பார்வையும் முன்வைப்புகளும் அவர்களுடைய சுயத்திற்கான தேவைகளாகும். இத்தகைய தேவைகளை அடிப்படையாகக் கொண்டு அவர்கள் உருவாக்கிய அறிவுமுறையை இன்றைய பிந்தைக் காலனிய அறிஞர்கள் 'தேவை சார்ந்தவை' (essentialism) என்கிறார்கள். இந்தத் தேவை சார்ந்து உருவாக்கப்பட்ட அறிவுக் கட்டமைப்பை நாம் இப்போது அப்படியே ஏற்க வேண்டிய தேவையில்லை; அவசியமுமில்லை. அது வரலாறு நெடுகிலும் அதிகாரமாகவே செயல்பட்டு வந்திருக்கிறது என்று மிஷல் ஃபூக்கோ போன்ற பிந்தைச் சிந்தனைவாதிகள் நுண்ணிய அணுகுமுறையுடன் ஆராய்ந்துள்ளனர். காலனியவாதிகள் கட்டமைத்த அறிவுமுறையானது அவர்களுக்கான அதிகாரமாக எவ்வாறெல்லாம் விளங்கியது என்பதை ஃபூக்கோ *அறிவின் தொல்லியல்* (The Archaeology of Knowledge, 1969) எனும் நூலில் மிக நுட்பமாக ஆராய்ந்திருப்பதை நாம் அறிந்துகொள்ள முடிகிறது.

காலனியவாதிகள் அறிவு உருவாக்கத்தை அடிப்படையான அதிகாரமாகக் கொண்ட நிலை ஒருபுறமிருக்க, 2000 ஆண்டுகளுக்கு முன்னர் தமிழ்ச் சூழலில் 'அறிவு அற்றம் காக்கும் கருவி' என்று முன்வைக்கப்பட்டதை இங்கு நாம் ஒப்பிட்டுக் காணலாம். ஆக, அறிவு என்பது இருவேறு சூழல்களில் எவ்வாறான வடிவமாகக் கருத்தமைவு பெற்றது என்பதையும் இங்கு ஒப்பியல் நிலையில் இணைத்தறியலாம்.

ஆகவே, பிந்தைக் காலனியச் சூழலில் இருக்கின்ற நாம் காலனியத்தின் அனைத்து வகையான முன்னெடுப்புகளையும் கட்டவிழ்த்து மறு பரிசீலனைக்கு உட்படுத்த வேண்டும். மேலும், 'காலனியத்தை அழித்து அதிலிருந்து விடுபடுதல்' (decolonization) என்பதைக் கவனமாகச் செய்ய வேண்டும். 1700களில் சீகன்பால்க் எழுதிய தென்னிந்தியக் கடவுள்களின்

குடிவழியாகட்டும், அபே துபுவாவின் இந்திய மக்களின் மதம் - பழக்க வழக்கங்கள் - நிறுவனங்கள் நூலாகட்டும், ஒயிட்ஹெட்டின் தென்னிந்திய கிராம தெய்வங்களாகட்டும், எட்கர் தர்ஸ்டனின் தென்னிந்தியச் சாதிகளும் பழங்குடிகளுமாகட்டும், குடிமதிப்பு அறிக்கை களாகட்டும், இவை போன்ற இன்னும் பிற பதிவுகளாகட்டும் அவை யாவும் கடந்த நூற்றாண்டுகளின் மிகப்பெரும் தகவல் களஞ்சியங் களாகும். விலை மதிக்க முடியாத வரலாற்றுக் கருவூலங்களாகும். இவற்றிலிருந்தே நாம் நம்முடைய கடந்த காலத்தை அறிந்துகொள்ள முடிகிறது. 18,19ஆம் நூற்றாண்டுகளின் சமூக, பொருளாதார, சமய, அரசியல், கலை சார்ந்த முறைகளையெல்லாம் அறிவதற்கு இத்தகைய ஆவணங்களே அடிப்படையாக உள்ளன. மேலும், இவை வரலாறு நெடுகிலும் ஏற்பட்டு வந்த மாற்றங்களையெல்லாம் அறிய உதவுகின்றன. அந்த வகையில் மிகுந்த உழைப்புடன் செய்யப்பட்ட அரிய பதிவுகளாக உள்ள இவற்றின் தேவைகளை இப்போது நம்மால் நன்கு உணர்ந்து கொள்ள முடிகிறது. எனினும், இத்தகைய பதிவுகளிலுள்ள பாரதூரமான விடயங்கள் மீதும் அணுகுமுறை மீதும் எதிர்வினையாற்ற வேண்டி யுள்ளது.

இன்னும் சில சூழல்களில் சில பதிவுகள் எதிர்மறையான கருத்துக் களை நேரடியாகவும் வெளிப்படையாகவும் முன்வைப்பதைக் காண முடிகிறது. இத்தகைய போக்கினைச் சுட்டிக்காட்ட இரண்டு எடுத்துக் காட்டுகள் போதுமானவை. ஒன்று: மாக்ஸ்முல்லரின் ஆரிய வாத முன் வைப்புகளாகும். இரண்டாவது, காதரைன் மேயோ எழுதிய இந்திய *மாதா: சமூக ஆய்வு (1928)* போன்ற எழுத்துக்களைக் குறிப்பிடலாம். மாக்ஸ்முல்லரின் எழுத்துக்களையும் மேயோ போன்றோரின் எழுத்துக் களையும் திறனாய்ந்து நூல்கள் வெளிவந்துள்ளன.

மிஸ் காதரைன் மேயோ ஓர் அமெரிக்கப் பெண்மணி. விடுதலை பெறாத காலனியக் காலகட்டத்தில் இந்தியாவிற்கு வந்து அன்றைய காலத்தில் இந்தியச் சமூகத்தின் அவலங்களையெல்லாம் எள்ளி நகையாடும் பாணியில் எழுதியவர் மேயோ. குழந்தைத் திருமணம், சாமியிடம் பிள்ளை வரம் வேண்டும் முறைகள், கோயிலில் அழுக்குத் தண்ணீரைத் தீர்த்தமாகக் கொடுப்பது, இறந்தவரின் இறுதிச் சடங்குகள், பலிச்சடங்கில் இரத்தத்தை நக்குதல், தேவதாசிகள், அடிமைப்புத்தி, கோஷா மருத்துவமனையின் அனுபவங்கள், குழந்தைத் திருமணத்தால் ஏற்படும் பாலுறவுப் பிரச்சினைகள், இந்துக்களின் மடமை, அதிக மான பிள்ளைப்பேறு நாட்டம், விதவைகள் நிலை, பிராமணர் வஞ்சகம் என எண்ணற்ற தலைப்புகளில் இந்துக்களின் அவலநிலையை விரிவாக எழுதினார்.

'இவ்வளவு கேவலமாயிருக்கும் இந்தியர்கள் சுயராஜ்யத்திற்கு எப்படித் தகுதியானவர்கள்' என நிறுவும் கருத்தியலுடன் அமைந்த இந்த எழுத்துகள் மேலைப்புலத்தாருக்கு மகிழ்ச்சியளித்திருக்கலாம். ஆனால் நமக்கு? எண்ணற்ற சமூகக் கொடுமைகள் வரலாறு நெடுக எல்லா தேசத்திலும் இருந்து வந்துள்ளன. அதனால் அவர்களுக்கெல்லாம் விடுதலை வேட்கை இருக்கக்கூடாதா என்ன? இந்தியவியல் பற்றிய புரிதல்களில் இப்படிப்பட்ட நூல்களின் பாரதூரத்தை மதிப்பீடு செய்ய வேண்டியுள்ளது. காலனிய அழிப்பு நோக்கிய (decolonization) அகாலனியக் காலகட்டத்தில் உள்ள நாம் இவற்றை நேரடியாக நிராகரிக்க வேண்டிய தேவையும் உள்ளது.

ஒயிட்ஹெட்டின் பங்களிப்பு

சீகன்பால்க், அபே துபுவா ஆகியோரின் எழுத்துக்களில் பல அணுகு முறைகள் உள்ளன. சீகன்பால்க் தம் காலத்தில் தென்னிந்தியா முழுமைக்கும் உள்ள தகவல்களைச் சேகரித்தார். இதற்காக பிரத்யேக மாகத் தயாரிக்கப்பட்ட வினாநிரல்களைப் படிப்பறிவுள்ள, அனுபவ முள்ள பலருக்கும் கொடுத்து அவர்கள் கூறிய பதில்களை ஒழுங்கு செய்து, அவர்களின் குரல்கள் நூல் நெடுக ஒலிக்கும் வண்ணம் அவற்றை இணைத்துள்ளார். தாம் கண்ணுற்ற செய்திகளை விரிவாக எழுதியுள்ளார். கூடவே, இந்து மதம் குறித்த நூல்களைத் தேடிப் பிடித்து அவை கூறும் செய்திகளையும் இணைத்துள்ளார். இந்துக்களோடு குறிப்பாகத் தமிழ் மக்களோடு சீகன்பால்க் ஏற்படுத்திக்கொண்ட புரிதல்களையெல்லாம் தமது நூலில் பதிவு செய்துள்ளார். ஏறக்குறைய இதே அணுகுமுறையில் அபே துபுவாவின் முயற்சியும் அமைந்தது எனலாம். ஆனால் இவர் சமூகம், சமயம், பண்பாடு ஆகியவற்றையே பெரிதும் கவனித்தார் எனலாம். சீகன்பால்கோ சமயத்தையும் தெய்வத்தையும் முன்னிலைப்படுத்தினார்.

ஒயிட்ஹெட்டின் *தென்னிந்திய கிராம தெய்வங்கள்* சற்று மாறு பட்டது. இவரது நேரடிக் களப்பணி விவரங்களே நூலுக்கு முக்கிய ஆதாரமாகும். மிகச்சில இடங்களில் தகவலாளிகள் எழுதி அனுப்பிய செய்திகளைச் சேர்த்துள்ளார். காலனிய நிர்வாகிகள் வழங்கிய தகவல் களும் காணப்படுகின்றன. மைசூர் மகாராஜாவின் அரண்மனை அதிகாரி ராமகிருஷ்ணராவின் கூற்றை ஓரிடத்தில் ஒயிட்ஹெட் பதிவு செய்கிறார். அலகு குத்துதல், மனிதப் பலிக்கு ஈடானது என்று ராமகிருஷ்ணராவ் சொல்லியிருப்பதை அப்படியே பதிவு செய்கிறார். இவ்விடத்தில் 1643இல் போர்ச்சுகீசியர் ஒருவர் பூரி ஜெகநாதர் கோயிலில் நடந்த அலகு குத்துதல் பற்றி எழுதும்போது இந்நிகழ்வை மனிதப்

பலிக்கு நிகரானது என்று குறிப்பிடும் இன்னொரு ஆய்வாளரின் கருத்தையும் இங்கு நாம் ஒப்பு நோக்கிப் பார்க்க முடிகிறது.

இவ்வாறாக பல்வேறு தனிமனிதர்களின் கருத்துகளையும் ஆங்காங்கே சேர்த்துள்ளார். மேலும், நூல் நெடுக திராவிடப் பகுதிகளின் ஒப்பியல் தன்மைகளை நம் முன் நிறுத்துகிறார். கிராம தெய்வங்கள் பாறப்பட்ட ஒவ்வொரு நிகழ்வுக்கும் பொருள்கோடலைக் கண்டிருக்கிறார். இத்தகைய பொருள்கோடல் நமக்கு இப்போது பொருத்தமற்றதாக இருக்குமென்றாலும் தென்னிந்தியாவின் நான்கு மொழிப் பிரதேசங்களை இணைத்து ஒரு தொடர்புடைய பண்பாட்டுப் பகுதி என்ற நோக்கில் ஆராய்ந்துள்ளார். இத்திறம் திராவிடவியலில் இவர் ஏற்படுத்திய ஒரு முக்கியமான ஆய்வு முறையாக அமைந்தது என்பதை நாம் மறுக்க முடியாது.

ஒயிட்ஹெட், இவரைத் தொடர்ந்து எல்மோர் ஆகியோர் முன்வைத்த திராவிடவியல் நோக்கு ஒரு புதிய ஆய்வுச் சூழலையும், ஒரு பரந்துபட்ட பார்வையையும் நமக்கு அறிமுகப்படுத்தியது என்பதையும் மறுக்க முடியாது. ஐரோப்பியர்களுக்கும் கிறித்துவப் பாதிரியார்களுக்கும் ஒரு விடயம் மிகவும் வியப்பூட்டியது. அதுதான் தென்னிந்திய மக்களிடம் காணக்கூடிய கற்சிலைகளை வணங்கும் முறை. அது எங்கிருந்து தொடங்கியது என்பதை அறிவதற்கு ஒயிட்ஹெட் புராதன காலத்தி லிருந்து தேடுகிறார். இந்நூலின் மிக முக்கியமான தேடுதல்களில் இதுவும் ஒன்றாகும். இவ்வாறே உயிர்ப்பலி உள்ளிட்ட பலவகையான படையல் முறைகளையும் தொல்படிவத்திலிருந்து (archetypal) தேடு கிறார். நான்கு மொழிகள் அடங்கிய பரந்த திராவிடப் பகுதியின் பொதுவியலுக்கான அடித்தளத்தைக் காணும் அதே வேளையில் ஒவ்வொரு மொழிப் பகுதியிலும் காணக்கூடிய புற வேறுபாடுகளுக் கான தன்மைகளையும் ஆராய்கிறார். இவ்விரண்டு முறையியல் நோக்கிய இவரது பார்வையும், தரவுகளும், அணுகுமுறையும் இவரது அசாதாரணமான உழைப்பைக் காட்டுகின்றன.

இவ்வாறாக இன்னும் எண்ணற்ற நம்பிக்கை முறைகளுக்கான காரணத்தையும் ஒயிட்ஹெட் ஆராய்கிறார். இந்த ஆய்வுமுறைகளின் அடித்தளத்திலேயே பின்னாளைய கல்விப்புலம் சார்ந்த ஆய்வுகள் வளரத் தலைப்பட்டன. இன்றைய ஆய்வுகளில் கோட்பாட்டு வளர்ச்சி ஏற்பட்டிருந்தாலும் அவற்றிற்கான மூலாதாரம் காலனிய காலத்தில் தொகுக்கப்பட்ட எண்ணற்ற விவரணத் தொகுப்புகளின் தரவுகள்தாம் என்பதை இன்றும் நாம் நிதர்சனமாக உணரமுடிகிறது. இத்தகைய கண்ணோட்டத்தில் பார்க்கும்போது ஒயிட்ஹெட் எழுதியுள்ள

தென்னிந்திய கிராம தெய்வங்கள் நூலானது ஓர் அரிய முயற்சியாகும். நமது பண்பாட்டிலும் மரபிலும் அக்கறைகொண்ட ஒவ்வொருவரும் வாசித்து, பாதுகாத்து வைத்துக்கொள்ள வேண்டிய ஒரு முக்கிய வரலாற்றுச் சமயவியல் ஆவணமாகும்.

ஒயிட்ஹெட்டின் விவரிப்பும் பொருள்கோடலும் ஐரோப்பிய மையம் சார்ந்தவை. இவருடைய பார்வையானது 17, 18ஆம் நூற்றாண்டுகளில் கிறித்துவப் பாதிரியார்களிடம் காணப்பட்ட பிரத்யேக அணுகுமுறையிலேயே இருந்தது. இந்துக்களின் சிலை வழிபாடு, சமயச் சடங்குகள், மற்ற சம்பிரதாயங்கள் முதலானவற்றோடு இவருக்குப் பரிச்சயம் ஏற்பட்டபோது அவற்றை ஒயிட்ஹெட் ஒரு வியப்பான பார்வையுடன் பார்த்தார். இவையனைத்தையும் தம்முடைய மதம், பண்பாட்டின் பார்வை கொண்டே பார்த்தார். தன் சமய அனுபவத்தோடு ஒப்பிட்டுப் பார்க்கும் முறையிலிருந்து இவர் விலகவே இல்லை. இதனால் இவர் பெரும்பாலும் இனமையச் சார்புடைய கருத்துகளுக்கும் சில இடங்களில் எதிர்மறையான முடிவுகளுக்கும்கூட வர நேர்ந்துள்ளது எனலாம்.

தென்னிந்திய மக்களின் சடங்கு சம்பிரதாயங்களில் பல கூறுகள் மூட நம்பிக்கை சார்ந்தும், அருவருப்பானதாகவும், தடை செய்யப்பட வேண்டியவையாகவும் உள்ளன என்று ஒயிட்ஹெட் எழுதுகிறார். தென்னிந்திய மக்களிடம் காணக்கூடிய தெய்வங்களின் வழிபாட்டு முறைகள், பலியிடும் முறைகள், திருவிழாக்களின் நடைமுறைகள், சிலையை வணங்கும் முறைகள், நம்பிக்கை முறைகள் ஆகிய அனைத்தும் அறிவுபூர்வ நிலைக்கு அப்பாற்பட்டுள்ளன என்கிறார்; மூடநம்பிக்கை சார்ந்தவை என்கிறார்; மாற்றமுடியாத அர்த்தமற்ற சட்டதிட்டங்களைக் கொண்டிருக்கிறார்கள் என்கிறார்; இயற்கை நீதிக்கு ஒவ்வாத முறைகளைக் கடைப்பிடிக்கிறார்கள் என்கிறார்; இத்தகைய மதக்கோட்பாடுகளிலிருந்து இந்துக்கள் விடுபட்டு வெளியேற வேண்டுமென்கிறார்.

காலனிய காலத்தில் முன்வைக்கப்பட்ட இத்தகைய பரிந்துரைகளால் ஆங்கிலேயர் அரசு பல்வேறு பழக்க வழக்கங்களைத் தடை செய்தது. குழந்தைத் திருமணம், உயிர்ப்பலி, நரபலி, குழந்தைக் கொலை, உடன்கட்டை ஏறுதல், அலகு குத்திக்கொண்டு ராட்டினத்தில் தொங்கிக் கொண்டு சுற்றுதல் (hook-swinging) இன்னும் சில முறைகளைச் சட்டத்தின் வழியும், காவல் முறை வழியும் தடை செய்தார்கள். வழக்கொழிந்து விட்ட அத்தகைய கூறுகளின் எச்சங்களும் வேறு சில உருமாறிய கூறுகளுமே இப்போது உள்ளன. இந்நிலையில் கடந்த காலத்தின் சடங்கு சம்பிரதாய முறைகளின் உண்மை வடிவங்களையும் செயல்

பாடுகளையும் அறியவேண்டும் என்றால் ஒயிட்ஹெட் போன்றோர் செய்துள்ள பதிவுகளிலிருந்தே நாம் அறிந்துகொள்ள முடியும்.

ஒரு சமூகத்தின் விழாக்கள், சடங்கு, சம்பிரதாயங்கள், இன்னும் பிற நிகழ்த்துதல்கள் அனைத்தும் மிக முக்கியமானவை. இவையாவும் மாத இதழ்கள் போன்றவையோ, வார இதழ்கள் போன்றவையோ அல்ல. அவை சமூகத்தின் கூட்டு எடுத்துரைப்பாகும். காலங்காலமாக சமூக நினைவு களைக் (social memory) கூட்டாக வெளிப்படுத்துவனவாகும். இவற்றில் சமூகத்தின் வரலாறும் வாழ்வும் இரண்டறக் கலந்து வெளிப்படு கின்றன. பால் கன்னர்டன் எழுதியுள்ள *சமூகங்கள் எவ்வாறு நினைவு படுத்துகின்றன (How Societies Remember, 1989)* எனும் ஆய்வில் சமூகங் களின் ஞாபகப்படுத்தும் முறைகளை ஆராய்கிறார். சமூகங்கள் அவை சேமித்து வைத்திருக்கும் கூட்டு நினைவுகளைச் சடங்குகள், விழாக்கள் மூலம் வெளிப்படுத்துவதோடு அடுத்தடுத்த தலைமுறைகளுக்குக் கொண்டு செல்வதற்கும் உதவுகின்றன என்கிறார்.

தமிழ்ச் சமூகம் போன்ற நீண்ட நெடிய பண்பாட்டு வரலாற்றைக் கொண்ட சமூகங்களில் இத்தகைய தன்மைகளை நாம் நன்றாகவே உணர முடியும். சமூகத்தின் புனிதமான தளத்தில் இத்தகைய நிகழ்வுகள் வெளிப்படுத்தப்படுகின்றன; எடுத்துரைக்கப்படுகின்றன; நிகழ்த்துதலாகவும் நடத்திக் காட்டப்படுகின்றன. இன்னும் ஒரு படி மேலே சென்று சொன்னால் இத்தகைய சடங்கு சம்பிரதாயங்கள் ‘அதீத எடுத்துரைப்புகள்’ (narratives) ஆகும். இவை யாவும் கதை சொல்லு வதை விட வலுவானவை. உணர்வுபூர்வமானவை. பண்பாட்டின் கூட்டு ஞாபகம் சார்ந்தவை. இவற்றிலிருந்தே சமூகத்தின் ஆதி வரலாற்றை அறியவும் மீட்டெடுக்கவும் முடியும். தமிழ்ச் சமூகம் பற்றிய மீட்டெடுப்பு ஆய்வுகளுக்கு ஒயிட்ஹெட் போன்றோரின் ஆவணங்கள் மிகவும் பயனுடையவை.

தென்னிந்திய கிராம தெய்வங்கள் என்னும் இந்நூலில் ஒயிட்ஹெட் ஒன்பது இயல்களை எழுதியுள்ளார். முதல் இயலில் இந்து சமயத்தின் தலைமையான கூறுகளை விளக்குகிறார். இரண்டாம் இயலில் கிராம தெய்வங்களின் பெயர்களையும் அவற்றின் குணாதிசயங்களையும் செயல்களையும் குறித்து எழுதுகிறார். மூன்றாம் இயலில் கோயில்களின் அமைப்பு, அங்குள்ள குறியீடுகள், கோயில் பூசாரிகள், திருவிழாக்கள் ஆகியவற்றை வழிபாடு எனும் தலைப்பின் கீழ் விளக்குகிறார். நான்கு முதல் ஆறு வரையுள்ள மூன்று இயல்களில் முறையே தெலுங்கு நாடு, கன்னட நாடு, தமிழ்நாடு ஆகிய மூன்று மொழித் தேசங்களில் காணப்படும் வழிபாட்டு முறைகளை விவரித்துச் செல்கிறார். ஏழாம் இயலில் கிராம தெய்வங்களுக்கான மூல வேர்களை விளக்கும் நாட்டார்

வழக்காறுகளையும் அவற்றிலிருந்து இன்றைய பெருஞ்சமயத்தில் சிவன், விஷ்ணு வழிபாடு வரைக்குமான தொடர்ச்சியையும் மாற்றங்களை யும் விவரிக்கிறார். மேலும், பழங்குடிச் சமயத்தின் தொடர்ச்சியை வெகுவாகச் சுட்டிக்காட்டுகிறார். எட்டாவது இயலில் கிராம தெய்வ வழிபாடு தோன்றியதற்கான மூலங்களைத் தென்னிந்தியா முழுமைக் குள்ள மரபுகளிலிருந்து ஒப்பிட்டு விளக்குகிறார். இறுதி இயலாகிய ஒன்பதாவது இயலில் சமூக, ஒழுக்க, மதவகைச் செல்வாக்கு குறித்து விளக்கும் முகமாக கிராம தெய்வ வழிபாட்டின் அடிப்படைகளை ஆராய்ந்து, அவை கிறித்துவத்தின்பால் அம்மக்களை ஈர்ப்பதில் எவ்வா றான வியூகங்களைக் காட்டுகின்றன என ஆராய்கிறார்.

இந்நூலின் இறுதியில் இரண்டு பிற்சேர்க்கைகளை இணைத்துள்ளார். ஒன்று: எகிப்து நாட்டுச் சடங்கை இங்குள்ள சடங்குகளுடன் ஒப்பிட்டுக் காட்டுகிறார். இரண்டு: கெட்ட ஆவிகளை விரட்ட இரும்பைப் பயன்படுத்துதல் பற்றி விளக்குகிறார்.

ஒரு நூற்றாண்டுக்கு முன் எழுதப்பெற்ற இந்நூல் இன்று வேட்டை எஸ். கண்ணனின் மொழியாக்கத்தின் மூலம் தமிழ் வாசகர்களுக்குக் கிடைத்துள்ளது. பண்பாட்டியல், வரலாற்றியல், தமிழியல், சமயவியல் ஆய்வுகளில் ஆர்வம்கொண்டவர்களும் வாசிப்பு ஆர்வம் உள்ள ஆர்வலர்களும் பயன்கொள்ளத் தக்க வகையில் இந்நூலின் வரவு மகிழ்ச்சி அளிக்கிறது.

எட்கர் தர்ஸ்டன்

எட்கர் தர்ஸ்டன் (Edgar Thurston) ஓர் ஆங்கிலேய அதிகாரி. மிஷினரியில் நன்கு பயிற்சி பெற்றவர். சிவில் நிர்வாகத்திலும் திறன் பெற்றவர். கூடவே மனித சமூகங்களை ஆராயும் இனவரைவியல் (enthnography), இனவியல் (ethnology), மனித உடற்கூறுகளை அளவெடுத்தல் (anthropometry) ஆகிய பிரிவுகளில் பயிற்சி பெற்றவர். இவருடைய திறமைகளை உணர்ந்த ஆங்கில அரசு அவரை பிரிட்டிஷ் இந்தியாவின் நிர்வாகத்திற்கு அனுப்பி வைத்தது.

எட்கர் தர்ஸ்டன் 1885இல் சென்னை அருங்காட்சியகத்தின் கண்காணிப் பாளராகப் பொறுப்பேற்றுக்கொண்டார். ஆங்கில அரசின் கொள்கை முடிவிற்கிணங்க தென்னிந்திய அளவில் இனவரைவியல் விவரங்களைத் தொகுத்தெழுதத் தொடங்கினார். வடக்கே கோண்டுகள் தொடங்கி தெற்கே தென்குமரியின் முக்குவர் வரை பழங்குடிகள், சாதிகள், கிளைச்சாதிகள், அவற்றையடுத்த உட்பிரிவுகள், இவற்றின் கண் அடங்கும் குலப்பிரிவுகள் எனக் குடிகள் தொடங்கி குலங்கள்

வரை பல நிலைகளில் அடையாளப்பட்டுக் கிடந்த மக்களின் உடற் கூறுகள், சமூகமுறை, மண முறைகள், சடங்கு சம்பிரதாயங்கள், சமய நம்பிக்கைகள், பஞ்சாயத்து - நீதி - தண்டனை முறைகள், பழக்க வழக்கங்கள் எனப் பலவகையானத் தகவல்களைத் தொகுத்தார். பெருஞ் சமூகங்களுக்கு விரிவாகவும் சிறு சமூகங்களுக்குச் சிதறலாகவும், குலப் பிரிவுகளுக்குச் சில வரிகளிலும் விவரங்களை எழுதினார்.

இத்திட்டத்திற்காக இனவரைவில் தரவுகளைத் தொகுத்த தர்ஸ்டன் 1907இல் *தென்னிந்திய இனவரைவியல் குறிப்புகள் (Ethnographic Notes in Southern India)* என்னும் தலைப்பில் இரண்டு தொகுதிகளைச் சென்னை மாகாண அரசின் சார்பாக வெளியிட்டார். இவ்விரண்டு தொகுதி களில் பழங்குடிகளையோ, சாதிகளையோ, இவற்றின் உட்பிரிவு களையோ வரிசைப்படுத்தி விளக்காமல், இவர்களின் வாழ்வியலில் மிக முக்கியமான அம்சங்களை 18 இயல்களில் விளக்கியுள்ளார்.

இவ்விரண்டு தொகுதிகளையும் எழுதி முடித்தபின்னர் எட்கர் தர்ஸ்டன் *தென்னிந்தியச் சாதிகளும் பழங்குடிகளும் (Castes and Tribes of Southern India*, 1909, 7 தொகுதிகள்*)* நூல் வரிசையை வெளியிட்டார். இது ‘வங்காளத்துக் குடிகளும் பழங்குடிகளும்’ என்ற ரிஸ்லே யின் நூல்வரிசையை முன்மாதிரியாகக் கொண்டதாகும். தர்ஸ்டன் எழுதிய இந்நூல்வரிசைகள் தமிழ்ப் பேராசிரியர் க. ரத்னம் அவர் களால் மொழிபெயர்க்கப்பட்டுள்ளன. தமிழ்ப் பல்கலைக்கழகம் வெளியிட்டுள்ளது.

இந்தியச் சமூகங்களைப் பற்றி ஆங்கிலேயர்கள் மேற்கொண்ட இத்தொகுப்புப் பணிகளுக்கான பின்புலத்தைத் தெரிந்துகொண்டா லொழிய நமது சூழலில் தொகுக்கப்பெற்ற தர்ஸ்டனின் நூல்வரிசையையும் விளங்கிக்கொள்ள முடியாது. ஒரு நூற்றாண்டுக்கும் முற்பட்ட ஆங்கிலேய ஆவணத்தின் இன்றைய தமிழாக்கத்தின் தேவையையும் அறிய முடியாது.

ஆங்கிலேயர்கள் இந்தியத் துணைக் கண்டத்தைத் தங்கள் வயப் படுத்திக்கொண்டபோது ஐந்தில் இரண்டு பங்கு பகுதியானது ஏறக்குறைய 600 மன்னர்களால் / பட்டத்தரசிகளால் ஆளப்பட்டது. இதில் மிகப்பெரும் சம்ஸ்தானங்களாக நேப்பாளமும் ஹைதராபாத்தும் இருந்தன. மீதமுள்ள ஐந்தில் மூன்று பகுதி ஒரேயொரு மன்னனால் ஆளப்பட்டது. அவர்தாம் ஆறாம் ஜார்ஜ். இவர் இங்கிலாந்துக்கு மன்னராகவும் இந்தியாவுக்குப் பேராட்சியாளராகவும் இருந்தார். இந்தியப் பகுதியோடு பர்மா, சிலோன், மௌரிட்டஸ் பகுதிகளையும் ஆண்டார்.

இந்தியாவில் பிரிட்டிஷ் ஏகாதிபத்தியத்திற்கு எதிரான முதல் பெருங்கிளர்ச்சி மே 10, 1857இல் ஏற்பட்ட பின்னர்தான் இந்தியக் குடிகளைப் பற்றி நாம் பெரிதும் அறியாதவராய் உள்ளோம் என ஆங்கிலேயர்கள் எண்ணத் தொடங்கினர். இன்னும் சில நூற்றாண்டுகள் இந்திய மண்ணை ஆண்டு விட வேண்டும் என்ற பேராசையில் 1860 களில் இந்திய மக்களைப் பற்றி வட்டார ரீதியான தகவல்களைப் புள்ளி விவரப்படி முறையாகத் தொகுக்கவேண்டும் என்று திட்டமிட்டனர்.

1862இல் ஒவ்வொரு மாவட்டத்திற்கென்றும் ஒரு தனிக் கையேடு உருவாக்குவது அவசியம் எனத் தீர்மானித்தனர். முதலில் விசாகப் பட்டினம் ஆட்சியராக இருந்த கார் மைக்கேல், மதுரை ஆட்சியராக இருந்த நெல்சன் ஆகிய இருவரும் மாதிரிக் கையேடுகள் தயாரிக்குமாறு பணிக்கப்பட்டனர். இதனைத் தொடர்ந்து சென்னை மாகாணத்தில் 1880களின் முடிவில் அனைத்து மாவட்டங்களுக்கும் கையேடுகள் தயாரிக்கப்பட்டன.

இதன் பின்னர்தான் விரிவான அளவில் குடிமதிப்பு எடுக்கவேண்டும் என்று எண்ணி 1871இல் முதல் குடிமதிப்பு (census) எடுக்கப்பட்டது. அதன் பின்னர் ஒவ்வொரு பத்தாண்டுக்கும் ஒருமுறை எடுக்கப் பட்டது. விடுதலைக்குப் பின்னரும் இடைவெளி ஏதுமின்றி தொடரப் பட்டு அது இன்றும் மேற்கொள்ளப்பட்டு வருகிறது.

ஒவ்வொரு பத்தாண்டுக்குமான குடிமதிப்பு நாட்டின் சமூக, பொருளாதார, வாழ்வியல், சமய மாற்றங்களை அறிய நேரடியாக இன்று பயன்படுத்தப்படுகிறது. என்றாலும் அன்றைய ஆங்கில அரசின் இந்த முயற்சி வேறுசில முக்கியமான மாறுதல்களை ஏற்படுத்தியது என்பதை இங்குக் கவனத்தில் கொள்ளவேண்டும்.

ஆங்கிலேயர்கள் தொகுத்த இந்தியக் குடிமதிப்பில் சாதி, சமயம் பற்றிய விவரங்கள் மிக முக்கிய இடம் வகித்தன. 10 ஆண்டுகளுக்கு ஒரு முறை எடுக்கப்பட்ட இக்குடிமதிப்பில் இந்த இரண்டு விவரங்களும் ஒவ்வொரு முறையும் தவறாமல் தொகுக்கப்பட்டன. இத்தகு முறையில் விவரங்களைத் தொகுத்த அவர்கள், தங்கள் தாயகத்தில் (இங்கிலாந்தில்) அதற்கு நேர்மாறான முறையில் குடிமதிப்பு எடுத்தனர். 1801 முதல் 1931 வரையிலான 130 ஆண்டு கால வெளியில் இங்கிலாந்தில் மக்கள் எந்தச் சமயத்தைச் சேர்ந்தவர்கள் என்று அங்கு மேற்கொள்ளப்பட்ட குடிமதிப்பில் பதியப்படவில்லை. 1851 ஆம் ஆண்டு மட்டும் இவ்வினாவிற்கு விரும்பினால் பதில் தரலாம், விரும்பாவிடில் பதிலளிக்க வேண்டாம் என்ற வாய்ப்பை நல்கியது. இங்கிலாந்தில் பலர் தங்கள் சமய நம்பிக்கை என்ன என்பதைத் தெரிவிக்கவே இல்லை.

குடிமதிப்பின் அடிப்படை விவரங்கள் மேல் எழுதப்பட்ட விரிவான விவரங்களாகவே சாதிகளும் பழங்குடிகளும் திட்டம் விளங்கியது. எட்கர் தர்ஸ்டனின் நூல் வரிசையிலும் சரி, இந்தியாவின் கிழக்குப் பகுதியில் ரிஸ்லே, தால்டன் தொகுத்த நூல்வரிசையிலும் சரி, நடுமாகாணங்களில் வெரியர் எல்வின், ரஸ்ஸல், குரூக் ஆகியோரின் நூல் வரிசையிலும் சரி, வட இந்தியப் பகுதியில் மில்ஸ், ஹட்டன், எல்வின் ஆகியோர் தொகுத்த நூல்வரிசையிலும் சரி, மேற்கிந்தியாவில் என்தோவன் தொகுத்தவற்றிலும் சரி, குடிமதிப்பில் இடம்பெற்ற இந்துக்கள், முஸ்லிம்கள், சீக்கியர், அரேபியர், பார்சியர், தீண்டத் தகாதார் போன்ற பாகுபாடுகளை முன்னிருத்தித் தங்கள் பதிவுகளை எழுதியிருந்தனர்.

இத்தகைய அடையாளங்களை முன்னிருத்தித் தொகுக்கப்பட்ட எட்கர் தர்ஸ்டன் உள்ளிட்டோரின் மேற்கூறிய அந்தந்த மாகாணச் சாதிகளும் பழங்குடிகளும் நூல்வரிசைகளும், ஒவ்வொரு பத்தாண்டுக்கும் ஒருமுறை எடுக்கப்பட்ட குடிமதிப்பும், பின்னாளில், குறிப்பாக 20ஆம் நூற்றாண்டில் 'சமூகவாரியான அரசியல் பங்கேற்பு' என்ற உந்துதலுக்கு வழிகோலின. ஐரோப்பாவில் இனவெறிக்கு ஈடான ஒரு கருத்தாக்கமாக இங்கு வகுப்புவாதம் தலை தூக்குவதற்கு இவை வழிகோலின.

விளிம்புநிலை வரலாற்றறிஞர்களும் சுதிப்த கவிராஜ் போன்ற அரசியல் அறிவியலாரும் நவீன இந்தியாவில் இன்று காணப்படும் இன அடையாளங்களின் நுண் அரசியலை ஆங்கிலேயர்கள் இந்தியச் சமூகத்தைப் புதிய அடையாளப்படுத்தல்களோடு இணைத்துப் பார்த்தனர். இந்தியா காலனிய நாடாக இருந்த காலத்திலும், ஓரளவு நவீன நிலையை நோக்கி நகர்ந்த காலத்திலும் ஆங்கிலேயர்கள் புதிய அளவுகோல்களை முன்வைத்து இந்தியச் சமூகத்தைத் தரம் பிரித்தனர். இதனை ஒவ்வொரு பத்தாண்டுக்கும் ஒரு முறை குடிமதிப்பு வழி நிலைப்படுத்தினர்; வலுப்படுத்தினர். இந்தியச் சமூகத்தில் அதுவரை இருந்த நீர்மைத் தன்மையுடைய இந்த இன அடையாளம் நிலைத்து இறுகும் இன அடையாளங்களாக மாறத் தொடங்கின. எடுத்துக்காட்டாக 'அட்டவணைச் சாதி' (scheduled caste) என்ற பாகுபாட்டை ஆங்கிலேயர் அரசு 1936இல் உருவாக்கியது. அதனை அப்படியே இந்திய அரசும் எவ்வித மாற்றமும் இல்லாமல் ஏற்றுக்கொண்டது. இன்றும் அது தொடர்கிறது.

ஆங்கிலேயர்களின் வருகைக்கு முன் இந்தியச் சமூகங்களின் நிலையை ஆராய்ந்த முன்னோடி ஆய்வாளர் சுதிப்த கவிராஜ். அப்போது

சமூகங்களுக்கிடையில் இருந்த மங்கலான, சன்னமான அடையாளங்கள் ஆங்கிலேயர்களின் 10 ஆண்டுகளுக்கு ஒருமுறை எடுத்த குடிமதிப்பில் அவை வலுவான, திடமான அடையாளமாக மாற்றப்பட்டன என்பார். ஆங்கிலேயர்கள் வருவதற்கு முன்னர் மக்கள் தங்களின் அடையாளங் களைப் பன்முகப்பட்ட நிலையில், அதாவது விவசாயிகள், கிராமத்தார், நன்செய் பயிரிடுவோர், புன்செய் பயிரிடுவோர், கீழ்நாட்டு மக்கள், மேல்நாட்டு மக்கள், குடியானவர், இன்னும் பிற வகைகளில் எல்லாம் வழங்கி வந்ததோடு தத்தம் சாதிப் பெயரையும் அவற்றோடு சேர்த்துக் கொண்டனர். இவ்வாறான பன்முகப்பட்ட, நீர்ம நிலையானது மாவட்டக் கையேடுகள் உருவாக்கத்தினாலும், அதன்பின் ஒவ்வொரு பத்தாண்டுக்கு ஒருமுறை எடுத்த குடிமதிப்பாலும் பன்முகப்பட்ட அடையாளங்கள் ஒதுக்கப்பட்டுச் சமூக அளவில் சாதி அடையாளமும் சமய அளவில் இந்து, முஸ்லிம், கிறித்துவர் என்ற ஒற்றை அடை யாளமும் வளர்த்தெடுக்கப்பட்டன. காலப்போக்கில் பழைய பன்முக அடையாளங்கள் மாறி அதன்பின் புதிய ஒற்றை அடையாளங்கள் வலுப்பெற்று நிலைபெற்றுவிட்டன.

மேற்கூறிய பின்புலத்துடன் இன்று எட்கர் தர்ஸ்டனின் தொகுதிகளை மறுபார்வையிட வேண்டும். அதே நேரத்தில், இத்தகு நூல்வரிசை நமது சூழலில் இன்றும் பயன்மிக்க பார்வை நூல்களாக விளங்குகின்றன என்பதையும் நாம் ஒதுக்கிவிட முடியாது.

தர்ஸ்டனின் நூல்வரிசை 100 ஆண்டுகளுக்குப் பின் நமது சமூகத்தில் ஏற்பட்டுள்ள மாற்றங்களை அளவிடுவதற்கும், இவற்றை முன்வைத்து வருங்காலத்தில் திட்டமிட வேண்டிய சமூக மாற்றம் குறித்த புரிதலுக்கும், இன்னும் பல வகைகளிலும் பயனளிக்கக்கூடிய ஆவணமாக உள்ளது.

இதுவரை மொழிபெயர்த்து வெளியிட்ட ஏழு தொகுதிகளிலும் தர்ஸ்டன் பெயர் மட்டுமே அச்சிடப்பட்டுள்ளது. இதற்கு எல்லா வகையிலும் உறுதுணையாக இருந்தவர் தர்ஸ்டனுடன் அருங்காட்சி யகத்தில் பணியாற்றிய கதம்கி ரங்காச்சாரி அவர்கள். அதனால்தான் ஆங்கில மூலநூலில் ரங்காச்சாரியின் பெயரும் தர்ஸ்டனின் பெயருக்குக் கீழ் கொடுக்கப்பட்டிருக்கும். மொழிபெயர்ப்பில் ரங்காச்சாரியின் பெயர் இடம்பெறாதது மூலத்திலிருப்பது மொழிபெயர்ப்பில் இல்லாததாக அமைகிறது.

இந்நூல் வரிசையைத் தமிழ்ப் பல்கலைக்கழகம் மிகவும் தகுதியான ஒருவரை இனங்கண்டு மொழியாக்கம் செய்துள்ளது. மொழிபெயர்ப் பாளர் க. ரத்னம் தமிழ்ப் பேராசிரியர்; பறவையியல் வல்லுநர். இவரது மொழிபெயர்ப்பு மிக இயல்பாகவும் நேர்த்தியாகவும் இருப்பதை

வாசகர்கள் அனைவரும் உணர்வர். நாம் நம்மைப் பற்றி, நம் குழுவைப் பற்றி, நம் இனத்தைப் பற்றி அறிய உதவும் இந்நூல் வரிசை நம் மண்ணிற்குரிய சமூகங்களை விளங்கிக்கொள்ள உதவும் நூற்றொகுதி களாகும். இவற்றை ஒவ்வொருவரும் வாங்கிப் படித்துத் தங்கள் இல்ல நூலகத்தில் பாதுகாக்க வேண்டும்.

இவ்வியலில் மிகச் சில எடுத்துக்காட்டுகளைக் கொண்டு காலனிய வரலாற்றையும், அவர்கள் உருவாக்கிய எழுத்துக்களையும், ஐரோப்பிய மையவாதம் சார்ந்த முன்னெடுப்புகளையும் அறிய முற்பட்டோம். இவை சார்ந்த வேறு பல எடுத்துக்காட்டுகளையும் பின்காலனிய அறிவுமுறையில் கட்டவிழ்த்து ஆராய வேண்டும்.

9
குற்றவாளிச் சமூகங்கள்:
காலனிய அதிகாரத்தின் உருவாக்கங்கள்

ஆங்கிலக் காலனி அரசு ஒரு நூற்றாண்டுக்காலம் இந்தியாவில் நிலை கொண்ட பின் பிரிட்டிஷ் ஆட்சி குறித்து ஒரு நுட்பமான மதிப்பாய்வை மேற்கொள்ளுமாறு ஆங்கில அரசு மிக மூத்த சிவில் அதிகாரியான ஹண்டர் என்பவரைக் கேட்டுக்கொண்டது. அவர் கொடுத்த அறிக்கையில் 'இப்போது இந்தியாவானது பெரிதும் பாதுகாப்பாகவும், வளமிக்கதாகவும் மாறிவருகிறது. மேலும் சாலைகள், இரயில்வே, பாலங்கள், கால்வாய்கள், பள்ளிகள், மருத்துவமனைகள் போன்றவை ஏற்படுத்தப் பட்டுள்ளன. அடுத்து, பஞ்சங்கள் திறம்பட எதிர்கொள்ளப்பட்டன. கொள்ளையடிக்கும் சாதிகள் ஒடுக்கப்பட்டுள்ளன. வணிகம் பெருகி யுள்ளது. காட்டு மிராண்டித்தன பழக்கங்களான விதவைகளை எரித்தல் (சதி), குழந்தைக் கொலை போன்றவை ஒழிக்கப்பட்டுள்ளன....' என்று விவரித்துக்கொண்டே செல்கிறார். இந்த அறிக்கையில் 'கொள்ளை யடிக்கும் சாதிகள் ஒழிக்கப்பட்டுள்ளன' என்ற கூற்று பற்றிய ஆய்வை இவ்வியல் மிகச் சுருக்கமாக முன்வைக்கிறது.

வட இந்தியச் சூழலும் தென்னிந்தியச் சூழலும்

1860களின் இறுதியில் ஆங்கில அரசு வட இந்தியாவில் குற்றமரபினரின் நடவடிக்கைகளைக் கட்டுப்படுத்த எண்ணியது. அதனால் அரசு குற்றவாளிப் பழங்குடிகளைக் கட்டுப்படுத்த அந்தந்த மாநில அரசு களைச் சட்டமியற்ற வேண்டுமா எனக் கலந்தாலோசித்தது. அதன் பின்னர் 1871இல் 'குற்றவாளிப் பழங்குடிகள் சட்டம்' (Criminal Tribes Act, 1871) ஒன்றை இயற்றியது. முதலில் பஞ்சாபிலும் வடமேற்கு மாகாணங்களிலும் இதனை நடைமுறைப்படுத்தியது. இச்சட்டத்தைச் சென்னை மாகாணத்தில் செயல்படுத்த வேண்டிய தேவை எழவில்லை என அப்போதைய காவல்துறை முதன்மை அதிகாரி தெரிவித்துவிட்டார். இதற்கிடையில் 1876இல் இச்சட்டம் வங்காளத்திலும் நடைமுறைப் படுத்தப்பட்டது.

அந்நூற்றாண்டின் இறுதியில் இச்சட்டம் சென்னை மாகாணத்திற்குத் தேவையா என மீண்டும் பரிசீலிக்கப்பட்டது. எனினும் காவல் ஆணையத்தின் (Police Commission) அறிக்கை கிடைத்த பின் அதுபற்றி முடிவெடுக்கலாம் எனத் தீர்மானிக்கப்பட்டது (Judl GO 725,20.5.1903). வடமேற்கு மாகாணக் காவல் துறையினர் பரிந்துரைத்தது போல் அப்போதைய சென்னை மாகாணக் காவல் ஆணையர் பரிந்துரைக்க மறுத்துவிட்டார் (Judl GO 1071 (Block Nos. 51-53) 10.8.1870). வட இந்தியப் பகுதிகளில் உள்ளது போல் சென்னை மாகாணத்தில் நிலைமை மோசமாக இல்லை என அறிக்கை கொடுத்தார். மேலும் இப்பகுதிகளில் ஊர் சுற்றும் குறவர் சமூகங்களின் சேவையையும் தேவையையும் நன்கு அறிந்து *1860*களில் ஒரு அறிக்கை கொடுத்தார் (Quoted in David Arnold, 1979). இக்குறவர்களே பின்னாளில் *(1911*இல்*)* குற்ற மரபினராக அறிவிக்கப்பட்டவர்களில் முக்கியமானவர்கள்.

அப்போதைய சென்னை மாகாணத்தில் ஊர் சுற்றி வணிகம் செய்து வந்த சமூகங்களின் தொழில்கள் மூலம் உள்நாட்டுச் சமூகத்தாரும் கடற்கரைச் சமூகத்தாரும் பெரிதும் பயன் பெற்றனர். மாட்டு வண்டி மூலமும், கழுதைகள் மூலமும் இப்பகுதிகளுக்குச் செல்லும் உப்பு வணிகர்களை நிறுத்திவிட்டால் அதற்கு ஈடாக மாற்று ஏற்பாடு செய்வது இயலாது என போலீஸ் கமிஷன் உணர்ந்தது. இதன் மூலம் அரசுக்கும் வருவாய் கிடைக்கிறது. ஒரு சாதாரண வணிகன் விற்கும் விலையைவிட இந்த உப்பு வணிகர்கள் விலை குறைவாகவே விற்கின்றனர். மேலும் இவர்களின் நடவடிக்கைகள் அனைத்தையும் கூர்ந்து கவனித்துப் பார்க்கும்போது இவர்களைக் குற்றமிழைக்கும் மரபினர் என்று வகைப்படுத்தி விட முடியாது. அதனால் அவர்களைத் தனிமைப்படுத்தி ஓரிடத்தில் குடியமர்த்தும் தேவையும் எழவில்லை என்று அப்போதைய சென்னை மாகாணக் காவல் ஆணையர் எழுதி விட்டார்.

*1900*வாக்கில் சென்னை மாகாணத்தில் ஊர்சுற்றும் வணிகர்களாக மூன்று முக்கிய சமூகத்தார் இருந்தனர். தமிழ் பேசும் மாவட்டங்களில் குறவர்களும், தெலுங்கு பேசும் பகுதியில் எருகுலரும் கொரச்சர்களும் வணிகம் செய்தனர்.

லம்பாடிகளும் பஞ்ஞாராக்களும் பல மாநிலங்களுக்குச் சென்று உப்பு வணிகம் செய்தனர். கூடவே உப்புக்குப் பதில் பெற்ற தானிய வகைகளையும் மக்களிடம் விற்று வந்தனர். சில இடங்களில் உப்புக்குப் பதில் காட்டுப் பொருட்களையும் பண்டமாற்றமாகப் பெற்று அவற்றை மற்ற மக்களிடம் விற்று வந்தனர்.

காலனியப் பொருளாதாரக் கொள்கையும் மக்களின் வாழ்வாதார மாற்றங்களும்

19ஆம் நூற்றாண்டில் ஆங்கில அரசின் புதிய பொருளாதாரக் கொள்கைகள் பல வகையான மாற்றங்களை ஏற்படுத்தின. குறிப்பாக, பல பழமைச் சமூகங்களின் தொழில்களை ஒழித்துக்கட்டின எனலாம். குறிப்பாக ஊர் சுற்றி வணிகம் செய்து வந்த குறவர்களுக்குப் பேரடியாக அமைந்தது.

மிக முக்கியமாக ஆங்கில அரசு 1880களில் உப்பு உற்பத்தியைத் தன்வசப்படுத்தியது. உற்பத்தியை முழுக்க முழுக்க தானே மேற்கொள்ள முடிவு செய்தது. இதனால் ஊர் சுற்றும் வணிகர்கள் உப்பினை அரசிடமிருந்து வாங்க வேண்டிய புதிய நிலைக்குத் தள்ளப்பட்டனர். அரசானது 1850களில் இருந்தே இரயில்வே சாலைப் போக்குவரத்து களைச் சென்னை மாகாணத்தில் ஏற்படுத்தியது. இதனால் அரசானது ரயில்வே வழி வணிகம் செய்யும் மிகச் சில முகவர்களையும் நிறுவனங் களையும் ஊக்குவித்ததால் உற்பத்தியும் வணிகமும் அவர்கள் வழியே தொடங்கியது. இதனால் பன்னெடுங் காலம் பாரம்பரியமாக உப்பு உற்பத்தி செய்த சமூகத்தாரும் உப்பு வணிகம் செய்த சமூகத்தாரும் தங்கள் தொழில்களை இழந்தனர் (காண்க: Report of the Madras Salt Commission, 1876). இதனால் உடனடியாகப் பெரிதும் பாதிக்கப்பட்டவர்கள் குறவர்கள், எருக்குலர்கள், கொரச்சர்கள். ஏனெனில், இவர்கள் சென்னை மாகாணத்திற்குள் தொழில் செய்து பிழைத்து வந்தவர்கள். லம்பாடிகளும், பஞ்ஞாராக்களும் உப்பைப் பிற மாகாணங்களுக்குக் கொண்டு செல்லும் பெரு வணிகர்களாக இருந்தனர். அதனால் பாதிப்பு முதல்வகைச் சமூகத்தாருக்கு ஒருவகையாகவும் பிந்தையவர்களுக்கு வேறு வகையாகவும் இருந்தது.

அடுத்து, ஆங்கிலக் காலனி அரசு 1880களில் திருத்திய புதிய வனக் கொள்கை இங்குள்ள குடிகளுக்குப் பெரும் பாதிப்பை ஏற்படுத்தியது. உப்பு வணிகம் செய்த மேற்கூறிய குடியினர் வைத்திருந்த கால்நடைகளை மேய்க்கும் மேய்ச்சல் நிலம் வனக் கொள்கையின் மூலம் கட்டுப்படுத்தப் பட்டது. உப்புக்குப் பண்டமாற்றம் செய்யும் காட்டுப் பொருட்களுங்கூட எளிய முறையில் காடுகளிலிருந்து பெற முடியாமல் போனது. இதனால் காட்டுப் பொருட்களைக் கொடுத்துத் தானியமோ உப்போ பண்ட மாற்றம் செய்ய முடியவில்லை.

மேலும் 1866இல் ஏற்பட்ட பெரும் பஞ்சத்தால் இந்த ஊர் சுற்றும் வணிகர்கள் புஞ்சை தானியங்களை மிக அதிக விலைக்கு விற்க ஆரம்பித்தனர். இவ்வளவு அதிக விலை கொடுத்துப் பண்டங்களை

வாங்கவோ பண்டமாற்றம் செய்யவோ மக்களால் முடியவில்லை. இதற்கிடையில் பஞ்சகாலத்தில் வணிகர்களின் வண்டிகளை இழுக்கும் கால்நடைகளும் பெருமளவு மாய்ந்து போயின. இவ்வாறாக ஆங்கில அரசின் இன்னும் சில பொருளாதாரக் கொள்கைகளால் கிராமப் புறங்களில் குற்றங்களும் குற்றச் செயல்களும் பெருகத் தொடங்கின.

அதுவரை பாரம்பரியத் தொழில் செய்து வந்த இந்த ஊர் சுற்றும் வணிகர்களும் உப்பு உற்பத்தி செய்தவர்களும் தங்கள் தொழில்களை இழந்துவிட்டனர். வாழ்வதற்கு வழி தெரியாமல் தவித்தனர். இத்தகைய சூழலில் 19 ஆம் நூற்றாண்டின் இறுதிக் கட்டத்தில் உடைமைகள் மையமிட்ட குற்றங்கள் பெருகின. ஆங்கில நிர்வாகம் அதுவரை 'ஊர்சுற்றும் மக்கள்' என்று அடையாளப்படுத்தியிருப்பதை மாற்றி இம்மக்கள் இனி கண்காணிக்கப்பட வேண்டியவர்கள் என்ற வகையின் கீழ் 'குற்றவாளிப் பழங்குடிகள்' (Criminal Tribes) என வரையறை செய்யத் திட்டமிட்டது.

1877இல் ஏற்பட்ட மற்றுமொரு கடுமையான பஞ்சம் இம்மக்களைப் புதிய திசையில் இட்டுச் சென்றது. சாலைப் போக்குவரத்தும் ரயில் போக்குவரத்தும் விரிவு பெற்றதால் உப்பு வணிகம் இவற்றின் வழியே புதிய வணிகர்களால் மேற்கொள்ளப்பட்டது. அரசின் உப்பு, வனக் கொள்கைகளால் ஊர் சுற்றும் வணிகர்கள் தங்களின் பாரம்பரியத் தொழிலை இழந்து செய்வதறியாமல் தவித்தனர். குற்றமிழைத்தலும் திருடுதலும் வாழ்வாதாரமாக ஏற்க வேண்டிய சூழலுக்குத் தள்ளப் பட்டனர். பஞ்ச காலத்தில் மேலும் சில நிலையான சமூகத்தாரும்கூட இத்தகைய நிலைக்குத் தள்ளப்பட்டனர்.

பின்னர் இச்சட்டத்தைச் சற்று விரிவுபடுத்தி 1911இல் சென்னை மாகாணத்திலும் நடைமுறைப்படுத்தியது. இதனால் இம்மாகாணத்தில் அரசின் புள்ளிவிவரப்படி மட்டும் 14 லட்சம் மக்கள் குற்ற மரபினர் என்ற அடையாளத்தின் கீழ் அவமதிப்பிற்கும் அவலத்திற்கும் உள்ளா யினர். இவ்வியலில் நாடோடிச் சமூகமாக வாழ்ந்த குறவர்கள் மட்டுமே முன்னிலைப்படுத்தப்பட்டுள்ளனர்.

ஆங்கில ஆட்சிக் காலத்தில் சென்னை மாகாணமாக இருந்த ஒன்றுபட்ட தென்னிந்தியப் பகுதிகளில் ஊர் ஊராகச் சுற்றித் திரிந்த தமிழ்பேசும் குறவர், தெலுங்கு பேசும் கொரச்சா், எருகுலர் ஆகிய சமூகங்களையும் சுற்றித் திரியாமல் கிராமங்களில் நிலையாக வாழ்ந்த சமூகங்கள் சிலவற்றையும் 1911 இல் இயற்றிய சட்டத்தின் கீழ் ஆங்கில அரசு குற்றவாளிப் பழங்குடிகள் (criminal tribes) என அறிவித்தது.

*1931*இல் சென்னை மாகாணத்தில் குற்றவாளிப் பழங்குடிகள் பட்டியல் தயாரிக்கப்பட்டபோது லம்பாடிகளும் பஞ்ஞாராக்களும் வணிகம் செய்யும் சமூகங்களாகவே கருதப்பட்டனர். காரணம் இவர்கள் ஆங்கில இராணுவத் தளவாடங்களை உள்ளூர்ப் பகுதிகளுக்குக் கொண்டு செல்ல உதவினர். ஆங்கில நிர்வாகம் குறவர்களையும் நரிக்குறவர்களையும் ஒன்றாகவே கருதிய காலமும் உண்டு. குறவர்கள் மிகப்பெரும் திருடர்கள் எனும் வகையில் ஹேட்ச் (Hatch, 1928) எழுதிய நூல் ஆங்கில நிர்வாகிகளின் பார்வையைக் கூறுகிறது. இந்நூலில் குறவர்களோடு நரிக்குறவர்களையும் இணைத்துக் கொள்கிறார். நரிக்குறவர்கள் வெடிமருந்து செய்வதும் துப்பாக்கி வைத்திருப்பதும் ஆங்கிலேயர்களுக்கு அச்சுறுத்தலாக இருந்தது.

அரசின் நிபந்தனைகள்

குற்றவாளிப் பழங்குடிகள் என அறிவிக்கப்பட்டவர்கள் ஒரு கிராமத்தை விட்டு வெளியே தற்காலிகமாகவோ நிரந்தரமாகவோ வெளியே செல்ல முடியாது. அப்படிச் செல்ல வேண்டுமானால் கிராமத் தலைவரிடம் சான்றிதழ் பெற வேண்டும். அச்சான்றிதழை செல்லக்கூடிய கிராமத்தின் தலைவரிடம் காண்பித்துத் தாம் வந்ததற்கான காரணத்தைக் கூறி ஒப்புதல் பெறவேண்டும். இவ்வாறு செய்யத் தவறினால் அது தண்டனைக்குரிய குற்றமாக அமைந்துவிடும். ஊர் சுற்றும் மக்களுக்கு இச்சட்டம் பெரும் தொல்லையாக அமைந்தது. அதனால் தலைமறைவாகச் செல்லும் பழக்கத்தை ஏற்படுத்திக்கொண்டனர். சிலர் கிராம வருகைப் பதிவேட்டில் பதிந்துகொண்டு சென்றவர்களும் உண்டு.

மறுவாழ்வுத் திட்டத்தின் உள்நோக்கம்

சென்னை மாகாணத்தில் 1913 இல் 14 லட்சத்திற்கும் மேற்பட்டவர்கள் குற்றமரபினராக அறிவிக்கப்பட்டவுடன் ஆங்கில அரசு அவர்களை ஓரிடத்தில் தங்கி வாழ நிர்ப்பந்தித்தது. இதற்காக மறுவாழ்வுத் திட்டங் களை முன்வைத்தது. காலனிய அரசின் இந்த எண்ணம் இன்னொரு முக்கியத் தேவையை நிறைவு செய்வதற்காக முன்வைக்கப்பட்டதாகும். காலனிய அரசு ஏற்படுத்திய கல்வாரிகள், சுரங்கங்கள், தொழிற் சாலைகள், ஆலைகள், தேயிலை-காப்பித் தோட்டங்கள் ஆகியவற்றில் இவர்களைக் கூலிகளாகப் பணியாற்ற நிர்பந்தித்தனர். மறுவாழ்வுத் திட்டம் என்னும் போர்வையில் அவர்களின் கூலித்தேவையை நிறைவு செய்வதாகவே இத்திட்டம் அமைந்தது.

ஆங்கில அரசு குற்றவாளிப் பழங்குடிகளைப் புனரமைப்பதில் சில முயற்சிகளை எடுத்தது. இது குறித்து 1916 இல் உதகமண்டலத்தில் ஒரு

மாநாடு நடத்தப்பட்டது. இந்த மாநாட்டில் குற்றவாளிப் பழங்குடிகளை ஓரிடத்தில் தங்கி வாழும் முறைக்குக் கொண்டுவர வேண்டும் என்றும், அதற்கு அவர்களை நூற்பாலைகளில், தொழிற்சாலைகளில், காப்பி தேயிலைத் தோட்டங்களில் பணியமர்த்தலாம் என்றும் பரிந்துரைக்கப் பட்டது. பஞ்சாலை உரிமையாளர்கள் இப்பரிந்துரையைப் பெரிதும் வரவேற்றனர். ஏனெனில் அக்காலகட்டத்தில் பஞ்சத்தின் போதும் மழைக்காலத்தின் போதும் மட்டுமே ஆட்கள் அதிகம் கிடைத்தார்கள். விவசாயக் கூலிகள் விவசாய நாட்களில் பஞ்சாலைக்கு வருவதில்லை. அதனால் குற்றமரபினரை வேலைக்கு எடுத்தால் ஆட்கள் பஞ்சம் இருக்காது என எண்ணினர்.

1961கள் வாக்கில் ஆங்கில அரசு குற்றமரபினருக்கு மறுவாழ்வு அளிக்கும் திட்டத்தை இரட்சண்ய சபையிடம் (Salvation Army) ஒப்படைத்தது. 55 நாடுகளில் பணியாற்றி வந்த இச்சபையினர் சென்னை மாகாணக் குற்றமரபினரை மும்பைக்கும், அசாம் தேயிலைத் தோட்டங்கள், சிலோன், பெனாங் முந்நீரகத்திற்கும் அனுப்ப யோசித்தது. மேலும் மெசபடோமியாவின் இராணுவ சேவைக்கும்கூட ஆள் அனுப்பும் யோசனையைத் தெரிவித்தது (Report of the Indian Jails Committee, 1919-20 ch. xxii). ஆனால் சென்னை மாகாணக் காவல்துறை உயரதிகாரிகள் இவர்களை வெளியிடங்களுக்கு அனுப்புவதற்கு ஆதரவு தெரிவிக்கவில்லை.

பின்னுரை

ஆங்கில அரசு ஐரோப்பிய ஜிப்சிகளை முன்வைத்தே இந்தியாவில் குற்ற மரபினரை அணுக முற்பட்டது. இந்தியக் குடிகள், குறிப்பாக உப்புக் குறவர்கள் (உப்பு விற்பவர்), தப்பைக் குறவர் (மூங்கில் வேலை செய்பவர்), இஞ்சிக் குறவர் (இஞ்சி விற்பவர்), கல் குறவர் (கல் உடைப்பவர்) போன்றவர்கள் ஆங்கிலேயர் வருவதற்குமுன் வணிகமும் வேறு வேலைகளும் செய்தவர்கள். இவர்களின் பாரம்பரியத் தொழில்கள் ஆங்கிலேயர்களால் அழிக்கப்பட்ட பின்னரே செய்வதறியாது நிர்மூலமாகினர். இவ்வாறே கள்ளர்களில் சில குலத்தாரும் வழி தவறிப் போயினர். இவர்கள் ஆங்கிலேயர்கள் வருவதற்கு முன்னர் கிராமங்களில் ஊர்க்காவல் செய்யும் தொழிலை மேற்கொண்டவர்கள். இதற்காக மக்களிடமிருந்து காவல் மானயம் பெற்றவர்கள். இத்தகு பாரம்பரிய காவல் தொழில் ஆங்கில நிர்வாகத்தினரால் முடிவுக்குக் கொண்டு வரப்பட்டது. இதனையடுத்து கள்ளருக்கெதிரான நடவடிக்கை களுக்கு ஆங்கில நிர்வாகம் பிற சாதிகளைத் தயார் செய்தது (Anand Pandian 2010).

இந்நிலையில் தமிழகத்தின் சில குடிகள் அந்நியரால் குற்ற மரபினராக மாற்றப்பட்டனர். இது குறித்து இரு விரிவான தனி நூல்கள் வெளியிடப்பட்டுள்ளன. முகில்நிலவன் தொகுத்துள்ள *குற்றப் பரம்பரை அரசியல்: பெருங்காம நல்லூரை முன்வைத்து* **(2010)** எனும் நூலும், இரா. சுந்தரவந்தியத் தேவன் எழுதியுள்ள *பிறமலைக் கள்ளர்: வாழ்வும் வரலாறும்* **(2011)** எனும் நூலும் முக்கியமானவை.

விடுதலைக்குப்பின் மைய அரசு 1949இல் ஒரு குழு அமைத்து குற்ற மரபினரின் நிலையை ஆராய்ந்தது. குற்றவாளிச் சட்டம் கொண்டு வந்தபின் 80 ஆண்டுகள் கழித்து 1952 இல் ஒரு மாற்றுச் சட்டம் (The Criminal Tribe's Laws {Repeal} Act, 1952) ஏற்படுத்தப்பட்டது. இதன் பின்னர் இவர்கள் குற்ற மரபிலிருந்து நீக்கப்பட்ட சீர் மரபினர் (denotified communities) என்ற அடையாளத்திற்கு உட்படுத்தப்பட்டுள்ளனர். இன்று தமிழகத்தில் 68 சமூகத்தார் இந்த அடையாளத்துடன் உள்ளனர். இத்தகு அடையாளமும்கூட ஒரு வகையில் அவமதிப்பிற்குரியதாகவே தொடர்கிறது. பாதிப்பில்லாத மாற்று வரையறை வழங்க வேண்டியது சமத்துவச் சமூகத்தை நாடும் அரசின் கடமையாகும். சமத்துவ அடையாளம் கிடைக்கும் வரை காலனியத்தின் அவமதிப்பானது நவகாலனியத்தின் அவலமாகவே தொடரும்.

10

ஈழத்தமிழர் பண்பாட்டு வரலாற்றியல்: கார்த்திகேசு சிவத்தம்பியின் முன்னெடுப்புகள்

பேராசிரியர் கார்த்திகேசு சிவத்தம்பி (1932-2011) கொழும்பு நகரில் தெதிவளையில் 06.07.2011 அன்று இரவு மறைந்த செய்தி கேட்டு நான் ஆழ்ந்த துயரம் அடைந்தேன். மிக முக்கியமான கட்டத்தில் மின்சாரம் தடைப்பட்டு விளக்குகள் அணைந்து இருண்டது போன்ற ஓர் அதிர்ச்சிச் சூழலுக்குத் தள்ளப்பட்டேன். எமக்கெல்லாம் ஆய்வுத் தடத்தில் கலங்கரை விளக்கம் போல் நின்று வழிகாட்டியாய் இருந்தவரை இழந்து விட்டோம். தொடர்ந்து தமிழ்ச் சூழலில் வழிகாட்டப் போவது யார்? அவரது மறைவு தவிர்க்க முடியாமல் ஒரு நாள் நிகழும் என்ற அவதானிப்பு ஒருபுறம் நமக்குத் தெரிந்திருந்தாலும் உண்மையிலேயே அப்படிப்பட்ட ஒரு செய்தியை அறிந்தவுடன் அதனை எனது மனம் ஏற்றுக்கொள்ளவில்லை. தம்முடைய இறுதி மூச்சு வரை தமிழ்ச் சமூக ஆய்வுகளில் தொடர்ந்து முனைப்புடன் செயற்பட்டவர் அவர்.

சிவத்தம்பி அவர்கள் மேற்குலகிலும் இந்தியாவிலும் பல்வேறு பல்கலைக்கழகங்களிலும் நிறுவனங்களிலும் வருகைதரு பேராசிரியராகப் பணியாற்றியவர். புதுச்சேரி மொழியியல் பண்பாட்டு ஆராய்ச்சி நிறுவனமும் அவரை வருகைப் பேராசிரியராக வரவழைத்து ஓராண்டுக் காலம் நிறுவனத்தில் வைத்துப் பெரும் பயன் பெறவேண்டும் என அப்போதைய இயக்குநர் மொழியியல் பேராசிரியர் இரா. கோதண்ட ராமன் அவர்கள் முயற்சி செய்தார். இதற்காக 1994ஆம் ஆண்டு நிறுவனத்தின் ஆட்சிக் குழுவில் ஒப்புதல் பெற்றுப் பேராசிரியரை வரவழைப்பதற்காக மற்ற ஏற்பாடுகளையும் செய்து முடித்தார். ஆனால் துரதிருஷ்டவசமாக இலங்கையில் நிலவிய அரசியல், போர்ச் சூழல்களால் அவரால் இங்கு வரமுடியவில்லை. புதுச்சேரி வாழ் அறிஞர் பெருமக்களுக்கு இது ஒரு பெரும் ஏமாற்றமாக அமைந்து விட்டது. அத்தருணத்தில் சிவத்தம்பி அவர்கள் எமது நிறுவனத்திற்குத் தம்முடைய தன்விவரக் குறிப்புகளை அனுப்பி வைத்திருந்தார்.

பதினேழு ஆண்டுகளுக்குப் பிறகு அவருக்காக ஒரு நினைவரங்கம் எமது புதுச்சேரி மொழியியல் பண்பாட்டு ஆராய்ச்சி நிறுவனத்தில் ஏற்பாடு செய்வோம் என்று எண்ணிப் பார்த்ததில்லை. 20.07.2011 அன்று எமது நிறுவனத்தில் ஒழுங்குசெய்யப்பட்ட அந்த நிகழ்வு சிவத்தம்பியின் பழைய நினைவுகளையும் அவரது பன்முகப்பட்ட ஆளுமைகளையும் மீள எண்ணிப்பார்க்க வைத்தது.

இதன் பின்னர் மணற்கேணிப் பதிப்பகம் சார்பில் தோழர் ரவிக்குமார் அவர்கள் 06.08.2011 அன்று புதுச்சேரியில் பேராசிரியர் கார்த்திகேசு சிவத்தம்பி நினைவுக் கருத்தரங்கம் ஒன்றை ஏற்பாடு செய்திருந்தார். இந்நிகழ்வில் என்னையும் உரையாற்றுமாறு அழைத்திருந்தார். அந்நிகழ்வில் பேசுவதற்காகப் பேராசிரியர் அவர்களின் தன்விவரக் குறிப்புகளை மீண்டும் ஒரு முறை மிகுந்த கவனத்துடன் ஆழ்ந்து படிக்கத் தொடங்கினேன். படித்து முடித்தவுடன் எனக்குள் ஏராளமான எண்ணவோட்டங்கள் ஓடத் தொடங்கின. ஒருபுறம் பிரமிப்பு; மறுபுறம் வியப்பு; இன்னொருபுறம் இதெல்லாம் எப்படிச் சாத்தியம் எனும் கேள்விகள். மற்றொரு திசையில் அவர் தமிழியல் ஆய்வுகளில் எத்தனை தூரம் உயர்ந்து நிற்கிறார் என்று அண்ணாந்து பார்க்கிறேன். திசையெட்டும் பலவகையான சிந்தனைகள் என்னுள் படர்ந்தன.

இதுநாள் வரை சிவத்தம்பியின் எழுத்துக்கள் பலவற்றை வாசித்திருக் கிறேன். ஆனால் அவருடைய நினைவுக் கருத்தரங்கில் உரையாற்று வதற்கென ஒரு தயாரிப்பைச் செய்வேன் என்று நான் கனவில்கூட எண்ணியதில்லை. இதற்குத் தயார் செய்யும்போதுதான் அவருடைய ஒட்டுமொத்தப் பங்களிப்பைக் கணக்கில்கொண்டு கவனம் செலுத் தினேன். எமது நிறுவனத்திற்கு அவர் அனுப்பி வைத்திருந்த தன்விவரக் குறிப்பின் இறுதியில் தம்முடைய ஆராய்ச்சிக் களங்கள் என ஐந்து பிரிவுகளை முதன்மைப்படுத்திக் கூறியிருந்தார். அவை:

1. தமிழர் இலக்கிய வரலாறு
2. தமிழர் சமூக வரலாறு
3. இலக்கியத் திறனாய்வு
4. தமிழர் பண்பாடும் தகவல் தொடர்பாடலும்
5. பண்டைத் தமிழர் நாடகம்

சிவத்தம்பியின் ஐம்பது ஆண்டுகால ஆய்வு தரிசனத்தில் அவர் ஏறக் குறைய எழுபது நூல்களையும் இருநூறு கட்டுரைகளையும் எழுதி யிருக்கிறார். மார்கண்டன் வளவீமன்நாடகம் (1963) பதிப்பித்தது தொடங்கித் தம் இறுதி மூச்சு நிற்கும் வரை ஆய்வுப் பணிகளில் அவர் அயராது உழைத்து வந்திருக்கிறார்.

புலமைநெறி

பண்பாட்டு ஆய்வில் தொடர்ந்து ஈடுபட்டு வரும் என்னைப் போன்ற ஆய்வாளர்களைச் சிவத்தம்பியின் எழுத்துக்கள் வெகுவாகவே ஈர்த்துள்ளன. காரணம் சிவத்தம்பியின் புலமைநெறி தனித்துவமானது. சிவத்தம்பியின் பங்களிப்பு 'முழுமை' (holistic) சார்ந்தது. ஆய்வுப் பொருளைப் பல்துறை நோக்குடன் அணுகுவதே அவருடைய தனித்துவ மாகும்; அதுவே அவரது புலமைநெறியுமாகும். ஒரு மானிடவியலன் எனும் வகையில் அணுகும் போது அவருடைய சமூகவியல், மானிட வியல் நோக்கு நிலைகளால் அவரது ஆழ்ந்த ஆய்வு நெறியை என்னால் அறிய முடிகிறது.

தமிழ் இலக்கிய ஆய்வில் இதுவரை எவரும் மேற்கொள்ளாத வகை யில் பரந்த அளவில் பல்துறை அணுகுமுறையைத் தன்வயப்படுத்தி யிருக்கிறார். சிவத்தம்பிக்கும் கைலாசபதிக்கும் முனைவர் பட்ட நெறியாள ராகத் திகழ்ந்த மிகச் சிறந்த மார்க்சியவியல் அறிஞர் ஜார்ஜ் தாம்சன் வழிகாட்டிய நிலை முக்கியமானதாகும். 1960களின் பிற்பகுதிகளில் பர்மிங்ஹாம் பல்கலைக்கழகத்தில் தாம்சன் அவர்களிடம் பெற்ற ஆய்வு நெறிமுறை சிவத்தம்பிக்கு அடிப்படையானது என்றாலும் அதன் வழி நின்று நாற்பது ஆண்டுகளுக்கும் மேல் அவர் மேற்கொண்ட அயராத உழைப்பும் தேடுதலும் அவரது ஆழ்ந்த புலமை நெறிக்கு அடித்தளமாகும்.

சிவத்தம்பியின் இரண்டு முக்கிய கருத்துகள்

சிவத்தம்பி தம் ஐம்பது ஆண்டுக்கால ஆசிரியர் பணியிலும் ஆய்வுப் பணியிலும் கண்ட அவதானிப்புகள் நமக்கு வழிகாட்டுபவை. தமிழ் ஆய்வாளர்களுக்கு ஒரு கருத்தைச் சிவத்தம்பி ஓங்கி உரைக்கிறார். தமிழின் தேக்க நிலை உடைபட வேண்டும் என்பது அவரது மிக முக்கிய மான விழைவாகும். தமிழாய்வில் இரண்டு முதன்மைப் போக்குகள் உள்ளன என்பதைப் பல இடங்களில் சுட்டிக் காட்டுகிறார். ஒன்று, பழம்பெருமைக்குள் தமிழை மூழ்கடித்து விடுவதாகும். இரண்டு, தமிழின் தனித்துவத்தையும் பண்பாட்டு அடிப்படைகளையும் முற்றாக நிராகரிக்கும் ஒரு ஆரியமயப்பட்ட போக்கிற்கு எதிர்வினையாற்றாமல் இருப்பதாகும். இவ்விரண்டு போக்குகளும் தமிழுக்கு ஆபத்தானவை என்பதைச் சிவத்தம்பி பல இடங்களில் நமக்குச் சுட்டிக்காட்டுகிறார். இவை தமிழியல் ஆய்வின் தேக்க நிலைக்கு முக்கியமான காரணங்கள் என்று நமக்கு உணர்த்துகிறார் (சிவத்தம்பி 2000).

சமூகவியல், மானிடவியல் களம்

சிவத்தம்பியின் புலமைத் தளத்திற்குள் தொடர்ந்து செல்லும் வாசிப்புப்

பயணம் மேலும் பல எண்ணக்கருக்களை நமக்கு ஏற்படுத்தும். ஒரு பண்பாட்டு ஆய்வாளன் என்ற வகையில் சிவத்தம்பியின் எழுத்துக்கள் என்னை வெகுவாகவே ஈர்த்திருக்கின்றன. காரணம் சிவத்தம்பி நேரடியாகவே மானிடவியல் சார்ந்த ஆய்வுகளை மேற்கொண்டிருக்கின்றார். அவற்றில் பின்வரும் நான்கு கட்டுரைகள் முக்கியமானவை:

1. முல்லைத்திணைப் பொருளியல் செயல்பாடுகளும் நடத்தை முறைகளும் பற்றிய மானிடவியல் பகுப்பாய்வு
2. தமிழ் நாடங்களின் சடங்கியல் மூலங்கள்
3. இலங்கைத் தமிழர் இனவரைவியல்: ஓர் அறிமுகம்
4. திணைக் கோட்பாடு அடிப்படையில் தொடக்ககாலத் தென்னிந்தியச் சமூகமும் பொருளாதாரமும்.

சிவத்தம்பி எழுதியுள்ள பண்டைத் தென்னிந்தியச் சமூகமும் பொருளாதாரமும், திணைக் கோட்பாடு, முல்லைத் திணையின் பொருளாதாரச் செயற்பாடுகள் பற்றிய மானிடவியல் பகுப்பாய்வு, பண்டைத் தமிழ் நாடகத்தின் சடங்கியல் மூலங்கள், இலங்கைத் தமிழர்கள் பற்றிய இனவரைவியல் அறிமுகம் ஆகிய கட்டுரைகள் முழுக்க முழுக்க மானிடவியல் தரிசனம் சார்ந்தவை. சிவத்தம்பியின் புலமைநெறியில் அவர் கைவரப் பெற்ற மானிடவியலின் நோக்கு நிலை மகத்தானதாகும். யாழ்ப்பாணம்: சமூகம் பண்பாடு கருத்து நிலை எனும் நூலில் (200: xxii) சிவத்தம்பி சொல்கிறார் 'முதலில் நான் கூற விரும்புவது நான் பயில்வினால் ஒரு சமூகவியலாளன் அல்லன் என்பதையே. ஆனால் எனக்கு மானிடவியலில் நிறைய ஈடுபாடு உண்டு' என்கிறார்.

சிவத்தம்பி இலங்கைத் தமிழர் சார்ந்த மானிடவியல் ஆய்வுகள் முழுவதையும் அறிந்தவர். தம் காலத்தில் கிடைத்த இனவரைவியல் நூல்களை வாசித்த அவர் தம் யாழ்ப்பாணச் சமூகத்தை விளங்கிக் கொள்வதற்கும் விளக்கிச் சொல்வதற்கும் மிகுந்த ஆர்வத்தைக் காட்டினார். மிகச் சிறந்த மானிடவியல் அறிஞர்களான ஹோகார்ட், எட்மண்ட் லீச், கணநாத் ஒபயசேகர, தம்பையா போன்றோர்களின் எழுத்துக்கள் கிடைத்த பின்பு தம்முடைய அவதானிப்புகளைப் பல்வேறு நிலைகளில் பதிவு செய்து வந்தார். இதற்கான காரணத்தை மேற்கூறிய நூலில் (2000: xii-xiii) சொல்கிறார். 'இவற்றை நான் எழுத வேண்டியதற்கான காரணம் எழுத வேண்டியவர்கள் இவை பற்றி எழுதாமல் விட்டமையே. சமூகவியலாளர்களுக்குச் சாதிகளின் அமைப்பு முறைமையை எழுதக் கூச்சம், வரலாற்றாய்வாளர்கள் நவீன காலத்திற்கே வருவதில்லை. வந்தவர்களும் சமூகப் பரிமாணங்கள்

பற்றி விவரிக்கவில்லை. கைலாசபதியும் நானும் இலக்கியத்திலிருந்து வரலாற்றுக்குச் செல்வதற்கான காரணங்களில் இதுவுமொன்று. இன்னுமொன்று மிக முக்கியமானது; எங்கள் இலக்கிய வரலாற்றுக்குச் சமூக வரலாறுதான் தளம். அதுதான் ஜீவ சுருதி. எழுத்துக்கள் சமூகத் தேவைகளுக்கும் எழுதுபவரின் ஆளுமைகளுக்கு ஏற்பப் பின்னிப் பிணைந்து வருகின்றன. யாழ்ப்பாணத்தில் நவீன கால வரலாறு பற்றிய ஆய்வுக் குறையினை இங்குச் சற்று வலியுறுத்த வேண்டுவது அவசிய மாகிறது' என்கிறார்.

அவருடைய ஆதங்கத்தைத் தீர்க்கும் வகையில் இன்று யாழ்ப்பாணப் பல்கலைக்கழகத்தில் சமூகவியல் துறை ஆய்வுகள் விரிவாக்கம் பெற்று வருவதும், இந்தப் புலமைப் பரப்பில் இத்துறையின் வருகைப் பேராசிரியராக 2009ஆம் ஆண்டு நான் அங்கு சென்று சமூகவியல் மாணவர்களுக்கு விரிவுரைகள் ஆற்றியமையும், அவர்களுடன் களப்பணி பயிற்சியில் ஈடுபட்டமையும், இப்பல்கலைக்கழகச் சமூகவியல் பேராசிரியருடன் இணைந்து புதிய நூல்களைத் தமிழாக்கம் செய்கின்ற வாய்ப்பும் இங்கு மனங்கொள்ளத்தக்கவை.

சிவத்தம்பியின் சமூகப் பண்பாட்டு ஆர்வங்களுக்குப் பின்புலமாக விளங்கிய காரணிகளை இங்குக் கவனிப்பது குறிப்பிடத்தக்கது. சிவத்தம்பி தமது தாய்மொழியுடன் இன்று உலகில் தொடர்பு மொழிகளில் ஒன்றான ஆங்கிலத்திலும், இலங்கையில் பெரும் பான்மையினர் பேசும் சிங்கள மொழியிலும்கூட புலமையாளராக இருந்துள்ளார். இலங்கைப் பாராளுமன்றத்தில் மொழிபெயர்ப்பாளராகப் பணியாற்றியமை இங்குக் குறிப்பிடத்தக்கது. இவ்வகையான மும்மொழி ஆளுமையானது பல்லின சமூகப் பண்பாட்டினர்கள் மத்தியில் அவருடைய சமூகப் பண்பாட்டு விசாரணைகளை எடுத்துச் சென்றது.

சிவத்தம்பி அவர்கள் இரசனைக்கும் பழம் பெருமைக்கும் உதவக் கூடியதாக அமைக்கப்பெற்றிருந்த தமிழ்க் கல்வி முறையைத் தமிழியலாக வடிவமைத்தார். கைலாசபதி தொடங்கிய இப்பணியில் இவருக்கும் பெரும் பங்குண்டு. சமூக அறிவியல் வெளிச்சத்தில் அனைத்து விடயங்களையும் வெளிக்கொண்டு வருவது, அவற்றை விவாதிப்பது இவருடைய முயற்சிகளுக்கெல்லாம் அடிப்படையாக இருந்தன. இதில் இவருக்கான ஒரு கருத்தியல் தெளிவு இருந்ததையும் காண முடிகிறது. 'யாழ்ப்பாணச் சமூகத்தை விளங்கிக்கொள்ளல்: அதன் உருவாக்கம், இயல்பு, அசைவியக்கம் பற்றிய ஒரு பிராரம்ப உசாவல் (preliminary inquiry) எனும் ஒரு மிக முக்கியமான கட்டுரையில் அவரது கருத்தியல் தெளிவினைக் காணமுடியும். 'யாழ்ப்பாணத்தின் பண்பாட்டு அம்சங்களில் 'கண்டதுண்டு கேட்டதில்லை' யாகவுள்ளனவற்றுள்

ஒன்று யாழ்ப்பாணச் சமூகத்தின் யதார்த்த பூர்வமான சித்திரிப்பு ஆகும். நம் கண்முன்னே குத்திட்டு நிற்கின்றதும் நமது சமூக நடைமுறைகளைப் பெரிதும் ஒழுங்குப்படுத்திக் கட்டுப்படுத்துவதுமான இந்த விடயம் பற்றி நாம் பேசுவதும் இல்லை; பேச முயல்வதும் இல்லை. இந்த மௌனம், இந்தச் சமூகத்தின் ஆரோக்கியமான வளர்ச்சிக்குக் குந்தகம் விளைவிக்கின்றமையால் புலமை நிலையிலாவது இதனை அகற்ற வேண்டுமென்பதற்காக இந்த உசாவலினை மேற்கொள்கிறேன். நமது சமூகம், அதன் வரலாற்றில் எதிர் நோக்கிய மிக முக்கியமான நெருக்கடி வேளைகளில் ஒன்றான இன்றைய காலகட்டத்தில் நமது சமூகம் பெரும் மாற்றத்திற்கு உட்பட்டிருக்கும் இவ்வேளையில் நமது சமூகத்தின் சிந்தனைகளையும் முன்வைப்பது, சமூகப் புலமையின் குறைந்தபட்சக் கடமையென்றே கருதுகின்றேன்' (2000:17) என்று வலியுறுத்திச் சொல்கிறார்.

பிற முன்னெடுப்புகள்

சிவத்தம்பி தம் காலத்தில் தமிழியல் ஆய்வுப் போக்கினை வளர்த்தெடுத்த அறிஞர்களில் மிக முக்கியமானவர். கற்பித்தலோடு நில்லாத பேராசிரியர் அவர். யாழ்ப்பாணப் பல்கலைக்கழகம் சிவத்தம்பி போன்றவர்களின் பணிகளால் அது ஒரு கல்விசார்ந்த பல்கலைக்கழகமாக நின்றுவிடாமல், ஒரு சமூகப் பல்கலைக்கழகமாக மாறிவிட்டது. இந்நிலையில் இவருடைய ஆய்வும் பங்கு பணிகளும் தமிழியலுக்கு மட்டும் நின்றுவிடாது சமூகத்தளங்கள் நோக்கியும் விரிவடைந்துள்ளன.

சிவத்தம்பியின் பன்முக ஆளுமை தோன்றிய இடம் பர்மிங்ஹாம் பல்கலைக்கழகம் ஆகும். தமிழ்த்துறையில் பல்வேறு களங்களில் ஆய்வு செய்யப்பட வேண்டியிருந்த அக்காலத்தில இவர் 'பண்டைத் தமிழரின் நாடகம்' எனும் ஆய்வை மேற்கொண்டார். தமிழியல் ஆய்வுகளைச் சமூக மானிடவியல் நோக்கில் ஆராய வேண்டியதன் அவசியத்தை அவர் அங்கு நன்கு உணர்ந்துகொண்டார். அத்தகைய அணுகுமுறையைப் பின்னாளில் பல்வேறு ஆய்வுகளிலும் மேற்கொண்டார். தமிழியல் கல்வியில் நுண்கலை, நாடகம், அரங்கியல் ஆகிய அனைத்தையும் ஒரு வரன்முறைக்குள் நெறிப்படுத்திப் பாடத்திட்டத்தை உருவாக்கியதில் சிவத்தம்பியின் பங்கு மிக முக்கியமானது.

இது பின்னர்ச் சிங்கள மொழிசார்ந்த பாடத்திற்கும் முன்னோடியாக அமைந்தது. இவற்றுக்கப்பால் மின்னணுவியல் ஊடகத்தினூடாக, குறிப்பாக வானொலியை மையமாகக் கொண்டு இவருடைய ஆக்கங்கள் வெளிவந்துள்ளன. தமிழில் ஊடகக் கலையைக் கல்வி வரன்முறைக்குள் கொண்டு வந்ததில் இவருக்குக் கணிசமான பங்குண்டு. இவருடைய

ஆய்வுகளும் ஆக்கங்களும் வானொலிச் சித்திரத்திலிருந்து தொடங்கிப் பிற்பட்ட கால திரைப்படங்கள் தொடர்பான சமூகப் பண்பாட்டு விசாரணைகள் வரை நீண்டு வந்துள்ளன. இவை சிவத்தம்பியை எந்தக் காலத்திற்கும் உரிய பன்முகப்பட்ட ஆளுமையுடையவராக நமக்கு அறிமுகப்படுத்துகிறது.

யாழ்ப்பாணத்திற்கான பங்களிப்புகள்

யாழ்ப்பாணப் பல்கலைக்கழகத்தில் இராமநாதன் நுண்கலைக்கழகத்தில் (Ramanathan Academy of Fine Arts) இசை, நடனம், ஓவியம் ஆகிய கலைப்பாடங்கள் கற்பிக்கப்படுகின்றன. அதேவேளை கலை பீடத்தில் உள்ள நுண்கலைத்துறையில் (Department of Fine Arts) ஒரு வரன் முறையான கற்கை நெறியாக வளர்த்தெடுத்தது மட்டுமல்ல, அதன் முதல் தலைவராகவும் இருந்துள்ளார். அவர் மேற்கொண்ட கற்கை முறையானது கலையின் சமூகவியல், கலையின் மானிடவியல் என்று விரிவடைந்து ஒரு பல்துறை சார்ந்த பயில்நெறியாக இன்று பரிண மித்துள்ளது.

சிவத்தம்பியின் பண்பாட்டு ஆய்வுகளில் அடுத்து நாம் கவனிக்க வேண்டியது சமூகமும் சமயமும் பற்றிய விடயமாகும். 'சைவத் தமிழ்க் கருத்துநிலை என்பது யாழ்ப்பாணத்தின் பிரதான மத மரபினையும் மொழிப்பண்பாட்டையும் இணைத்து நோக்குகின்ற ஓர் 'உலக நோக்கமாகும்'. இதன்படிக்குச் சைவமும் தமிழும் ஒன்றிலிருந்து மற்றது நீக்கப்பட முடியாததாய் ஒன்று மற்றதில்லாமல் பூரணத்துவம் அடைய முடியாததாய் இருக்கும் ஒரு மதப்பண்பாட்டு இணைவுநிலையாகும். இந்த நோக்கு சைவத்தினதும் தமிழினதும் முழுவரலாற்றையும் உள்ளடக்கியதாகும். இந்நோக்கின் உள்ளர்த்தங்கள் மிக ஆழமானவை *(2000 : 40-41)*. சிவத்தம்பி அவர்கள் மொழிவழிப் பண்பாடு வற்புறுத்தும் தமிழ் ஒருமையைச் சமணம், பௌத்தம், இஸ்லாம், கிறித்தவம் போன்ற பல்மத தமிழ்சார் பங்களிப்புகளை முன்னிறுத்தி இம்மதங்களின் வழித் தமிழ்மயப்படுத்தும் நிகழ்வுகளை ஆராய்கின்றார். இவற்றினூடாகத் தமிழ் குறிப்பிடும் சமயங்களுக்கப்பாலான ஒரு மொழிப் பண்பாட்டை வற்புறுத்தும் தன்மை வளர்ந்து வந்ததையும் முக்கியமான அசைவியக்க மாக நமக்குச் சுட்டிக்காட்டுகிறார்.

அடுத்ததாக, ஆறுமுகநாவலரின் சமயக் கருத்துக்களின் மீது சிவத்தம்பி முன்வைத்த விவாதங்கள் மிக முக்கியமானவை. ஆறுமுகநாவலர் வெள்ளாள மேலாண்மைச் சமூக அதிகாரமாக செயல்படுத்துவதற்குக் காட்டிய சற்சூத்திரர்(உயர்ந்தவர்) அசற்சூத்திரர் எனும் படிநிலை யில் உள்ள அரசியலைப் பேசத்துணிந்தவர் சிவத்தம்பி. யாழ்ப்

பாணச் சமூகத்தில் வன்மையுடைய 'பஞ்சமர்' எனும் படிநிலையின் முக்கிய அம்சங்களை நுட்பமாகச் சிவத்தம்பி வெளிக்காட்டியுள்ளார். யாழ்ப்பாணத்தின் சாதியமைப்பில் காணப்படும் சில விசேட பண்புகளையும் சிவத்தம்பி விரிவாகவே விளக்குகின்றார். யாழ்ப்பாணச் சமூகத்தின் தேசவழமைச் சட்டம் ஒரே நேரத்தில் சமூகவியல் அம்சமாகவும் ஒரு வரலாற்று உருவாக்கமாகவும் தொழிற்பட்டு வந்துள்ளதை ஆராய்கிறார்.

யாழ்ப்பாணச் சமூகம் தென்னிந்தியச் சமூகம் போன்று அதிகாரம் சார்ந்த படிநிலை வைப்பு முறைக்கு (hierarchical) உட்பட்டதாகும். இந்த அதிகார வைப்பு முறை சாதி முறையால் ஒழுங்கமைக்கப்பட்டுள்ளது. இந்தச் சாதி முறைமை இந்திய முறைமையிலிருந்து வேறுபட்டது என்பதை விளக்கிக் காட்டுகிறார். இங்குப் பிராமண மேலாண்மை கிடையாது, எல்லோருமே சூத்திரர்கள்தாம். அதனால்தான் ஆறுமுக நாவலர் சற்சூத்திரக் கோட்பாட்டை வலியுறுத்தினார். இதற்கும் சைவ சித்தாந்தக் கொள்கை நிலைப்பாட்டிற்கும் ஒரு சமூக இயைபுண்டு. இதனைச் சிவத்தம்பி ஒரு சமூகவியல் அறிஞராகவே நின்று யாழ்ப்பாணச் சமூகத்தை நமக்கு விளக்கிக் காட்டுகிறார்.

சிவத்தம்பியின் சமூகவியல் புரிதல் மிக முக்கியமானதும் ஆழமானதுமாகும். 'யார் இந்த யாழ்ப்பாணத்தான்' எனும் கட்டுரையை அவர் *1971*இல் எழுதினார். இலங்கையில் இனத்துயர் சூழலைப் புரிந்து கொள்வதற்கு வேறெந்த ஆய்வாளரை விடவும் சிவத்தம்பியே நமக்குக் கூடுதலான விவாதத்தை முன்வைக்கிறார். சிங்கள மக்களைப் பொறுத்தமட்டில் 'இலங்கைத் தமிழர்கள்' என்றாலே அது வடபகுதியில் வாழும் தமிழர்களையே குறிக்கிறது. கிழக்கு மேற்கு தென்மேற்கு ஆகிய பகுதிகளில் வாழும் மற்ற தமிழர்கள் அடையாளம் பெறுவதில்லை. அமெரிக்காவில் கருப்பின நீக்கிரோக்களின் இனத்துவம், இந்தியாவில் தமிழரின் இனத்துவம், ஆப்பிரிக்காவில் கருப்பின மக்களின் இனத்துவம் பற்றியெல்லாம் ஆராயப்பட்டுள்ள சூழலில் இலங்கையில் தமிழரின் இனத்துவம் புதிய பரிமாணங்களில் வெளிப்படுவதைச் சிவத்தம்பி ஆராய்கிறார்.

இலங்கையனாகவும் தமிழனாகவும் ஒரே நேரத்தில் அடையாளப்படுத்திக்கொள்வது மேற்கூறிய தேசங்களில் காணப்படும் இனத்துவ அடையாளங்களிலிருந்து வேறுபட்டு நிற்பதையும் இவர் விளக்குகிறார். இந்தியாவில் தமிழரின் தனித்துவமும் பண்பாட்டு அடிப்படைகளும் முற்றாக நிராகரிக்கும் போக்கு ஆரியத்தால் தொழிற்பட்டது ஒருபுறம் இருக்க, இலங்கையில் இது சிங்கள பௌத்த மேலாண்மையால் தொழிற்பட்டுள்ளதை இக்கட்டுரையில் விவாதிக்கிறார். இந்தக்

கட்டுரையின் நிறைவில் இலக்கியவாதிகளின் சமூக முக்கியத்துவத்தைக் குறிப்பிடும் பின்வரும் வாசகங்கள் எதிர்காலத்திற்கான செல்நெறியைத் தெளிவுபடுத்தி நிற்கின்றன. 'நாளை வரவிருக்கும் சமுதாய மாற்றத்தின் முன்னோடி இன்றைய அறிவியக்கங்களே. வளர்ச்சிப்படியாகக் கொள்ளப்பட்ட தேசிய இலக்கிய கோஷம் நாளை வருவதை உணர்த்துவதாகும். அந்த இலக்கிய கோஷத்தை முன்வைத்த பெருமை, பிணக்கும் சுரண்டலும் அற்ற புதியதொரு சமுதாயத்தைத் தோற்றுவிக்க விரும்பும் ஈழத்து தமிழ் எழுத்தாளர் எல்லோர்க்கும் உரியதாகும்' என்கிறார் *(2000: 16)*.

யாழ்ப்பாணத்தின் சமூக அடிப்படைகளை ஆராய்ந்த சிவத்தம்பி அதன் சமய வழிபாட்டு அசைவியக்கங்களையும் விரிவாகவே நோக்கியுள்ளார். அண்மைக்கால யாழ்ப்பாணச் சமூக அமைப்பில் இரு பெரும் மாற்றங்களை விளக்குகிறார். சமூகவியலின்பால் கொண்டுள்ள சிவத்தம்பியின் ஆழமான புரிதல் நம்மைச் சமூகவியல் கற்கை நெறிக் குள்ளாகவே கொண்டு செல்கிறது. அகப்பிரிவுகள் குறைந்த பெரிய சாதிகளின் உருவாக்கம் பற்றியும் யாழ்ப்பாணத்தில் நிகழ்ந்துவரும் சம்ஸ்கிருத நெறிப்பாடு (Sanskritization) பற்றியும் விளக்கும்போது 'ஒரே சமயத்தில் பாரம்பரியமும் நவீனமயமாக்கமும் நமது சமூகத் திலே தொழிற்படுவதைக் காணலாம். இந்த இணைவின், இணை வின்மையின் வரலாற்றுக்குள்ளேயே இன்றைய இனப்போராட்டமும் உள்ளது' என்கிறார்.

இதுவரை நடைமுறையில் இல்லாத அரசியல் உரிமைகளுக்காகப் போராடும் பொழுது அந்த அரசியல் உரிமைகள் கிடைக்கும் பொழுது அவற்றின் ஜனநாயக ரீதியான பகிர்வுக்கு உத்தரவாதம் செய்யப் படுவதற்குச் சமூக மாற்றம் மிகமிக அவசியம் என்பதை விரிவாகப் பேசியிருக்கிறார்.

படிநிலை அதிகாரத்துக்குப் பழகிப்போன யாழ்ப்பாணச் சமூகம், அதனைப் பேணுவதற்குப் பல்வேறு முயற்சிகளை எடுத்த, எடுக்கின்ற நிலையில் அரசியல் உரிமைகளைச் சகலருடனும் பகிர்ந்துகொள்வதற் கான கண்ணோட்டத்தையும் நிலைப்பாட்டையும் வளர்த்துக்கொள்ள வேண்டும். இதற்கான சமூகக் கட்டமைப்பு மாற்றங்கள் அவசியம் என்று வலியுறுத்துகிறார் *(2000: 51)*.

இலங்கையில் தமிழ்ச் சமூகம் அடைய வேண்டிய மாற்றத்தை எல்லா மட்டங்களுக்கும் கொண்டு சென்றவர் சிவத்தம்பி. சமூகவியலின் மதிநுட்பத்தோடு கூடிய சிவத்தம்பியின் பார்வையும் எழுத்தும் தமிழர்களின் இனத்துவம் சார்ந்த அரசியலில் மிக முக்கியமான

வழிகாட்டுதலைக் காட்டவல்லன. இதற்காக இவர் இலங்கை பற்றிய மேலைநாட்டினரின், சிங்களவர்களின் சமூகவியல் எழுத்துக்களையும் பொது நிலையிலான சமூகவியல், மானிடவியல் எழுத்துக்களையும் கருத்தூன்றி வாசித்திருக்கிறார். இத்தகையதொரு வாசிப்புப் பின்புலத்திலேயே இலங்கையனாகவும் தமிழனாகவும் வாழ நேர்ந்துள்ள இனத்துவ அரசியல் பற்றி வெகு நுட்பமாகத் தமது அசலான சிந்தனை வழி பல முன்னோடிக் கருத்துக்களை விவாதித்திருக்கிறார்.

சிவத்தம்பியின் இலக்கிய ஆய்வுகள் பரந்துபட்ட பண்பாட்டுத் தரிசனம் சார்ந்தவை. யாழ்ப்பாணத் தமிழர்களின் பண்பாட்டு முறைகளை வரலாற்று ரீதியாகவும் பிரதேச வாரியாகவும் ஒப்பிட்டு ஆராய்கிறார். இலங்கையில் மூன்று வகையான வாழ்வு முறைகள் சட்ட திட்டங்களாகவே வகுக்கப்பட்டுள்ளன. யாழ்ப்பாணத் தமிழர்கள் தேசவழமைச் சட்டத்தைப் (1707) பின்பற்றி வாழ்பவர்கள். கிழக்கே மட்டக்களப்புத் தமிழர்கள் முக்குவர் சட்டத்தைப் பின்பற்றி வாழ்பவர்கள். சிங்கள மக்கள் கண்டியச் சட்டத்தைப் பின்பற்றி வாழ்பவர்கள். தேசவழமைச் சட்டம் ஒல்லாந்தர் காலத்தில் முழுமையாக்கப் பட்டாலும் அது தமிழர்களின் பன்னெடுங்கால வரலாற்றோடு தொடர்புடையதாகும். இந்த மூன்று வகையான பாரம்பரிய மரபு வழியிலான வாழ்வு முறைகளும் மூன்று வகையான சமூக அசை வியக்கத்தைக் கொண்டிருக்கின்றன என்பதைச் சிவத்தம்பி விரிவாகவே ஆராய்ந்திருக்கிறார்.

தமிழகத்தில் தமிழ்ச் சமூகம் கொண்டுள்ள தொன்மையைவிட ஈழத்தமிழர்கள் கொண்டுள்ள பாரம்பரியம் தமிழர்களின் தொன்மையை நன்கு விளக்குகிறது. தமிழ்ச் சமூகத்தின் தொன்மையை ஆராய வேண்டுமானால் சேரர் தேசத்தையும் மட்டக்களப்பு, யாழ்குடா நாட்டையும் ஒப்பிட்டு ஆராய வேண்டியது மிகவும் அவசியமாகும். தாய்வழிச் சமூக முறைகளை இத்தகைய ஒப்பீட்டு நிலையில்தான் மீட்டுருவாக்கம் செய்ய முடியும். தமிழகத்தில் இன்று கண்ணகி வழிபாடு முற்றிலும் இல்லை. அது மாரியம்மன் வழிபாடாக முழுவதும் உருமாறிப் போய் நிற்பதை ஆராய வேண்டியுள்ளது. ஆனால் ஈழத்தில் கண்ணகி வழிபாடு உயிர்ப்புடன் இன்றும் காணப்படுகிறது. குறிப்பாக மட்டக்களப்பில் 30 க்கும் மேற்பட்ட கண்ணகி கோயில்கள் இன்றும் உள்ளன. யாழ்ப்பாணத்தில் சம்ஸ்கிருத நெறிமுறைகள் வந்துவிட்டதைக் காணமுடிகிறது. கண்ணகி இராஜராஜேஸ்வரியாக மாற்றம் பெற்றிருக் கிறாள். இவற்றையெல்லாம் முன்னிறுத்திப் பண்பாட்டு வரலாற்றை ஆராய வேண்டியதற்கான புதிய வெளிச்சத்தைச் சிவத்தம்பியின் ஆய்வுகள் காட்டுகின்றன.

தமிழகத்தில் இன்று நாம் காணமுடியாத பண்பாட்டுக் கூறுகளை ஈழத்தில் மட்டுமே காணமுடிகிறது. யாழ்குடா நாட்டு மக்களிடம் காணப்படுகின்ற பாரம்பரிய முறையைச் சிவத்தம்பி இன்னொரு தளத்தில் நின்று நமக்கு விளக்குகிறார். யாழ்குடாவில் திருமணத்தின் போது பெரிதும் வெளிப்படுகின்ற சீதனம், முதுசொம், தேடிய தேட்டம் ஆகியவை தமிழ்ச் சமூக மீட்டுருவாக்கத்திற்கு மிகவும் உதவுகின்ற பண்பாட்டுக் கூறுகளாகும். சீதனம் என்பது திருமணத்தின் போது பெண்ணுக்கு வழங்கப்படுகின்ற மணக்கொடையாகும். நகை, ரொக்கம், வீடுவளவு ஆகிய மூன்றும் இதில் முதன்மை பெறுகின்றன. சீதனமாக வீடுவளவு (தோட்டத்துடன் கூடிய வீடு) பெண்ணுக்குக் கொடுப்பதால் ஆண் பிள்ளைகளுக்கு வீடு கிடைப்பதில்லை. அதனால் திருமணத்திற்குப் பின் ஆண்கள் மனைவிக்குக் கிடைக்கும் வீட்டையே வாழ்விடமாகக் கொள்வது மரபு. முதுசொம் என்பது தந்தை வழிச் சொத்தாகும். இதிலும் ஒரு பகுதி பெண்ணுக்குக் கிடைக்கிறது. தேடிய தேட்ட மென்பது ஒரு தனிமனிதர் தன் வாழ்நாளில் சுயமாகச் சம்பாதிப்பதாகும். இதிலும் ஒரு பகுதி பெண்ணுக்குக் கிடைக்கிறது.

யாழ்குடா நாட்டில் காணப்படுகின்ற இத்தகைய தாய்வழி சார்ந்த குடும்ப அமைப்பில் கொண்டுள்ள உறவுகளை ஆராயும் போது அது சேரர்களின் தாய முறையிலிருந்து பிரிந்து சென்ற பண்பாட்டுத் தொடர்ச்சியை விளக்குகிறது. இன்றும் யாழ்ப்பாணத்து மக்களிடம் பண்டைய சேரர் தேசத்து முறைகள் காணப்படுகின்றன. உணவு முறை யிலும்கூட இதனைக் காணவியலும். பண்டைய சேரர் தேசம் தொடங்கி கிழக்கே மட்டக்களப்பு வரை உள்ள ஒரு பிரதேசம் தாய் வழிப் பிரதேச மாக உள்ளது. மனிதகுலத்தின் ஆதி சமூக முறையாகிய தாய்வழி முறை இப்பிரதேசத்தில் நிலைநிறுத்திக் கொண்டுள்ளதை அறிய முடிகிறது.

மட்டக்களப்பில் கண்ணகி வழிபாடும், யாழ்ப்பாணத்தில் அதுவே சம்ஸ்கிருதமயப்பட்ட இராஜராஜேஸ்வரி வழிபாடாகவும் மாறி யுள்ளதைப் பண்பாட்டுத்தளத்தில் நின்று விளக்குகிறார். புங்குடுத்தீவு கிழக்குக் கண்ணகை அம்மனும் (ஈழத்தில் கண்ணகி அம்மன் 'கண்ணகை அம்மன்' என்றே அழைக்கப் பெறுகிறாள்) புத்தூர் கிழக்கு கண்ணகை அம்மனும் இராஜராஜேஸ்வரி என்று சம்ஸ்கிருத மயப்பட்டுவிட்டதை வரலாற்று நோக்கில் நமக்கு விளக்குகிறார். யாழ்ப்பாணம் நாச்சிமார் கோயில்களும் இத்தகைய ஒரு பெயர் மாற்றத்தைப் பெற்று வந்ததையும் கூட சிவத்தம்பி விளக்குகிறார்.

சிவத்தம்பியின் நுட்பங்கள்

சிவத்தம்பியின் தேடுதலில் இலக்கியம், சமயம், தத்துவம், கல்வெட்டியல்,

வரலாற்றியல், சமூகவியல், மானிடவியல் போன்ற பல்வேறு துறைகளின் அறிவும் அணுகுமுறைகளும் பின்னிப்பிணைந்து இழையோடுவதைக் காணமுடியும். இதனாலேயே தமிழியல் ஆய்வின் முன்னோடி ஆய்வாளராக, நம்காலத்து முதன்மை அறிஞராக அவர் விளங்குகிறார். ஒரு பொருளை ஆராயுமிடத்து அது கொண்டுள்ள பல்துறை சார்ந்த தேடுதலை மேற்கொள்வது எவ்வளவு அவசியம் என்பது சிவத்தம்பியின் எழுத்துகளைப் படிக்கும் போது நாம் நன்குணர முடியும். இத்தகைய தொரு பயிற்சியை அவர் பர்மிங்ஹாம் பல்கலைக்கழகத்தில் பெற்றிருந்தாலும் அதனைத் தம் வாழ் நாள் முழுவதும் செயல்படுத்தியவர். சங்க இலக்கியம் தொடங்கிப் பண்டைத் தமிழர் நாடகம் ஊடாக இன்றைய தமிழ் சினிமா வரை அவரது ஆய்வுக்களம் விரிந்து நிற்கிறது. சங்க இலக்கிய ஆய்வில் பண்பாட்டு ரீதியாகவும் கவிதையியல் ரீதியாகவும் அவர் காட்டுகின்ற பொருள் கோடல் அவரது புலமை நெறிக்குச் சான்றாகும். இன்றைய திராவிட உறவு முறையின் தொடக்கத்தை 'ஆயம்' என்பதிலிருந்து காண்கிறார் (2009: 86). இத்தகைய பொருள் கோடல் என்னை வியக்க வைக்கிறது.

சிவத்தம்பியின் பண்பாட்டுத் தேடுதலில் மிகவும் முனைப்பான கேள்விகள் பலவற்றை எழுப்பியுள்ளார்; கடுமையான விமர்சகராகவும் இருந்துள்ளார். இவ்விடங்களில் அவர் இரண்டு வகையான நோக்கு நிலைகளைக் கையாண்டிருக்கிறார். ஒன்று: யாழ்ப்பாணத் தமிழராக இருந்து கொண்டு நோக்குகிற ஓர் 'அகவயப் பார்வை' அவரிடமிருப்பதைக் காண முடிகிறது. மற்றொன்று: 'புறவயப் பார்வை' கொண்டு நோக்கும் அவரது விமர்சனப் பார்வை. சிவத்தம்பி அவர்கள் பண்டிதர் மரபுக்குள் வந்தவர். அவரது தந்தையார் கார்த்திகேசு சைவ நெறிப் பட்ட ஒரு புலவர். சைவமும் சமய வாழ்வும் வாழ்க்கைக்கு ஆதாரம் என்பதைச் சிவத்தம்பி பல்வேறு கட்டங்களில் உணர்த்தியிருக்கிறார். அதே நேரத்தில் சைவப்பற்றாளர்கள் அவரைச் சந்திக்க நேர்ந்தால் 'திருவாசகம் பாடு' என்பார். அதில் கடவுளைக் காண்பதற்காக இல்லை. அதில் உள்ள சமயப் பண்பாட்டை அறிவதற்காக என்பார். பண்பாட்டுணர்வும் பண்பாட்டு மரபும் சமயத்தின் வழியே, மொழி வழியே பேணப்படுவது தமிழ் மரபு என்பதைத் தமது மார்க்சியப் பார்வையில் விளக்கிச் செல்கிறார்.

இவ்வாறே தமிழ்ச் சமூகத்தின் தேசிய இனப்பிரச்சினை பற்றிய சிவத்தம்பியின் கருத்தாக்கங்கள் மிக முக்கியமானவை. தமிழினம், அதற்கான தேசிய இனப்பிரச்சினை, தேசியம் சார்ந்த இனத்துவம் (ethnicity) தொடர்பான பிற விடயங்களைப் பல தளங்களில் அவர் விரிவாக ஆராய்ந்திருக்கிறார். இவருடைய கருத்தாடல்களின் வழி

சிங்களப் புலமையாளர்கள் மத்தியில் இவர் கொண்டிருந்த செல்வாக்கும் இங்கு நம் கவனத்திற்குரியது. இந்த வகையில் 'இலங்கையனாகவும் தமிழனாகவும் இருப்பது எப்படி?' என்னும் கட்டுரைத் தொடர் ஒன்றை 'ராவய' எனும் சிங்களப் பத்திரிகையில் தொடர்ச்சியாக எழுதியிருந்தார். சிங்களப் புலமையாளர்கள் பலருடைய கவனத்தை ஈர்த்த இந்தக் கட்டுரைத் தொடர் இலங்கையின் தீரா இனப்பூசலுக்கான தீர்வினை தெளிவுற முன்மொழிந்து எதிர்காலத்திற்கான வழிகாட்டி யாகவும் விளங்குகிறது.

தமிழ் இனத்துவம் சார்ந்த பிரச்சினை தமிழருக்கானது மட்டுமல்ல. அது சிங்கள இனத்துவத்தோடு பிற சமூக சிறுபான்மையினருடன் தொடர்புடையதாக இருந்து வருகின்றது என்பதைக் கருத்துத் தெளிவோடும் துணிச்சலோடும் உணர்த்தியுள்ளார். இத்தகைய பன்மைச் சமூகச் சூழலில் வளர்ந்து வரும் சமூக மாற்றச் சூழலில் ஈழத்தமிழர்களின் புலப்பெயர்வானது விரிவான வலையமைப்பு கொண்டதாக விளங்குவதையும் உரக்கப் பேசியுள்ளார்.

தமிழ் இனத்துவம் (Tamil ethnicity) இன்று உலகளாவிய நிலையில் விரிந்து நிற்கிறது. மேலை நாடுகளில் அரசியல் களங்களில் வெவ்வேறு மட்டங்களில் செயல்படுவதைக் காண்கிறோம். இத்தகைய சூழலில் சிங்களப் புலமையாளர்களுடன் உரையாடுதல் என்பதும் ராவய போன்ற சிங்கள இதழ்களில் எழுதுவது என்பதும் சிவதம்பிக்கு ஓர் உயர்ந்தபட்ச புலமைக் குறியீடாகவே அமைந்துவிட்டது. அவரது குண்டான உடல்வாகு அவரை ஓரிடத்தில் நிலைநிறுத்திவிட்டாலும் அவரது மும்மொழிப் புலமைத்துவம் எப்போதும் பலருடைய கவனத் திற்குரியதாக இருந்து வந்துள்ளது.

மேலை நாடுகளில் இத்தகையவர்களுக்கு 'மக்கள் நிலைப்பட்ட புலமையாளர்கள்' (public intellectuals) என்று அதிக முக்கியத்துவம் கொடுக்கிறார்கள். இதனால் கிடைக்கும் புகழை விட இன்னல்களே அதிகம் என்பதை நாம் அறிவோம். அமெரிக்காவில் நோம் சோம்ஸ்கி போன்று இலங்கையில் சிவத்தம்பி அவர்கள் தேசியம், இனத்துவம் தொடர்பாகப் பல்வேறு நிலைப்பட்ட விவாதங்களை முன்னெடுத்துச் சென்றவர். ஒரு கட்டத்தில் அரசுக்கும் விடுதலைப் புலிகளுக்கும் இடையில் தொடர்பாளராகச் செயல்பட்டுள்ளார். இலங்கையில் தேசிய இனங்களுக்கான இனவியத்தைச் சரியாக விவாதித்தவர் எனும் நற்பெயர் இவருக்கு என்றும் உண்டு. இன்னொருபுறம் போரினால் இடம்பெயர்ந்த தமிழ் மக்களின் புனர் வாழ்வுச் செயற்பாட்டினை மேற்கொண்டு வந்த 'தமிழர் புனர்வாழ்வுக் கழகத்தின்' (TRRO) தலைவராகவும் இருந்து வந்தார்.

சமூக உணர்திறன் கொண்ட புலமையாளராகச் சிவத்தம்பி எனும் ஆளுமை எங்கள் காலத்துக் கல்வியாளர்களிடை தனிமதிப்பைப் பெற்றது. இலங்கையிலும் இந்தியாவிலும் பலதரப்பட்டவர்கள் சிவத்தம்பியின் மீது பற்று கொண்டிருந்தனர். அவரைச் சுற்றி எப்போதும் மாணவர்கள், ஆய்வாளர்கள், எழுத்தாளர்கள், விடுதலை இயக்கத்தார் இருந்துள்ளனர். தாடி வைத்தவனும் தாடி வைக்காதவனும் அவரைச் சுற்றி நிற்பார்கள். எந்த இடத்திற்கும் எந்தக் காலத்திற்கும் உரியவராக சிவத்தம்பி விளங்கினார். இன்று எல்லோருமே சிவத்தம்பியின் இழப்பை எண்ணி ஏங்குகின்றனர். இதுவே சிவத்தம்பியின் வல்லமையாகும். அவருடைய இடம் இன்று இட்டு நிரப்ப முடியாத வெற்றிடமாகும்.

11

யாழ்ப்பாணத்து நினைவுகள்:
ஈழம் பற்றிய ஒரு ஞாபக வரலாறு

இரண்டாயிரத்து ஒன்பது நவம்பரில் இந்நூலாசிரியர் யாழ்ப்பாணப் பல்கலைக்கழகம் செல்ல நேர்ந்தது. அங்கு நான் இரண்டு வாரங்கள் தங்கிச் சமூகவியல் துறையில் பயிற்றுவிக்கவும் கூடவே பேராசிரியர் கைலாசபதி நினைவுப் பேருரை ஆற்றவும் அழைக்கப்பட்டிருந்தேன். இலங்கையின் உலகப் புகழ்பெற்ற மானிடவியல் அறிஞர் கணநாத் ஒபயசேகராவின் தலைமாணாக்கர் பேராசிரியர் கலாநிதி என். சண்முகலிங்கன் அங்குத் துணைவேந்தராக இருந்து என்னை அழைத்தார்.

அந்தப் பயணத்தின் போது யாழ்குடா நாட்டின் சமூகத்தையும் பண்பாட்டையும் பற்றி நான் தெரிந்துகொண்டவை ஏராளம். இதற்காக நான் பலருக்கு நன்றி தெரிவிக்க வேண்டும். அப்போது யாழ்ப்பாணப் பல்கலைக்கழகத்தின் துணைவேந்தராக இருந்த சமூகவியல் பேராசிரியர் கலாநிதி சண்முகலிங்கன் அவர்கள்தாம் மானிடவியல் சார்ந்து இலங்கை, இந்தியப் புலங்களுக்கிடையில் மேற்கொள்ள வேண்டிய ஒப்பியல் ஆய்வுகளைத் தொடங்கி வைத்தார். இத்தடத்தில் எங்களுடைய முதல் படைப்பு இலங்கை-இந்திய மானிடவியல் (2004) ஆகும்.

யாழ்ப்பாணத்தில் நான் தங்கியிருந்தபோது என்னுடன் தொடர்ந்து உரையாடிக் கொண்டிருந்தவர்கள் சமூகவியல் ஆசிரியர்கள் இராஜேஷ் கண்ணன், ச.சிறிகாந்தன். தினமும் இரண்டு பேருந்துகளில் மாணவர்களுடன் என்னைக் களப்பணிக்கு அழைத்துச் சென்றபோது நுண்கலைத் துறையின் ஆசிரியர் பா. அகிலன் அவர்கள் ஏராளமான செய்திகளைக் கூறி என் அறிவை விரிவாக்கினார். கூடவே வரலாற்றுத் துறைப் பேராசிரியர் செல்லையா கிருஷ்ணராசா அவர்களும், புவியியல் துறைப் பேராசிரியர் குகபாலன் அவர்களும், பேராசிரியர் சிவச்சந்திரன் அவர்களும் ஈழச் சமூகம் பற்றி விளக்கினார்கள். அரசறிவியல் துறைப் பேராசிரியர் கே.ரீ. கணேசலிங்கம் அவர்கள் சமூகவியல் துறையின்

தலைவராகப் பொறுப்பேற்று என்னுடைய நிகழ்ச்சிகளைச் சிறப்புடன் ஒழுங்கமைத்துக் கொடுத்தார். எனது நினைவுக் குறிப்புகளிலிருந்து சிலவற்றை இங்குப் பதிவுசெய்ய விரும்புகிறேன்.

இனத்துவ மூலங்கள்

இலங்கையின் சமூக, சமய, மொழி, பண்பாட்டு உருவாக்கம் மிகவும் சிக்கலானது. அதை இனச்சார்பற்ற நிலையில் அறிவுபூர்வமாகவே அணுகவேண்டும். தீவின் பூர்வக் குடிகள் வேடர், நாகர், இயக்கர் ஆகியோரே. அவர்களின் தொடர்ச்சியாகத் தமிழர்கள், சிங்களவர்கள் புதிய இனங்களாக உருவெடுத்தார்கள்.

சிங்களவர்கள் திராவிட மொழிகள் பேசப்படும் தென்னிந்தியாவுக்கு அப்பால் உள்ள வட இந்தியாவிலிருந்து குடியேறியதாகக் கூறுகிறார்கள். சிங்களம் வட இந்தியாவுக்குரிய இந்திய-ஆரிய மொழிக் குடும்பத்தைச் சேர்ந்தது என்றும் சொல்கிறார்கள். இவர்கள் சிங்களம் பேசினாலும், திராவிட உறவுமுறையைப் பின்பற்றுகிறார்கள்; பௌத்த மதத்தைப் பின்பற்றுகிறார்கள். A Short History of Ceylon எனும் மிகச் சிறந்த நூலை எழுதிய காட்ரிங்டன் என்பவர் 'சிங்களவர்கள் வட இந்திய மொழியையும் தென்னிந்தியச் சமூக அமைப்பையும் கொண்டவர்கள்' என்பதை வெகுகாலத்திற்கு முன்பே நன்கு விளக்கியிருக்கிறார்.

இவருக்குப் பின் பலர் சிங்கள மக்களை ஆராய்ந்திருக்கிறார்கள். ஹோகார்ட், ஆரியபாலா, பியரீஸ், தம்பையா, லீச், யால்மன், ஒபயசேகர ஆகியோர் சிங்களவருக்கும் திராவிடர்களுக்கும் உள்ள முக்கியமான ஒற்றுமைகளைச் சுட்டிக்காட்டியுள்ளார்கள். பண்டைக் காலம் தொட்டுச் சிங்களவர்கள் தென்னிந்தியர்கள் பின்பற்றும் மாமன் மகள், அத்தை மகள் ஆகியோரை மணக்கும் உறவுத் திருமணத்தைக் (cross-cousin marriage) கடைப்பிடிக்கிறார்கள். ஆகவே இந்திய - ஆரிய மொழியைப் பேசினாலும் பௌத்த மதத்தைப் பின்பற்றினாலும் இந்துக்களாகிய தென்னிந்திய மக்களின் உறவுமுறையையே கொண்டிருக்கிறார்கள். மிகச் சில உறவுமுறைச் சொற்களைத் தவிர பெரும் பாலானவை திராவிடச் சொற்களாகவே உள்ளன. புதா, துவா, பானா போன்றவை பாலி மொழிச் சொற்களின் சாயலைக் கொண்டுள்ளன. இவை நவீன இந்திய - ஆரிய மொழிக் குடும்பத்திலிருந்து வராமல், இடைக்கால இந்திய - ஆரிய மொழிக் குடும்பத்திலிருந்து வந்தவை என்கிறார் திராவிட உறவுமுறையை ஆராய்ந்த ட்ரவுட்மன். நவீன ஆய்வுகள் பல புதிய கருத்துக்களை முன்வைக்கின்றன. அவற்றை முற்சாய்வு ஏதுமின்றித் திறந்த மனத்துடன் அணுகவேண்டும்.

சிங்களவர்களின் பூர்வ வரலாற்றை வாய்மொழி வரலாற்றிலிருந்தும் இனவரலாற்றிலிருந்தும் ஆராய வேண்டிய தேவையுள்ளதை நான் உணர்கிறேன். மகாவம்சத்தில் உள்ள சில குறிப்புகளை வாய்மொழி வழக்காறுகளோடு பொருத்தி ஆராய வேண்டியது காலக் கடமையாகக் கருதவேண்டும். ஒரு வாய்மொழிக் கதையைக் கவனிப்போம். புத்தர் இறந்த அதே நாளில் (கி.மு. ஆறாம் நூற்றாண்டு) விஜயன் தன் சகாக்களுடன் இலங்கையை வந்தடைந்தான். முதலில் அவன் குவேனி என்ற அரக்கியை மணந்தான். பின்னர் அவளைக் கைவிட்டுத் தென்னிந்தியத் தமிழ் இளவரசியை மணந்துகொண்டான். அவளுடன் வந்த தமிழ்ப்பெண்களை அவன் தோழர்கள் மணந்துகொண்டார்கள். இந்தக் கலப்பால் சிங்களவர்கள் உருவானார்கள். இப்படியான வாய்மொழிக் கதைகள் உள்ளன.

வாய்மொழிக்கதைகள் இனவரலாற்று மீட்டுருவாக்கத்திற்கு மிக முக்கியமானவை என்பதை உலகளாவிய நிலையில் பல அறிஞர்கள் வலியுறுத்தி வருகின்றனர். இனவரலாற்று அணுகுமுறையில் பல ஆய்வு முறைகள் உருவாக்கப்பட்டு வருகின்றன. அந்த வகையில் பார்த்தால் விஜயனும் அவனுடைய சகாக்களும் பின்பற்றும் திராவிட உறவு முறை அவர்களது பண்டைய தென்னிந்திய உறவைக் காட்டுகிறது. சிங்களவர்கள் வட இந்தியாவிலிருந்து ஒரே இரவில் இலங்கையை வந்தடையவில்லை. புலப்பெயர்வின் ஊடாகத் தென்னிந்தியாவின் திராவிடப் பண்பாட்டை உள்வாங்கியிருக்கிறார்கள். தென்னிந்தியா வழியாக மிகவும் மெதுவான புலப்பெயர்வின் மூலமே இலங்கை வந்து சேர்ந்தார்கள். அத்தகைய காலகட்டத்தில் அவர்கள் தென்னிந்தியச் சமூகத்தோடு குறிப்பாக, அன்றைய தமிழகப் பௌத்தர்களோடு உறவாடியும் கொண்டு கொடுத்தும் புலம்பெயர்ந்திருக்கிறார்கள். இன்று அவர்கள் பின்பற்றும் திராவிடர்களின் உறவுத் திருமணமும் (cross-cousin marriage), உறவுமுறையும் (kinship) மிக முக்கியமான இன வராற்றுச் சான்றுகளாகும். இவை மட்டுமல்ல, இன்னும் பல சான்றுகளைப் பண்பாட்டுத் தளத்திலிருந்து எடுத்துக்கொள்ளலாம்.

மரபணு மூலங்கள்

இலங்கையில் மனிதக் குடியேற்றம் பற்றிய ஆய்வொன்றை என்னுடைய நண்பர் சுப்பிரமணியம் விசாகன் செய்து கொண்டிருக்கிறார். இதுபற்றிய ஒரு முன்வரைவினை நூலாக வெளியிட்டிருக்கிறார் (2010). இவர் லண்டனில் அருங்காட்சியகத்தில் மானிடவியலாளராகப் பணியாற்றியவர். அந்த ஆய்வு மரபணுவழியில் மேற்கொள்ளப்படும் ஆய்வாகும். இதன்படி சிங்களவர்களும் தமிழர்களும் ஒரே இன

மூலத்தைக் கொண்டவர்கள். இவர்கள் மொழியாலும் மதத்தாலும் மட்டுமே பிரிந்து நிற்கிறார்கள். இனமூலத்தால் ஒன்றுபட்டு நிற்கிறார்கள் என்கிறார் (விசாகன் 2010: 9-26). இத்தகைய ஆய்வுகளை உணர்ச்சி வயப்பட்டு ஒதுக்கிவிட முடியாது.

இன்று தமிழகத்தில் தமிழர்கள் முஸ்லிம்களாகவும் கிறித்தவர் களாகவும் மாறிவிட்டதால் அவர்களுடைய டி.என்.ஏ. மாறிவிடுமா என்ன? தமிழகத்தில் மேற்கொள்ளப்பட்ட மானிடவியல் ஆய்வுகள் மிக முக்கியமான முடிவைக் கூறுகின்றன. பிள்ளைமார்களுக்கும் பள்ளர்களுக்கும் இடையே உள்ள 'சமூக இடைவெளி' (social distance) மிக நீண்டது; என்றுமே நெருங்காதது. ஆனால் டி.என்.ஏ. ஆய்வின்படி பார்த்தால் இவர்களுக்கான 'மரபணு இடைவெளி' (genetic distance) மிகக் குறைவு. பிராமணர்களுக்கும் பிராமணர் அல்லாதவர்களுக்கும் சமூக இடைவெளி மிகவும் அதிகம். ஆனால் டி.என்.ஏ. வழியிலான இடைவெளியைப் பார்த்தால் அதிலும் கூடச் சில பிரிவினரிடம் மிகக் குறைவாக உள்ளது. காரணம் இந்தியாவில் பிராமணர்கள் மற்ற சாதியினருடன் ஏராளமான அளவு கலந்துவிட்டனர். 'கருப்பு பிராமணர்கள்' அனைவரும் தமிழர்களே. இவர்கள் ஒரு காலகட்டத்தில் பிராமணர்களாகப் பூநூல் போட்டவர்கள். இவ்வாறான சூழலே சிங்களவருக்கும் தமிழர்களுக்கும் நேர்ந்திருக்கும் என்பதை மேலை ஆய்வாளர்கள் ஆராய்ந்து வருகிறார்கள். அவற்றையெல்லாம் சுப்பிரமணியம் விசாகன் மிக நன்றாக ஒப்பிட்டுக் காட்டுகிறார். யாழ்ப்பாணம் செல்வதற்கு முன் நான் கற்றறிந்த செய்திகள் இவை. அங்குத் தங்கியிருக்கும் காலத்தில் எவற்றையெல்லாம் அறிய வேண்டு மென்ற குறிப்புகளை நான் முன்கூட்டியே விரிவாகத் தயாரித்துக் கொண்டு சென்றேன்.

சமூக முறை

யாழ்ப்பாணச் சமூகம் பற்றியும் பண்பாடு பற்றியும் மானிடவியல் கண்கொண்டு அறிந்துகொள்ளவேண்டும் என்பது என்னுடைய முதன்மையான திட்டமாகும். முதலில் சமூக அமைப்பு குறித்து அறிய விரும்பினேன். அங்கு நான் கண்ட சாதி அமைப்பு சற்று வித்தியாச மானது. தமிழ்நாட்டுச் சாதி முறையோடு அது ஒத்துக் காணப் பட்டாலும் சில தனித்தன்மைகளைக் கொண்டிருந்தது. அங்குப் பிராமண மேலாண்மையில்லை. இது வெளிப்படையானது. யாழ்குடாவில் பிராமணர்களின் எண்ணிக்கை மிகக் குறைவு. இணுவிலில் உள்ள அந்தணர்களுக்கான குருகுலத்தை நிர்வகித்துவரும் மகாதேவ குருக்கள் யாழ்ப்பாணத்தில் ஏறக்குறைய 600 பிராமணக் குடும்பங்கள் உள்ளன

என்றார். யாழ்ப்பாணத்தில் பிராமணர் மட்டுமே கோயில் பணியில் ஈடுபடுவதில்லை. சைவ குருமார்களும் கோயில் பூசகர்களாக உள்ளனர். இவர்களில் சிலர் கன்னட மரபில் வந்த வீரசைவர்களாகத் தங்களைக் கூறிக்கொள்கின்றனர். பண்டாரங்கள், கைக்குழார்கள் ஆகிய இரண்டும் இடைப்பட்ட சாதியாகும். சம்ஸ்கிருதவயப்பட்டுப் பூசகர்களாக உள்ளனர். இந்நிலையில் ஆதிகாலம் தொடங்கிப் பிராமணர் எண்ணிக்கை யாழ்குடா நாட்டில் அதிகம் வளரவில்லை.

யாழ்ப்பாணப் பல்கலைக்கழகத்தில் சமூகவியல் துறை அங்குள்ள மிக முக்கியமான துறைகளில் ஒன்று. இன்று உலகளாவிய ரீதியில் சமூகவியல் கல்வியின் தேவை அதிகமாகக் காணப்படுவதால், யாழ்ப்பாணப் பல்கலைக்கழகத்திலும் மாணவர்கள் அதிக அளவில் சமூகவியலைத் தெரிவு செய்கின்றனர். அங்குள்ள கலைத்திட்டம் உலகளாவிய சமூக அமைப்பு தொடங்கி யாழ்ப்பாணச் சமூகம் வரை கற்பிக்கும் பாடத்திட்டத்தைக் கொண்டுள்ளது. வகுப்பறையிலேயே மாணவர்கள் வழி யாழ்ப்பாணச் சமூகத்தைப் பற்றி நிறையத் தெரிந்து கொண்டேன்.

ஈழத்து அறிவு மரபு தனித்துவமானது; உயர்ந்தது என்பதை மாணவிகளின் புரிதல் திறன்வழி அறிந்துகொண்டேன். தமிழிலேயே உயர்கல்விவரை கற்கின்றனர். பேராசிரியர் என். சண்முகலிங்கன் தலைமையில் தோற்றுவிக்கப்பட்ட இத்துறை தமிழ்வழிச் செயல்படுவது நமக்கெல்லாம் முன்மாதிரியாகும். அவர் உருவாக்கியுள்ள கலைச்சொற்களும் பாடநூல்களும் ஆய்வு நூல்களும் தமிழால் முடியுமென்ற முழக்கத்தை மெய்ப்பிக்க வல்லவை. மானிடவியலும்கூட இத்துறையில் சேர்த்துக்கொள்ளப்பட்டுள்ளது. இது பல்துறை அணுகுமுறையை வலுப்படுத்தும் சிறந்த முன்மாதிரியான முயற்சியாகும்.

இனி யாழ்குடாவின் சாதிமுறைக்கு வருவோம். யாழ்ப்பாணத்தில் 'சாதி பதினெட்டு' என்ற ஒரு பொதுவழக்கிருந்தாலும் இருபதுக்கும் மேற்பட்ட சாதிகள் உள்ளன. மேல்தட்டில் பிராமணர்கள், சைவ குருக்கள் இருக்கிறார்கள் என்பது கற்பிதமே. உண்மையில் சமூக அந்தஸ்தில் வெள்ளாளர்களும் இணையாகவே உள்ளனர். எதார்த்தத்தில் வெள்ளாளர்களே ஆதிக்கச் சாதியினர். எண்ணிக்கையிலும் இவர்களே அதிகம். நிலவுரிமையாளர்களான இவர்களுக்குக் கமம் (விவசாயம்) முதன்மைத் தொழிலாக இருந்தது. இவர்களுக்கு அடுத்து கோவியர், திமிலர், முக்குவர், கரையார், பண்டாரம், தச்சர், கொல்லர், தட்டார், கன்னார், சிற்பாச்சாரி, கைக்குழார், நட்டுவர், குயவர், சாண்டார், நளவர், அம்பட்டர், வண்ணார், பறையர், பள்ளர், சக்கிலியர் ஆகிய சாதியினர் முக்கியமானவர்கள்.

மரபான கிராமிய வாழ்வில் கோவியர்கள் வெள்ளாளர் வீடுகளில் வேலை செய்தவர்கள். கரையார் ஆழ்கடலில் மீன்பிடித்தலையும் முக்குவார் கரையோரத்தில் மீன்பிடித்தலையும் செய்கின்றனர். கைக்குழார் தமிழக செங்குந்தர் போன்று நெசவுசெய்துவந்தனர். சாண்டார்கள் எள்ளெண்ணை ஆட்டும் செட்டியார்கள். சிற்பாச்சாரி கோவில் சிலைகள், சிற்பங்கள் செதுக்குபவர்கள். நட்டுவர் கோவில் களிலும் மங்கள நிகழ்ச்சிகளிலும் தவில், நாதஸ்வரம் வாசிப்பவர்கள். நளவர்கள் பனைமரம், தென்னை மரங்களில் கள் இறக்குபவர்கள். யாழ்ப்பாணத்தில் கள் இறக்கும் நளவர்கள் பல பிரிவினர்களாக உள்ளனர். அஞ்ஞனன் தாழ் நளவர், தேவரிக்குள நளவர், மறவைக்குள நளவர், கற்குள நளவர், வண்ணாங்குள நளவர், வாடை நளவர், சோளம் நளவர், மரமேறிகள் எனச் சாதிக்குள் சாதியாக விளங்கு கிறார்கள். பண்டாரங்கள் கோவில்களில் பூமாலை கட்டும் உதவி யாளர்கள். கன்னார் பாத்திரங்கள் சீர்செய்பவர்கள்.

சாதிகளின் பெயர்கள் செய்யும் தொழிலுக்கேற்பக் கூடுதல் பெயர்களைக் கொண்டிருக்கின்றன. தச்சர் ஆச்சாரியார் எனவும், அம்பட்டர் பரியாரியார் எனவும், வண்ணார் கட்டாடியார் எனவும் நாளாந்த வழக்கில் கூறப்படுகின்றனர்.

யாழ்ப்பாணச் சாதி அமைப்பில் சாதிக்குள் சாதி எனும் உட்சாதிப் பிரிவுகள் நிறையவே உள்ளன. குடிமைத் தொழிலைச் செய்யும் சேவை சாதியார் தாங்கள் சேவை செய்யும் சாதியின் அடிப்படையில் பெயர் பெறுகின்றனர். அம்பட்டரில், வெள்ளாம் அம்பட்டர் என்ற பிரிவினர் உண்டு. இவர்கள் வெள்ளாளர், கோவியர், தச்சர், நட்டுவர் போன்ற தம்மில் உயர்சாதியினருக்கு ஊழியம் செய்பவர்கள். கரையாம் அம்பட்டர் கரையார் சாதியாருக்கு ஊழியம் செய்கிறார்கள். சீயாம் அம்பட்டர் பஞ்சமர்களுக்கு ஊழியம் செய்கிறார்கள்.

யாழ்ப்பாணத்திலும் மேல்நோக்கிய சமூகப் பெயர்வு கால வோட்டத்தில் நடந்துள்ளது. 'கள்ளர், மறவர், கனத்த அகம்படியார் மெல்ல மெல்ல வெள்ளாளர் ஆனார்' என்ற போக்கு உள்ளது. ஆரம்ப காலத்தில் குடிமைத் தொழில் செய்துவந்த வண்ணார், அம்பட்டர் போன்றோர் கடந்த முப்பதாண்டுக் காலப் போர்ச் சூழலாலும் விடுதலைப் புலிகள் அமைப்பின் செல்வாக்காலும் தமக்கென்று ஓர் அமைப்பை உருவாக்கினார்கள். பரம்பரை பரம்பரையாகச் செய்து வந்த குடிமைத் தொழில்களான சாவீட்டில் மயிர் இறக்குதல், பூப்பு (சாமர்த்தியம்), பிரசவம், சாவு ஆகிய நிகழ்வுகளில் துடக்குத் துணியகற்றல் போன்ற தொழில் முறைகளிலிருந்து விடுவித்துக்கொள்கிற போக்கை அவதானிக்க முடிந்தது.

கோயிலுக்குப் பூமாலை கட்டி வந்த பண்டாரங்கள் காலப்போக்கில் கோயிலில் உதவியாளர்களாகச் செயற்பட்டுப் பின்னர் கோயில் பூசாரி களாகத் தங்களை உயர்த்திக்கொண்டதையும் அவதானிக்க முடிந்தது. தமிழகத்தில் குயவர்கள் அக்கி எழுதுகிறார்கள். ஆனால் யாழ்ப்பாணத்தில் கன்னார் (பாத்திரங்கள் செப்பனிடுவோர்) அக்கி கீறுகிறார்கள்.

ஊரும் வீடும்

யாழ்ப்பாணத்தின் ஊர் முறையும் வாழ்விட முறையும் மிகவும் பாரம் பரியமானவை. இங்குப் பல சாதியினர் வாழும் கிராமங்களே அதிகம். கிராமங்கள் பொதுவாக 'ஊர்' என்று அழைக்கப்படுகின்றன. தமிழகத்தில் தாழ்த்தப்பட்டோர் வாழுமிடம் 'சேரி'. இந்த வழக்கு யாழ்ப்பாணத்தில் இல்லை. அங்கெல்லாம் ஊரின் ஒரு பக்கத்தில் தாழ்த்தப்பட்ட சாதியினர் இருக்கின்றனர். ஒரு சாதியினர் மட்டும் வாழும் கிராமங்கள் ஆணையிறவின் தெற்குப் பகுதியில் காணப்படு கின்றன. பூகோளம் சார்ந்த வாழ்விடத்தில் சமூகம் சார்ந்த சாதியத்தின் தொடர்ச்சி இன்றும் உள்ளது. இங்குள்ள வீதிகள் அல்லது குறிச்சிகள் அம்பனாக்கடவை, தச்சுக்கடவை, செட்டிக் குறிச்சி, செங்குந்தர் வீதி, பண்டாரிக் குளம் எனச் சாதிப் பெயர்களில் உள்ளன.

இங்குள்ள வீடுகளும் நம்மை வியப்பில் ஆழ்த்துகின்றன. தமிழ் நாட்டுக்காரர்கள் வாழ்வில் ஒரு முறையாவது யாழ்ப்பாணத்தையும் மட்டக்களப்பையும் பார்க்க வேண்டியது அவசியம். தமிழ்ப் பண்பாட்டின் ஆதி மரபைப் பேணிக் காத்துவரும் இவர்களுடைய வாழ்வு முறை மிகவும் தனித்துவமானது.

வீடுகள் உள்ள காணியானது 'வளவு' எனப்படும். பாரம்பரிய வளவுகள் 2 பரப்பு, 4 பரப்பு, 6 பரப்பு என இன்னும் அதிகமாகவும் இருக்கும். இதை நாளாந்த வழக்கில் 'வீட்டுக்காணி' என்பார்கள். வளவுக்கு அருகே 'தோட்டக் காணி' இருக்கும். இங்குத் தோட்டக்கால் பயிர்களைப் பயிரிடுகிறார்கள். அடுத்தது 'வயல்காணி'. இங்குதான் பாரம்பரியமான 'மொட்டக் கறுப்பன்' நெல் பயிரிடப்படுகிறது. குத்தரிசி நெல் பயிரிடப்படுகிறது. குத்தரிசி, சிகப்பரிசி, பொங்கலரிசி என அனைத்தும் மொட்டக் கறுப்பன் நெல்லில் இருந்து கிடைக்கின்றன. இந்த அரிசி சிகப்பாகத்தான் இருக்கும். இது ஆறுமாதப் பயிர். இதுவே யாழ்ப்பாணத்தில் விலைகூடிய அரிசி. ஒரு கிலோ அரிசி இலங்கைப் பணத்தில் ரூ.60 முதல் 120 வரை விற்கிறது. இப்போது குறைந்த காலப் புதிய ரகங்கள் அறிமுகமாகியுள்ளன. புதிய ரக அரிசிகளும் சிகப்பாகவே உள்ளன. வயல் காணியில் எள்ளு, உளுந்து, பயறு, குரக்கன், (சாமை போன்றதொரு தானியம்) போன்ற பயிர்களும் விளைகின்றன.

வயல் காணிகளைப் 'பரப்பு' என்றே சொல்கிறார்கள். வீட்டுப் பரப்புக்கும் வயல் பரப்புக்குமான அளவு தனித்தனியானது. ஏக்கர் எனும் வழக்கு யாழ்ப்பாணத்தின் நாளாந்த வழக்கில் இன்னும் வரவில்லை. இவ்விடயம் வன்னி, மட்டகளப்புப் பகுதிகளில் வேறுபடுகின்றது. ஏக்கர் எனும் வழக்கு அங்கு முதன்மையானதாகப் பேணப்படுகிறது.

யாழ்ப்பாணத்தில் வீட்டு அமைப்பு மிகவும் தனித்துவமானது. நான் மாணவர்களுடன் சென்று பார்த்த அராலி, வட்டுக்கோட்டை போன்ற இடங்களில் மரபார்ந்த வீட்டுக் கட்டமைப்பைக் காண முடிந்தது. குறிப்பாகச் சங்கடப்படலை எனும் அமைப்பு எந்த ஒருவரையும் ஈர்த்துவிடும். இது வீட்டின் நுழைவுவாயிலில் நிழல்தரும் ஓர் அமைப் பாகும். 'சங்கடப்படலை' வீடுதோறும் அமைப்பதற்கு இன்னுமொரு வலுவான காரணம் பண்டைய யாழ்குடா மக்களிடம் உருவானது. சாதி முறைமையின் வலிமையான கட்டமைப்பில் வாழ்ந்த பழங்காலத்தில் தாழ்த்தப்பட்டோர் இளைப்பாறுவதற்கும் தண்ணீர் குடிப்பதற்குமாக அமைக்கப்பட்டதென ஈழத்துச் சமூகவியல் வரலாற்றியல் ஆசிரியர்கள் கருதுகிறார்கள். சமூக அமைப்பின் கருத்தியலொன்று கட்டட அமைப்பின் ஊடாகத் தன் குறியீட்டை வசப்படுத்தி நிற்பதை யாழ்குடாவில் காண முடிகிறது. காரணம் தாழ்த்தப்பட்ட சாதியினர் கிணற்றில் தண்ணீர் கிள்ளுவதை முற்றாகவே தடைபோட்டிருந்த வெள்ளாளச் சாதியினர் தம்மைத் தீண்டாமலும் அதே நேரத்தில் அவர்களின் தாகத்தைத் தீர்க்கவும் சங்கடப்படலையைப் பயன் படுத்திக்கொண்டனர். இது தொடர்பான தகவல்கள் லண்டன் அருங்காட்சியகத்தில் காணப்படுகின்றன என கலாநிதி முருகன் குணசிங்கம் குறிப்பிடுகின்றார்.

யாழ்குடாவில் 'நாட்சார வீடு' முக்கியமானது. சுமை தாங்கி, நீர்த்தொட்டி கொண்ட 'நாட்சார வீடு' அமைப்பு முறை புராதனமானது. நாட்சார வீடானது பண்டைய யாழ்ப்பாண மக்களின் கூட்டுக் குடும்ப வாழ்க்கைக்கு ஏற்றதாக இருந்தது. சங்கடப்படலை என்பது வீட்டின் முகப்பில் கட்டப்படும் நிழல் தரும் சாரமாகும். எவரும் இங்குச் சற்று இளைப்பாறலாம். அதன் அருகே சுமைதாங்கியும் நீர்த்தொட்டி யும் உள்ளன. இவை வழிப்போக்கர்களுக்கும் மற்றவர்களுக்கும் உதவுகின்றன.

தஞ்சாவூர் டெல்டா பகுதிபோல் காட்சியளித்த வழுக்கையாறு வழியாக நாங்கள் சென்றபோது, 'ஆவுரைஞ்சிக்கல், 'கேணி' இரண்டும் ஆங்காங்கு என் கண்ணில் பட்டன. கேணிகள் அவ்வழியாக வரும் ஆடு, மாடுகளின் தாகத்தைத் தணிக்கின்றன. ஆவுரைஞ்சிக் கல் ஏறக்குறைய 4 அடி உயரமுள்ள உருண்டையான கல்தூண். ஆடு,

மாடுகள் உடலை உரசிக் கொள்வதற்காக இது நடப்பட்டிருந்தது. விவசாய நாகரிகத்தில் அச்சாணியாக விளங்கிய கால்நடைகளின் மீது யாழ்ப்பாணத் தமிழர்கள் காட்டிவந்த மனிதநேயத்தின் சாட்சிகளாக இவை இன்றும் நிற்கின்றன. ஆப்பிரிக்க நூயர் (Nuer) பழங்குடியினரே கால்நடைகளை மிக அதிகமாக நேசிப்பவர்கள் என்ற இனவரைவியல் கருத்து யாழ்ப்பாணத்துக்குச் சென்றவுடன் என்னுள் மாறத் தொடங்கி விட்டது. தமிழகத்தில் கம்பளத்து நாயக்கர்கள் காட்டும் அதீத கால்நடை விசுவாசம் இங்குக் காணப்படுகிறது.

வாழ்வியல் மரபு

இலங்கையில் தமிழர்கள் பிரதேசவாரியாக வேறுபட்ட வாழ்க்கை முறையைக் கொண்டிருக்கிறார்கள். இதை வரலாறு நெடுகக் காண முடிகிறது. யாழ்ப்பாணத் தமிழர்கள் தேசவழமைச் சட்டத்தைப் பின்பற்றி வாழ்கிறார்கள். கிழக்கே மட்டக்களப்புத் தமிழர்கள் முக்குவர் சட்டத்தைப் பின்பற்றுகிறார்கள். சிங்கள மக்கள் கண்டியச் சட்டத்தைப் பின்பற்றி வாழ்கிறார்கள். தேசவழமைச் சட்டத்தை ஒல்லாந்தர்கள் கி.பி. 1707 இல் முழுமையான சட்டமுறையாக உருவாக்கினாலும் அது தமிழர்களின் பன்னெடுங்கால வரலாற்றோடு இருந்து வந்த ஒன்று. மரபுவழிப்பட்ட இந்த மூன்று வாழ்வு முறைகளும் மூன்று வெவ்வேறு சமூக அசைவியக்கங்களைக் கொண்டுள்ளன.

தமிழகத்தில் தமிழ்ச் சமூகம் கொண்டுள்ள தொன்மையைவிட ஈழத்தமிழர்கள் கொண்டுள்ள பாரம்பரியம் தமிழர்களின் தொன்மையை நன்கு விளக்குகிறது. தமிழ்ச் சமூகத்தின் தொன்மையைத் தெரிந்து கொள்ள வேண்டுமானால் சேரர் தேசத்தையும் மட்டக்களப்பு, யாழ்குடா நாட்டையும் ஒப்பிட்டு அறிய வேண்டியது மிகவும் அவசியமாகும். மனித குலத்தில் தோன்றிய முதல் சமூக முறையை இத்தகைய ஒப்பீட்டு நிலையில்தான் மீட்டுருவாக்கம் செய்ய முடியும். சேர நாட்டில் காணக்கூடிய 'மருமக்கள்தாய முறை' இன்னும் உயிர்ப்புடன் மட்டக்களப்பில் உள்ளது.

யாழ்ப்பாணச் சமூகம் இன்று ஆண்மையச் சமூகமாக மாறி விட்டாலும் தாய்வழிச் சமூகத்தின் கூறுகளைச் சீதனம், முதுசொம் போன்றவை மூலம் காண முடிகிறது. மகளுக்குச் சொத்தைக் கண்டிப் பாகக் கொடுக்கிறார்கள். சீதனம் மூலம் பெண்ணை முதன்மைப் படுத்தும் சமூக மரபு ஈழத்தமிழரிடம் இன்றுவரை கடைப்பிடிக்கப் படுகிறது. தமிழரின் ஆதித் தாய்வழிச் சமூக மரபின் வலுவான கூறுகள் ஈழத்தில்தான் தொடர்ந்து காணப்படுகின்றன. சீதனமானது தாயக முறையினை (matrilocal) வலுப்படுத்தும் ஒரு காரணியாகச் செயல்

படுகிறது. மாப்பிள்ளையைப் பெண் வீட்டில் தங்க வைக்கும் முறையைச் செயல்படுத்துகிறது. இதனூடாகக் குடும்பத்தில் பெண் தலைமை தாங்கும் ஒழுங்கு தொடர்கிறது. பிற சமூக முறைகளை ஒப்பிடும்போது சீதன முறையானது பெண்மீதான அடக்குமுறையைப் பெருமளவு கட்டுப்படுத்தி விடுகிறது. போரில் இறந்துபோன ஆண்களின் எண்ணிக் கைக்குப் பிறகும் ஈழத்தில் தமிழ்ச் சமூகம் நிலைப்படுத்தப்பட்டிருப்பதற்கு அச்சமூகத்தின் பண்டைய தாய்வழி மரபே காரணமாக அமைகிறது.

யாழ்குடா நாட்டில் காணப்படும் இத்தகைய குடும்ப அமைப்பில் கொண்டுள்ள உறவுகளை ஆராயும் போது அவை சேர தேசத்தின் உறவைக் காட்டுகின்றன. யாழ்குடா மக்கள் பண்டைய சேரர் தேசத்திலிருந்து சென்று ஈழத்தில் குடியமர்ந்தார்கள் எனும் பண்பாட்டுத் தொடர்ச்சியைக் காட்டுகின்றனர். பண்டைய சேரர் தேசம் தொடங்கி கிழக்கிலங்கையில் மட்டக்களப்புவரை உள்ள பண்பாட்டுப் பிரதேசம் தாய்வழிப் பிரதேசமாக இருப்பதை அறிய முடிகிறது.

மணமுறைகள்

தமிழகத்தில் இன்று நாம் காண முடியாத பண்பாட்டுக் கூறுகளை ஈழத்தில் மட்டுமே காணலாம். யாழ்குடாவில் திருமணத்தின் போது பெரிதும் வெளிப்படுகின்ற 'சீதனம்', 'முதுசொம், 'தேடிய தேட்டம்' ஆகியவை தமிழ்ச் சமூக மீட்டுருவாக்கத்திற்கு மிகவும் உதவும் பண்பாட்டுக் கூறுகளாகும்.

சீதனம் என்பது திருமணத்தின் போது மணப்பென் தன் பெற்றோரிட மிருந்து பெறுகின்ற சொத்தாகும். நகை, ரொக்கம், வீடுவளவு ஆகிய மூன்றும் இதில் முதன்மை பெறுகின்றன. சீதனமாக வீடுவளவு (தோட்டத்துடன் கூடிய வீடு) பெண்ணுக்குக் கொடுப்பதால் ஆண் பிள்ளைகளுக்கு வீடு கிடைப்பதில்லை. அதனால் திருமணத்திற்குப் பின் ஆண்கள் மனைவிக்குக் கிடைக்கும் வீட்டையே வாழ்விடமாகக் கொள்வது மரபு.

முதுசொம் என்பது தந்தைவழிச் சொத்தாகும். இதில் ஒரு பகுதி பெண்ணுக்குக் கிடைக்கிறது.

தேடிய தேட்டமென்பது தந்தை தன் வாழ்நாளில் சுயமாகச் சம்பாதிப் பதாகும். இதிலும் ஒரு பகுதியைத் தன் மகளுக்குக் கொடுக்கிறார்.

இவ்வாறாகப் பெண்ணின் சமப் பெறுமானம் இலங்கைத் தமிழரிடம் உயர்ந்து காணப்படுகிறது. காரணம் தொல் தாய்வழிச் சமூகத்தின் மிச்ச சொச்சங்கள் அங்குப் பேணப்படுகின்றன.

யாழ்ப்பாணத்தில் திருமண நடைமுறைகள் பண்பாட்டு ஆய்வாள னாகிய என் கவனத்தை வெகுவாகவே ஈர்த்தன. அவர்களுடைய பாரம்பரிய முறை இன்றும் காணப்படுகிறது. பெண் வீட்டாரும் மாப்பிள்ளை வீட்டாரும் ஜாதகப் பொருத்தம் பார்த்துப் பேசி முடித்துச் செய்யும் 'ஏற்பாட்டுத் திருமணமே' மிகப் பரவலான முறை. திருமணத் திற்கு முன்னர் பெண் வீட்டாரும் மாப்பிள்ளை வீட்டாரும் பரிசம் போடுவதோ நிச்சயிப்பதோ இல்லை. ஆனால் பரஸ்பரம் சந்தித்து 'சம்பந்தக் கலப்பு' செய்கிறார்கள். தொடக்கத்தில் மாப்பிள்ளை, மணப்பெண்ணைப் பார்ப்பதுகூடப் பொது இடங்களில்தான். இந்திய வம்சாவழியினரிடம் மட்டுமே தமிழக நடைமுறைகள் காணப் படுகின்றன.

திருமணத்திற்கு முதல் நாள் 'பெண் அழைத்தல்', 'வரவேற்பு' எதுவுமில்லை. முதல் நாள் மண்டபத்தில் கூடுவதுமில்லை. திருமண நாளன்றே பெண் அழைத்தல் உள்ளிட்ட எல்லாச் சடங்குகளும் நடைபெறுகின்றன. மண்டபத்தில் திருமணம் நடைபெறுவது இன்று பெருகிவிட்டாலும் பாரம்பரியமாகப் பெண் வீட்டில் திருமணம் நடைபெறுவதையும் சில இடங்களில் காண முடிகிறது.

திருமணச் செலவை இரு வீட்டாரும் ஏற்றுக்கொள்கின்றனர். மாப்பிள்ளை வீட்டார் மணப்பெண்ணுக்குச் செய்யும் தாலிக் கயிறை 5 பவுன் தொடங்கி 15 பவுன் வரை தங்களுடைய தகுதியைக் காட்டும் வகையில் செய்கிறார்கள். திருமணத்தில் தாலியின் வலிமை மிக உயர்வாகக் கருதப்படுகிறது. தாலிக்கு ஒற்றை இலக்கத்தில் பவுன் எடுப்பது மரபாகவுள்ளது.

ஈழத்தில் திருமண விழாக்கள் பெரும் பொருட் செலவில் கொண்டாடப்படுவதில்லை. இது ஒரு தனித்துவமான பண்பாக அங்குத் தொடர்ந்து நிலைபெற்று வருவதை அவதானிக்க முடிகிறது. தமிழ்நாட்டு மக்கள் செலவிடுவதுபோல் அங்கு ஆடம்பரமில்லை என்று ஒரு சமூகவியல் கருத்தை முன்வைக்க முடியும் எனக் கருது கிறேன். கௌரவத்திற்காகச் செலவிடுதல் என்ற போக்கு அங்கு வளரவில்லை எனலாம். சமூகத்தில் தனிமனித தகுதிப்பாடுகள் மற்ற தளங்களில் காணமுடியுமே தவிர திருமணத்தில் ஆடம்பரச் செலவு களில் அதனைக் காணவியலாது. திருமணம் குடிவழியின் தொடர்ச்சிக் கானது என்ற ஓர் உயர்ந்த மரபை அங்குப் பார்க்கமுடியும். மங்கல நாண் என்பதை 'தாலிக்கொடி' என்றே அழைக்கின்றனர்.

கால்வழித் தொடர்ச்சிக்காக சேரும் மணமக்களைத் திருமணத்தில் வாழ்த்தும் முறையும் அங்கு உயர்வான மரபாகவே தொடர்கின்றது.

பெண் வீட்டார் மாப்பிள்ளைக்குக் கொடுக்கும் சீதனம் திருமணப் பதிவிற்குப் பின்னர் கொடுக்கப்படும். சீதனத்தை அதிகம் கொடுக்கும் போது மாப்பிள்ளை வீட்டாரிடம் 'எத்தனை பவுனில் தாலிக்கயிறு செய்கிறீர்கள்?' என வலியுறுத்திக் கேட்பார்கள். திருமண நாளன்றே சாந்திமுகூர்த்தம் மாப்பிள்ளை வீட்டில் நடைபெறும். திருமணத்திற்குப் பின் மணமகன் மனைவியின் சீதன வீட்டில் வாழ்வதே மரபான பழக்கமாகும். ஆனால் இன்றைய நவீனத் தொழில்சார் வாழ்வு முறையில் மாற்றங்கள் ஏற்பட்டுள்ளன.

யாழ்பாணத்துப் பண்பாட்டில் 'வாழ்வு சாவு' இரண்டிலுமே மிகுந்த தனித்துவங்கள் உண்டு. வாழ்வுச் சடங்குகளில் சில வேறுபாடுகள் என்றால் சாவுச் சடங்குகளிலும் சில கூர்மையான வேறுபாடுகள் உள்ளன. சாவு வீட்டை இழவுவீடு என அழைப்பதே மரபாகும். சாவு வீடு அமைதியாகக் காணப்படுகிறது. ஆரவாரம் ஆர்ப்பாட்டமில்லை. பலத்த சத்தத்துடன்கூடிய மேள தாளம் முழங்குவதில்லை. தேவராம், திருவாசகம், பட்டினத்தார் பாடல்கள் பாடுவது இன்றும் மரபாக உள்ளது. இழவு வீட்டில் அழுகை மட்டுமே ஓங்கி ஒலிக்கக் காணலாம். இந்துக்களிடம் ஒப்பாரி வைத்தல், மார்பில் அடித்து அழுதல் என்பன இன்றும் காணக்கூடிய மரபாகவே உள்ளன. இறப்பின் இழப்பை உணர்ச்சிகள் மூலம் வெளிப்படுத்தும் மரபு உறவின்முறையின் வலுவான கட்டமைப்பால் தொடர்கிறது.

தமிழகத்தில் வசதி படைத்தவர்கள் இறந்தோரின் நினைவாக மாதந்தோறும் அமாவாசை அன்று திதி படைத்துக் காக்கைக்குச் சோறிட்டு இறந்தவர்களை வணங்குகிறார்கள். யாழ்ப்பாணத்திலோ ஆணுக்கு அமாவாசை, பெண்ணுக்குப் பௌர்ணமி ஆகும். குறிப்பாக மாதந்தோறும் வருகின்ற இந்தத் திதிகளை அதிகம் பேர் கடைப் பிடிப்பதில்லை. ஆனால் வருடம் தோறும் வருகின்ற ஆடி அமாவாசை யில் ஆணின் நினைவாகவும் சித்திரா பவுர்ணமியில் பெண்ணின் நினைவாகவும் திதி கொடுப்பார்கள்.

வழிபாட்டு மரபு

யாழ்ப்பாணத்தில் கோயில்களும் வழிபாட்டு முறைகளும் நீண்ட நெடிய மரபைச் சார்ந்துள்ளன. சைவமே அங்குப் பிரதானம். ஆனால் தொல்சமயக் கூறுகள் பலவற்றைக் காண முடிகிறது. வைரவர் கோயில்கள் இன்றும் பரவலாக உள்ளன. மரத்தடியில் சிறிய கோயில்களாக உள்ளன. வீட்டு வளவுக்குள்ளேயும் சிறிய இடத்தில் வைத்து வைரவரை வழிபட்டு வருகின்றனர். ஆதியில் வைரவர் கோயிலில் சூலம் வைத்து வழிபடும் வழக்கம் அதிகமாக இருந்துள்ளது. போர்த்துகேயர் காலத்தில்

இந்துக் கோயில்களுக்குப் பெரும் ஆபத்து இருந்துள்ளது. இக்காலத்தில் சைவசமய வழிபாட்டைப் பாதுகாத்தது வைரவர் வழிபாடேயாகும். ஏனெனில் அவர்கள் ஊருக்குள் வரும் போது மேலோட்டமாக நட்டு வைத்திருந்த வைரவர் சூலத்தைப் பிடுங்கித் தலைகீழாக வைத்து அதன் அடையாளத்தை மாற்றி விடுவார்கள்.

யாழ்ப்பாணத்தில் வல்லியக்கன் வழிபாடு, அண்ணமார் வழிபாடு, நாக வழிபாடு, மர வழிபாடு போன்றவை தொல்சமயத்தின் தொடர்ச்சியாக இன்றும் உள்ளன. பின்னாளில்தான் அம்மன் வழிபாடு அதிகமானது. துர்க்கை வழிபாடு இலங்கையில் புதிய எழுச்சியாகப் பெண்கள் மத்தியில் உருவான முறையை யாழ் பல்கலைக் கழகத்தின் சமூகவியல் பேராசிரியர் என். சண்முகலிங்கன் அவர்கள் *துர்க்கையின் புதுமுகம் (2013)* எனும் தலைப்பில் ஆராய்ந்துள்ளார். இந்நூலினை இந்நூலாசிரியர் மொழிபெயர்க்க, சந்தியா பதிப்பகத்தின் வெளியீடாக வெளியிடப்பட்டுள்ளது.

தமிழகத்தில் இன்று கண்ணகி வழிபாடு முற்றிலும் இல்லை. அது மாரியம்மன் வழிபாடாக முழுவதும் உருமாறிப் போய் நிற்கிறது. ஆனால் ஈழத்தில் கண்ணகி வழிபாடு உயிர்ப்புடன் இன்றும் காணப்படுகிறது. குறிப்பாக, மட்டக்களப்பில் 30க்கும் மேற்பட்ட கண்ணகி கோயில்கள் இன்றும் உள்ளன. வன்னிவள நாட்டில் கண்ணகி வழிபாடு மிக உன்னதமான வழிபாடாக இருந்திருக்கிறது. முல்லைத் தீவு, புத்தளம், வவுனியா, கிளிநொச்சி மாவட்டங்களில் கண்ணகி வழிபாடு மிக முக்கியமானதாகும்.

ஆனால் யாழ்ப்பாண மாவட்டத்தில் கண்ணகி வழிபாடு சம்ஸ்கிருத நெறிமுறைக்குள் வந்துவிட்டதை மாணவர்களுடனான களப்பயணத்தின் வழியே அறிந்துகொண்டேன். புங்குடுதீவு கிழக்குக் கண்ணகை அம்மனும் (ஈழத்தில் கண்ணகி அம்மன் 'கண்ணகை அம்மன்' என்றே அழைக்கப்பெறுகிறாள்) - புத்தூர் கிழக்குக் கண்ணகை அம்மனும் ராஜராஜேஸ்வரி என்று சம்ஸ்கிருதமயப்பட்டுவிட்டார். யாழ்ப்பாணம் நாச்சிமார் கோயில்களும் சம்ஸ்கிருதவயப்பட்ட பெயர் மாற்றத்தைப் பெற்றுவிட்டதையும் களப்பயணங்களின் வழியே அறிய முடிந்தது.

யாழ்ப்பாணத்தில் சம்ஸ்கிருதமயமாக்கம் பல்வேறு நிலைகளில் நடைபெற்று வந்துள்ளது. அது பின்வருமாறு:

ஒன்று: நாட்டார் தெய்வங்களின் பெயர்களை மாற்றி உயர்நிலைத் தெய்வங்களாக ஆக்குதல். பின்வரும் தெய்வங்களின் பெயர்களை நோக்கினால் இதைப் புரிந்துகொள்ள முடியும்.

அண்ணமார்	-	பிள்ளையார்
விருமர்	-	பிள்ளையார்
நாச்சிமார்	-	காமாட்சி அம்மன், கண்ணகை அம்மன்
முனி	-	முனீஸ்வரர் (சிவன்)
வைரவர்	-	ஞான வைரவர்

இரண்டு: வழிபாட்டு முறைகளில் சொல்வழக்குளை மாற்றி உயர்நிலைப்படுத்தியதையும் காண முடிந்தது. எடுத்துக்காட்டாகப் பின்வருவனவற்றைக் குறிப்பிடலாம்:

மடை	-	பொங்கல்
குளிர்த்தி	-	பொங்கல்
பொங்கல்	-	சங்காபிடேகம்

மூன்று: படையல் மரபிலும் சம்ஸ்கிருதமயம் வளர்ந்துவிட்டதைக் கள ஆய்வில் அறிய முடிந்தது. யாழ்ப்பாணத்து மாரியம்மன் கோவில்களில் முன்னர் உயிர்ப்பலி இடுதல், மீன், மாமிசம், குடிவகை போன்றவை படைக்கப்பட்டன. 1980களுக்குப் பிறகு இவை படிப்படியாகக் குறைந்து பொங்கலிடுதல், மடைபரவுதல், குளிர்த்தி செய்தல் என மாற்றம் பெற்றன. பிற்காலத்தில்தான் சிவாகம முறைப்படி ஆலயங்களில் பிரதிஷ்டை செய்வதும் மகோற்வசம் செய்வதும் நீர்க்கஞ்சி, பொங்கல், குளிர்த்தி செய்வது போன்ற மாற்றங்கள் ஏற்பட்டன. எனினும் இன்றும் சில கோயில்களில் மிருகப் பலி நடைபெறுகிறது.

கோயில் திருவிழாக்களில் காத்தவராயன் கூத்து, கோவலன் கண்ணகி கதை, வசந்தன் கூத்து, காமன் கூத்து, இந்திர விழா போன்ற நிகழ்த்துக் கலைகள் யாழ்ப்பாணத்திலும் மட்டக்களப்பு, வன்னிப் பிரதேசக் கோயில்களிலும் நடைபெறுகின்றன. பங்குனி, சித்திரை, வைகாசி மாத விழாக்களில் இவை சிறப்பாக நடைபெறுகின்றன. எனினும் ஆரம்ப காலங்களில் விடிய விடிய இடம் பெற்ற இக்கூத்து வழிபாடுகள் இன்று சுருக்கமாக நடைபெறுகின்றன. இந்தக் கூத்து ஆற்றுகையுடன் தொடர்புடையவர்களை 'அண்ணாவியார்' என்று மக்கள் அழைக்கின்றனர். இத்தகைய வழக்கத்தைத் தமிழகத்தில் அதிகம் காண முடியவில்லை.

இலங்கையின் வடக்கு, கிழக்கு மாகாணங்களில் பள்ளி மாணவர்களுக்கான தமிழ்த் திறப் போட்டிகளில் இக்கூத்துகள் இன்றும் போட்டிக்கான கலையாக எடுத்துக்கொள்ளப்படுகின்றன. பள்ளி மாணவர்கள் மிகவும் ஆர்வத்துடன் பங்கேற்று இவற்றை நிகழ்த்துகின்றனர். சுன்னாகம் ஸ்கந்தரோதயாக் கல்லூரி ஆசிரியர்கள், மாணவர்களுடன் நேரில் கலந்துரையாடியபோது இதை அறிய முடிந்தது. இத்தகைய மரபுத் தொடர்ச்சி அங்கிருப்பது பெருமையாக இருந்தது.

சுன்னாகம், இணுவில், வடமராட்சி, நயினாத்தீவு உள்ளிட்ட பல பகுதிகளுக்கு ஆசிரியர்கள், மாணவர்களுடன் நான் நேரில் சென்று வந்த பிறகு யாழ்ப்பாணப் பகுதிக்குரிய வழிபாட்டு மரபு குறித்து அறிய முற்பட்டேன். இங்குள்ள வழிபாட்டு மரபும் மற்ற பண்பாட்டுக் கூறுகளைப் போலவே அதன் தனித்துவத்தைக் காட்டுவதாக உள்ளது. யாழ்ப்பாணத்தில் சாதிக்கு ஒரு தெய்வம் எனும் நிலையில் சாதித் தெய்வங்கள் (குலதெய்வங்கள்) இருக்கின்றன. பள்ளர்கள் அண்ணன்மாரை வழிபடுகின்றனர். பறையர் வல்லியக்கனைக் கும்பிடுகின்றனர். வண்ணார் பெரிய தம்பிரானை வணங்குகின்றனர். குயவர், பண்டாரம் இருவரும் பிள்ளையாரை வழிபடுகின்றனர். தட்டார் நாச்சியாரை வழிபடுகின்றனர். கொல்லர், நட்டுவர், தச்சர் ஆகிய மூவரும் காளி அம்மனை வழிபடுகின்றனர். தச்சர் குறிப்பாகப் புது வீடு கட்டினால் 'தச்சன் காளிப்பொங்கல்' பொங்குகின்றனர். பிராமணர்கள், சைவ குருக்கள், வெள்ளாளர் ஆகியோர் சிவன், முருகன், விஷ்ணு, துர்க்கை அம்மன் ஆகிய தெய்வங்களை வணங்கு கின்றனர்.

நாங்கள் சென்று வந்த பகுதிகளில் குயவர், பண்டாரம் இருவருக்கும் பிள்ளையார் குலதெய்வமாக இருந்தாலும் மற்ற சாதியார் பிள்ளையா ருக்குத் தனிக் கோவில் கட்டி வழிபடுகின்றனர். இதனால் பிள்ளையார் அச்சாதிப் பெயராலேயே அழைக்கப்படுகின்றனர். 'குசவப் பிள்ளையார்', 'கோவியப் பிள்ளையார்', 'வெள்ளாளப் பிள்ளையார்', 'பண்டாரப் பிள்ளையார்', 'தச்சப் பிள்ளையார்' எனச் சாதிவயப்பட்ட பிள்ளையார் களைக் காண முடிந்தது.

சாதிய வழிபாட்டு முறைகளில் செல்வ சந்நிதி முருகன் கோவில் வழிபாட்டு முறை தனித்துவமானது. சமூகவியல் மாணவர்ளுடன் தொண்டமானாறுக்குத் தனிப்பேருந்தில் போய் இறங்கியதும் வாய் கட்டிய பூசாரிகளை அங்குள்ள செல்வ சந்நிதி முருகன் ஆலயத்தில் பார்த்தோம். இவர்கள் மரபுவழி வந்த கரையார் சமூகத்தைச் சேர்ந்தவர்கள். வாய் கட்டியே பூசை செய்தார்கள். அதாவது மந்திரங்கள் இங்கு முதன்மை பெற்றிருக்கவில்லை. இவர்களை யாழ்ப்பாணத்தில் 'கப்புறாளை' என்று சிறப்பாகச் சொல்வார்கள். இவ்வாறு வாய் கட்டிப் பூசைசெய்யும் முறை இலங்கையில் மட்டக்களப்பு பகுதியில் உள்ள 'மண்டூர் கந்தசுவாமி' கோவிலிலும் கதிர்காமத்திலும் உண்டு.

கதிர்காமத்தில் இன்றும் வேட்டுவ மரபில் வந்தவர்கள் பூசை செய்யும் முறையும் காணப்படுவதைச் சமூகவியல் பேராசிரியர்கள் எனக்குச் சொன்னார்கள். கதிர்காம முருகன் கோவில் தங்களுக்குச் சொந்தமென இப்போது சிங்களவர்கள் முனைகின்றனர். முருகன்

பெயரைச் சிங்கள மரபிற்கேற்ப 'கதரகம தெய்யோ' எனப் புதுத் தோன்மத்தை உருவாக்கியுள்ளனர். கண்டியில் உள்ள முருகனைப் பௌத்த வர்த்தகர்கள் 'கதரகம தெய்யோ' என்றே வழிபடுகின்றனர். கண்ணகி 'பத்தினித் தெய்யோ' என்றும் பிள்ளையார் 'கணபதி தெய்யோ' என்றும் இன்னும் பல இந்துக் கடவுள்களைப் பௌத்தமயப்படுத்தி வழிபடுவதன் வரலாற்றையும் இங்கு செய்யப்பெற்ற ஆய்வுகளின் வழி அறிந்துகொண்டேன்.

இவற்றைவிடப் பரராச கேசரப் பிள்ளையார், செகராசசேகரப் பிள்ளையார், நல்லூர் கந்தசுவாமி கோவில், வீரமாகாளியம்மன் போன்ற கோயில்கள் யாழ்ப்பாணத் தமிழ் மன்னர்களின் வரலாற்றுடன் தொடர்பு கொண்டுள்ளன. மேலும், நகுலேஸ்வரம் சிவன் கோவில், மாவிட்டபுரம் முருகன் கோயில் தென்னிந்திய மன்னர்களின் வரலாற்றுக் கதைகளுடன் இணைந்தனவாக இன்றும் வழிபடப்பட்டு வருகின்றன என்பதையும் விரிவாக அறிந்துகொண்டேன்.

தொல்லியல் அழிவு

யாழ்குடா நாடு தொல்லியல் சான்றுகள் நிறைந்த பகுதியாகும். திராவிட நாகரிகத்தின் மிக முக்கியமான சான்றுகள் இங்கிருப்பதைக் கந்தரோடைக்குச் சென்றபோது அறிந்துகொள்ள முடிந்தது. கந்தரோடை யாழ்குடா நாட்டின் சுன்னாகப் பிரதேசத்தில் உள்ளது. இது யாழ்ப்பாணத்திலிருந்து வடக்கே அண்ணளவாக 15 கிலோ மீட்டர் தொலைவில் உள்ளது. பெருங்கற்கால மக்கள் கந்தரோடையில் வாழ்ந்ததற்கான சான்றுகள் வெகுவாகவே கிடைக்கின்றன. கந்தரோடையில் கிடைத்த நாணயங்கள் தென்னிந்தியாவுக்கும் யாழ்ப்பாணத்திற்கும் இடையே இருந்த வர்த்தகப் பண்பாட்டுத் தொடர்புகளைக் காட்டுகின்றன. கிரேக்க உரோம நாடுகளுடன் கந்தரோடை கொண்டிருந்த தொடர்பையும் அகழாய்வுகள் வெளிப்படுத்தியுள்ளன. தமிழ் பௌத்தர்கள் வாழ்ந்த கந்தரோடையை இப்போது சிங்களமயமாக்கும் வகையில் 'கத்துறு கொட' என்று அழைக்க முயல்வது நம்மை அதிர்ச்சியடையச் செய்கிறது.

பின்னுரை

நான் யாழ்ப்பாணத்திற்குப் போன காலம் போர் முடிந்து பரபரப்பாக இருந்த நேரம். யாழ்ப்பாணப் பல்கலைக்கழகத்தில் நான் தங்கியிருந்த போது மாணவர்களுடன் பல வேளைகளில் கலந்துரையாடினேன். அவர்கள் போர் நடைபெற்ற காலத்திலும் போருக்குப் பிந்தைய காலத்திலும் யாழ்ப்பாணப் பல்கலைக்கழகம் தமக்குப் பல்வேறு

வகையில் உதவிவருவதைக் குறிப்பிட்டனர். குறிப்பாக மாணவர்களுக்கு நண்பகல் உணவு வழங்குதல், வெளிநாட்டிலிருந்து வந்த உதவித் தொகைகளைப் பகிர்ந்தளித்தல், அகதி முகாம்களிலும் மறுவாழ்வு முகாம்களிலும் கல்வியைத் தொடராது இடைநிறுத்திய மாணவர்களை அங்கிருந்து வெளியே எடுத்து சிறப்பு வகுப்புகள் நடத்துதல் போன்ற இன்னோரன்ன சேவைகள் அனைத்தையும் நேரில் கண்டபோது நான் நெகிழ்ந்துபோனேன். பல்கலைக்கழகத் துணை வேந்தர் சண்முகலிங்கன் தாயும் தந்தையுமாய் நின்று இரவு பகல் பாராமல் இம்மாணவர்களுக்காகத் தம்மை அர்ப்பணித்துக்கொண்டதை நேரில் பார்த்தேன். யாழ் பல்கலைக்கழகம் சமூகத்தின் பல்கலைக் கழகமாகப் புதிய பரிமாணம் பெற்றிருந்ததையும் கண்டேன்.

இன்னொருபுறம் யாழ்ப்பாணத்தின் நினைவுகள் தமிழ்ப் பண்பாட்டின் நீண்ட நெடிய அறுபடாத மரபை நம்முன் கொண்டு வருகின்றன. யாழ் நகரமும் சரி, யாழ்குடா நாடும் சரி, பழமை மாறாமல் பண்பாட்டைப் பேணிவரும் பிரதேசமாகக் காணப்படு கின்றன. யாழ் பல்கலைக்கழகத்தில் நான் இருந்தபோது கலை வரலாற்றுத் துறையினர் ஏற்பாடு செய்திருந்த குத்துவிளக்குக் கண்காட்சியைத் தொடங்கி வைக்குமாறு அழைத்தார்கள். உண்மை யிலேயே வியந்து போனேன். எத்தனை விளக்குகள்; எத்தகைய மரபு. கண்காட்சியில் பனங்காய் பணியாரம் செய்து வழங்கினார்கள். நிகழ்வில் மரபைக் காட்டும் அம்சங்களே நிறைந்திருந்தன.

யாழ்ப்பாணத்தில் இன்று நாம் காணுகின்ற நவீனத்துவம் பண்பாட்டு மரபைப் பெரிதும் அழித்து விடவில்லை என்பதையும் நான் நுட்ப மாக உணர்ந்துகொண்டேன். ஆனால் ஒரு சோகம் என்னைவிட்டு நீங்கவில்லை. யாழ்ப்பாணத்தின் பெரும்பகுதி மக்கள் கனடாவிற்கும் பிற மேலை நாடுகளுக்கும் புலம்பெயர்ந்துவிட்டார்கள். இதன் விளைவாக ஆரம்ப காலத்தில் 8 லட்சத்திற்கும் அதிகமான மக்கள் வாழ்ந்த யாழ்ப்பாணப் பிரதேசத்தில் தற்போது 5 லட்சம் மக்கள்தான் வாழ்கின்றார்கள் என்று பத்திரிகையின் வாயிலாக அறிந்தபோது என் மனம் வெதும்பியது. இது யாழ்ப்பாண மக்களின் வாழ்வுரிமையுடன் தொடர்புபட்ட கல்வி, பொருளாதாரம், அரசியல் பங்கேற்பில் தாக்கம் செலுத்துமானால் பாரிய மாற்றங்கள் நிகழக்கூடும்.

யாழ்ப்பாணத்து நினைவுகள் 183

12

நாட்டார் வழக்காறுகளின் வரலாற்றியல்: தொழில்நுட்ப வரலாற்று வரைவியல்

வழக்காறுகள் (lores) நமது சூழலில் பழங்குடி வழக்காறுகள், நாட்டார் வழக்காறுகள், தொழிற்சமூக வழக்காறுகள், பிந்தைத் தொழிற்சமூக வழக்காறுகள் என்னும் நிலையில் படிநிலைப்பட்டுள்ளன. இந்நான்கு படிநிலைகளும் ஒரு தொடர் வரிசையில் பரிணமித்தவையாக, தொடர்ந்து இடைவினை புரிவதாக, பரஸ்பரம் பாதித்துக்கொள்வதாக, மாற்றம் பெறுவதாக இருந்து வருகின்றன. இந்த நான்கு படிநிலைகளில் அமைந்திருக்கிற நாட்டார் வழக்காறுகள் அவற்றிற்கேயுரிய தனித்தன்மை யோடு அசைவியக்கம் கொண்டிருப்பினும் இன்றைய மின்னணு யுகத்தோடு இவை பெறுகின்ற அசைவியக்கத்தை ஆராய்வதே இவ்வியலின் களமாக அமைகின்றது. இருப்பினும் இதற்கு முந்தைய கட்டங்களையும் இது சுருக்கமாகக் கவனஞ் செலுத்துகிறது.

மின்னணு வழக்காறுகள் பற்றிய பண்பாட்டுப் புரிதல்கள் பரந்த களங்களைக் கொண்டதாகும். ஏற்கனவே நமது சூழலில் நாம் கவனம் செலுத்திவருகிற வழக்காறுகள் எவ்வாறு மின்னணு யுகத்தின் சூழலுக்கு ஆட்படுகின்றன என்பது ஒரு களமாகும். மின்னணு ஊடகங்கள் வழக்காறுகளைத் தன்வயப்படுத்தும் நிலையில் எழுகின்ற புரிதல் இன்னொரு களமாகும். தொழில்நுட்பமயமாக்கத்தில் நாட்டார் வழக்காறுகளைப் புரிந்துகொள்ளுதல் இன்னொரு நிலைப்பாடாகும். இன்று வழக்காறுகள் இடம், மொழி, பண்பாடு ஆகிய எல்லைகளைக் கடந்து செல்லும் சூழலில் அடையும் அசைவியக்கம் வேறொரு களமாக அமைகின்றது. அடுத்து, தொழிற்சமூகத்திற்குப் பிந்தையச் சூழலாக இன்று உருவெடுத்துள்ள நவீன வாழ்க்கை முறைக்கு ஆட்பட்டுள்ளவர்களின் பண்பாட்டுச் சூழலில் தோன்றியுள்ள புதிய, நவீன வழக்காறுகளைப் புரிந்துகொள்ளுதல் மற்றுமொரு களமாக அமைகின்றது. இவ்வகையாகப் பருநிலையில் இனங்காணப்பட்ட இச்சூழல்களுக்கு இடைப்பட்ட நிலையில் காணப்படும் சூழல்களின்

வழக்காறுகளைப் புரிந்துகொள்வதும் இதன் பரந்த களமாக அமைகிறது. ஆக, பழங்குடி வாழ்வு தொடங்கி பிந்தைத் தொழிற்சமூகச் சூழல் வரையுள்ள வாழ்வு முறையில் வழக்காறுகள் மின்னணு யுகத்தின் பாற்படும் அசைவியக்கத்தை முழுமையாக இனங்காணுதல் அவசிய மாகிறது.

இவ்வியலானது மேற்கூறிய கருத்துநிலைகளைப் பண்பாட்டுத் தளத்திலிருந்து கவனஞ்செலுத்துகிறது. வழக்காறுகளுக்கும் மின்னணு ஊடகங்களுக்குமான இடைவினை, வழக்காறுகளின் மின்னணுவய மாக்கம், மின்னணு ஊடகத்தில் மரபு வழக்காறுகளின் தன்மை, தொழிற் சமூகத்தின் மின்னணு வழக்காறுகள், பிந்தைத் தொழிற்சமூக அமைவில் மின்னணு வழக்காறுகள், இவை போன்ற பிறவற்றைத் தனித்தனியாகத் தேர்வு செய்து அணுகாமல், பண்பாட்டின் படிமலர்ச்சியில் வழக்காறு களின் பொருத்தப்பாட்டையும் இயைபுப் போக்கையும் அணுகும் நிலையில் இன்றைய பிந்தைத் தொழிற்சமூக வாழ்வின் வழக்காறுகள் எவ்வாறு முற்றிலும் மின்னணுவயப்பட்டுள்ளன எனும் போக்கில் ஒரு படிமலர்ச்சி (evolution) அணுகுமுறையுடன் இதனை அணுகுகிறது. தொடர்பு ஊடகத்தின் ஆரம்பநிலையிலிருந்து இதனைக் கோடிட்டுக் காட்டி இன்றைய நிலை வரை ஒரு பரிணாமவியல் போக்கில் வழக் காறுகள் வழியிலான பண்பாட்டு அசைவியக்கத்தை விவாதிக்கிறது.

முதலில் கீழைத்தேய நாகரிகத்திற்கும் மேலைப்புல நாகரிங்களுக்கு மான அடிப்படை மாறுபாடு தொடங்கி, வாய்மொழிப் பண்பாடு ஊடாக, எழுத்தறிவுப் புரட்சி, அச்சுப் புரட்சி ஊடாக, மின்னணு யுகத்தின் தகவல் தொடர்பு முறையில் காணப்படும் பண்பாட்டு அசைவியக்கம் ஆராயப்பெறுகிறது.

முதலில், பழைய உலக நாகரிகங்களுக்கும் புத்துலக நாகரிகங்களுக்கு மான அடிப்படை வேறுபாட்டை அறிவதிலிருந்து ஊடகத்துக்கான புரிதலைத் தொடங்குவோம்.

பழைய உலகமும் புத்துலகமும்: தொழில்நுட்பத்தை முன்வைத்து நாகரிகங்களின் எதிரும் புதிருமான நிலை

இன்றைய தொழில்நுட்பத்தின் வரலாற்றைப் பழைய உலகப் பகுதிகளில் தோன்றிய நாகரிகங்களுக்கும் புத்துலகப் பகுதிகளில் ஏற்பட்ட நாகரிகங்களுக்குமான துருவ மாறுபாடுகளாக இனங்காண வேண்டி யிருக்கிறது. இந்தியத் துணைக்கண்டத்தின் பண்பாட்டுப் படிமலர்ச்சி நீண்ட நெடிய அறுபடாத தொடர்ச்சியைக் கொண்டதாகும். பழைய உலகப் பகுதிகளில் தோன்றிய ஐந்து பெரும் நாகரிகங்களில் ஒன்றான

சிந்துவெளி நாகரிகம் இத்துணைக் கண்டத்தில் சில தனித்தன்மைகளுடன் ஓர் உயர்ந்த இடத்தைப் பெற்றிருக்கிறது.

நாகரிகத்தின் அளவுகோல்களாக நகர உருவாக்கம், மக்கள் தொகைப் பெருக்கம், மைய உற்பத்தி, கலைகளின் வளர்ச்சி, தொழில்நுட்ப வளர்ச்சி, ஒலிசார் நெடுங்கணக்கு ஆகியவை முன்வைக்கப்படுகின்றன. எனினும், இந்தத் துணைக் கண்டம் உள்ளிட்ட பழைய உலக நாகரிகங்கள் நீர்ப்பாசன வேளாண் நாகரிகம் என்றே வரையறுக்கப்படுகின்றன. நீர்ப்பாசன வேளாண்மை ஒரு முக்கிய அளவுகோலாக அமைகிறது.

நீரின் பயன்பாட்டுக்கான அறிவு முறையை வாழ்வாதாரத்தின் அடிப்படையாக இணைத்ததன் வெளிப்பாடாக நீர்ப்பாசன வேளாண் நாகரிகம் உருவானது. சோழர் காலம் வரை நீர்ப்பாசன மேலாண்மை நமது சூழலில் கூறாக்க முறையாக (segmentary system) உருவாக்கப்பட்டு நிர்வகிக்கப்பட்டது. இம்முறை ஒரு புதிய உயரத்தைக் கண்டது. இவ்வாறாக, நீர்ப்பாசன வேளாண் நாகரிகங்கள் அவற்றின் உச்சத்தை அடைந்துவிட்ட பின் அவை ஒரு தேக்கத்தைக் கண்டன. இந்நிலையில் இந்தியத் துணைக் கண்டத்திற்குரிய சமூக முறையை கார்ல் மார்க்ஸ் 'தேக்கநிலைச் சமூகம்' என்று வரையறுத்தார். பழைமைச் சமூகங்களில் காணக்கூடிய 'கடப்பாடுடைய ஒன்றியம்' (mechanical solidarity) இவ்வகைச் சமூகத்தின் அமைப்பாக இருந்தது. பரஸ்பர ஊழியமும் சேவையும் இவ்வகை ஒன்றியத்தில் அடிப்படைகளாகும்.

பழைய உலகப் பகுதியின் உச்சகட்டம் நீர்ப்பாசன வேளாண் நாகரிகமாக அமைய, புத்துலகப் பகுதியில் மக்களின் கலப்புக் குடியேற்றமும் அதனையொட்டிய வளர்ச்சியும் தொழிற்பெருக்கத்திற்கு வித்திட்டன. இத்தொழிற் பெருக்கம் தொழிற்புரட்சியாக உருவாகி இதன்வழி மாற்று முறையிலான சமூக உருவாக்கத்திற்கு வழிவகுத்தது. இத்தொழிற் சமூகங்களின் தொடர்ச்சியான தொழில்நுட்ப வளர்ச்சியால் இன்று அது 'தொழில்நுட்பம் மையமிட்ட நாகரிகம்' எனும் நிலையை அடைந்திருக்கிறது. இதில் 'கடப்பாடற்ற சமூக ஒன்றியம்' (organic solidarity) ஒரு புதிய சமூக அமைப்பாக உருவெடுத்தது. பரஸ்பர பரிமாற்றமும் எதிர்பார்ப்பும் பங்குபணியும் இதில் ஏற்படவில்லை. பணத்திற்குப் பொருள்; பணத்திற்கு உழைப்பு எனும் முறை உருவாகியது.

பழைய உலக நாகரிகத்தின் உச்சகட்டமும் புத்துலக நாகரிகத்தின் உச்சகட்டமும் அந்தந்தக் கால அறிவு வளர்ச்சியின் வெளிப்பாடு என்று பொதுமைப்படுத்தி அமைதியடையலாம் என்றாலும், இன்றைய உலக வாழ்வின் ஒழுங்கமைவை வடிவமைக்கக்கூடிய சக்தியாக புத்துலகின் 'தொழில்நுட்ப மையமிட்ட நாகரிகம்' அசுர வளர்ச்சி கண்டிருக்கிறது.

இந்தியச் சூழலைப் பொறுத்தவரை, கார்ல் மார்க்ஸ் இந்தியச் சமூகத்தைத் 'தேக்கநிலைச் சமூகம்' என வரையறுத்துப் பேசினாலும், இத்தேக்கநிலை ஆங்கிலேய இந்தியாவில் ஒரு புதிய அசைவியக்கத்திற்கு ஆட்பட்டது. தொழில்மயம், நகரமயம், மேற்கத்தியமயம் ஆகிய மூன்று 'மய'ங்களுக்கு ஆட்பட்ட இந்தியச் சமூகம் புதிய அசைவியக்கம் பெற்றுவந்தது. விடுதலைக்குப் பின்னர் அது பல நிலைகளில் கூர்மைப் பட்டது. அதன் தொடர்ச்சியாக, கடந்த இரண்டு பத்தாண்டுக் காலமாக உலகமயச் சூழலின் அசைவியக்கங்களுக்கும் இடம் கொடுத்துள்ளது. விரும்பியும் விரும்பாமலும் மாற்றத்தின் பிடியில் இது கிரகிக்கப் பட்டிருக்கிறது.

தகவல் தொடர்பு முறைகளும் பண்பாட்டுப் படிமலர்ச்சியும்

1. வாய்மொழிப் பண்பாடுகள்

தகவல் தொடர்பு முறையைப் பொறுத்தவரை மனித குலமானது நீண்ட காலமாக வாய்மொழிப் பண்பாட்டையே கொண்டிருந்தது. வாய் மொழிப் பண்பாட்டில் நேருக்குநேர் உறவே அடிப்படையானது. அறிவு அனைவருக்கும் பொதுவாக அமைந்தது. என்றாலும் பிரத்தியேக மாக, சிலர், குறிப்பாக மாந்திரீகன், பெரிய மனிதன், மருத்துவன், இனத்தலைவன் எனப்படுபவர்கள் இனவரலாறு, இனத்தொன்மங்கள், அனுபவ அறிவு போன்றவற்றைக் காப்பவர்களாக இருந்தனர்.

வாய்மொழிப் பண்பாட்டைக் கொண்டிருந்த இவர்கள் அறிவைப் பேணுவதற்கு மனப்பாடமுறையை வழிமுறையாகக் கொண்டிருந்தனர். பழமொழிகளும், செய்யுள் ஊடகத்தில் அமைந்த பிற வாய்மொழி வகைமைகளும் மனப்பாடத்தைச் செய்வதற்கான வடிவங்களாக அமைந்தன. வாய்மொழிப் பண்பாடுகளைக் கொண்ட சமூகங்களில் தொன்மமும் வரலாறும் இரண்டறக் கலந்தே பேசப்பட்டன. மந்திர எதார்த்தம் எனக்கூடிய மந்திரம் சார்ந்த நடைமுறை அவர்களின் வழக்காறுகள் முதற்கொண்டு அறிவுமுறை அனைத்திலும் காணப் பட்டது.

எழுத்தறிவு வந்த பின்னருங்கூட அது வாய்மொழியிலான பண்பாட்டுத் தன்மையை அடியோடு அழித்துவிடவில்லை. குடும்பங்கள், நண்பர்கள் வட்டம், வாழிடத்தைச் சுற்றியிருப்பவர்களுடன் ஏற்படும் அண்டையம் போன்ற இன்னும் பிற தளங்களில் வாய்மொழிப் பண்பாடே இன்றும் முதன்மை பெறுகிறது. இது இன்றைய மின்னணு யுகத்திற்கு ஆட்பட்டுள்ள சிதறிய புலப்பெயர்வுச் சமூகத்தாரிடம் கூடக் குறைந்த அளவு காணப்படுவதாகவே உள்ளது.

வாய்மொழிச் சமூகங்கள் மெல்லமெல்ல எழுத்தறிவுச் சமூகங்களாக மாறின. குரங்கினத்திலிருந்து மனிதன் தோன்றினான். என்றாலும் இன்னும் குரங்கினங்கள் நிலைபெற்றிருப்பது போலவே எழுத்தறிவுச் சமூகங்கள் தோன்றிய பின்னரும் வாய்மொழிச் சமூகங்கள் நிலைபெற்று வந்துள்ளன; வந்துகொண்டிருக்கின்றன.

2. எழுத்தறிவுப் புரட்சி

எழுத்தறிவுப் புரட்சி, தகவல் தொடர்பு முறையில் ஏற்பட்ட முதல் புரட்சியாகும். ஒலிசார் எழுத்துமுறை கீழைத் தேசத்தில் 3,000 ஆண்டுகளுக்கு முன்னரே ஏற்பட்டிருந்தாலும், ஒலி சாராத எழுத்து முறைகளாக உருவான சுமேரிய, எகிப்திய, சீன முறைகளில் ஒவ்வொரு குறியீடும் ஒரு சொல்லாகக் கருத்துப் புலப்படுத்தியது. பழம்பெரும் சீன முறையில் 50,000 குறியீடுகள் உள்ளன என்றும் இதனைக் கற்று முடிப்பதற்கு 20 ஆண்டு காலம் வரை ஆகிறது என்றும் கூறப்படும்.

ஒலிசார் நெடுங்கணக்கில் குறிப்பீடுகள் ஒலிகளாக அமைவதால் சொல்லும் பொருளும் உணர்த்துவதற்கு எளிமையாகிவிடுவதால் கற்பதற்கும் எளிதாகிவிடுகிறது. ஆகவே வெகுஜன எழுத்தறிவுநிலை இதனால் ஏற்படுகிறது என்பர். இது ஒரு வகையில் போலிக் கூற்றாக இருந்து வருகிறது. இது முதன்முதலில் கிரேக்கத்தில் மட்டுமே ஏற்பட்டது. அதிலுங்கூட அடிமைகளும் பெண்களும் விதிவிலக்காயினர். சுயமான ஆண்களே எழுத்தறிவு பெற்றனர். நெடுங்கணக்கு சார்ந்த வரிவடிவம் (alphabetic scripts) தோன்றி வளர்ந்த பிறகே எழுத்து வடிவிலான பண்பாட்டை எட்டமுடிந்தது. இதன்வழி ஏற்பட்ட எழுத்தறிவு என்பதே பின்னாளில் நவீனத்துவத்திற்கு முந்தைய சமூகங்களிலிருந்து நவீன சமூகங்களைப் பிரிக்கும் அளவுகோலாக மாறியது. அதன் பின்னரே எழுத்தறிவுச் சமூகம், எழுத்தறிவற்ற சமூகம் என்பன போன்ற அடையாளப்படுத்தல்கள் தோன்றின.

3. அச்சுப் புரட்சி

தகவல் தொடர்பு முறையில் இரண்டாவது புரட்சியாக ஏற்பட்டது அச்சு ஊடகமாகும். 15 ஆம் நூற்றாண்டில் ஜான் குட்டன்பெர்கு என்பவர்தாம் எழுத்து வகையிலிருந்த தகவல் தொடர்பை முற்றிலும் மாற்றி, அச்சு வடிவமானதாகப் புதிய தளத்திற்குக் கொண்டு வந்தார். கையெழுத்துச் சுவடிகளை அச்சு வடிவங்களாக மாற்றிய தொழில்நுட்ப வளர்ச்சி எழுத்தறிவித்தலில் மிகப் பெரும் ஜனநாயகத் தன்மையை உருவாக்கியது.

தகவல் தொடர்பு முறையில் அச்சு ஊடகம் சாதித்தது என்ன என்று நோக்கும்போது, அது ஒரு தொடர்புச் சமூகத்தைக் கட்டமைத்தது. அச்சு ஊடகம் வருவதற்கு முன்னர் வெவ்வேறு வட்டாரத்தில் வாழ்ந்த வர்கள் ஒருவருக்கொருவர் நேருக்கு நேர் சந்தித்து உறவாடியவர்களாக இல்லை; வலுவான பிணைப்பைக் கொண்டிருக்கவில்லை. இவர்கள் ஏதாவது ஓர் ஊடகத்தின் வழி இணைக்கப்பட முடியும் என்ற உணர்வை அடையக் கூடியவர்களாக வாழ்ந்தவர்கள். அச்சு ஊடகம் இவ்வாறு இருந்தவர்களை ஒரு தொடர்புச் சமூகமாக இணைத்தது. ஒரு பரந்த பிரதேசம் அல்லது மாநிலம் என்னும் நிலப்பரப்பில் வாழ்ந்தவர்கள் அச்சு ஊடகத்தால் ஒரு பரப்புக்குரியவராக அடையாளப்படுத்தப் பட்டனர்; ஒன்றிணைக்கப்பட்டனர். மொழிவழி இது சாத்தியப் பட்டது. மொழியின்கண் காணப்பட்ட பல்வேறு கிளைமொழிகளின் வேறுபாடுகள் குறைந்து, ஒரு தர மொழி உருவாக்கமும் இதனால் வலுப்பெற்றது.

இந்த ஊடகம் வருவதற்கு முன்னர் வணிகர்கள், அரசு அதிகாரிகள், சமய போதகர்கள், புலவர்கள், நிகழ்த்துக் கலைஞர்கள் போன்றவர்களால் மட்டுமே நெடுந்தொலைவுத் தொடர்புகள் நிகழ்ந்தன. ஆக, அச்சு ஊடகம் ஒரு பரந்த எல்லைகொண்ட பெரும்பரப்புச் சமூகம் (territorial community) உருவாகுவதற்கு வழியமைத்தது. இதனையடுத்து இவ்ஊடகம் பெரும் தேசம் என்னும் பரப்பில் வாழ்ந்துவந்த மக்களை யும் ஒரு தொடர்புடைய பெருஞ்சமுதாயமாக இணைக்க முற்பட்டது. பண்பாடும் வழக்காறுகளும் இப்பெரும் பரப்பு முழுவதும் பரிச்சய மாக்கப்பட்டன; பரவலாக்கமும் பெற்றன.

4. மின்னணுப் புரட்சி

இது தகவல் தொடர்பில் ஏற்பட்ட மூன்றாவது பெரும் புரட்சியாகும். இது அறிமுகமான போது அமெரிக்காவிலும் சீனத்திலும் நடைமுறையில் நடந்த எதிரும் புதிருமான நிகழ்வுகள் கவனத்திற்கு உரியவை. அமெரிக்காவில் தொலைபேசியின் வரலாற்றைப் பதிவு செய்துள்ள கிளாட் பிஷர் *(1992)* மிகவும் சுவையான தகவல் ஒன்றைக் குறிப்பிடு கிறார். தொலைபேசியானது வணிகர்கள் அவர்களுடைய வியாபாரத்தை நடத்துவதற்குப் பெரிதும் உதவியாக அமையுமென்று அதன் தயாரிப்பு நிறுவனம் நம்பியது. ஆனால், ஊரகப் பெண்கள் தங்கள் வீடுகளுக்கு இத்தகு வசதி வேண்டுமெனப் பெரிதும் விரும்பித் தொலைபேசி இணைப்புகளைப் பெற்றமை எதிர்பார்ப்புக்கு மாறான வியப்பைக் கொடுத்தது என்கிறார். இதற்குக் காரணம் ஊரகப் பெண்கள் வெளியூர் களில் வாழும் தங்களின் உறவினைப் பேணுவதற்குத் தொலைபேசியைப்

பயன்படுத்த மிகவும் விரும்பியதாகக் கூறுகிறார். சுற்றமும் நட்பும் பேணுவதற்கு உதவிய இச்சாதனத்திற்குப் பின் இக்காலகட்டத்தில் எண்ணற்ற சாதனங்கள் வழியும் பிற மின்னணுச் சாதனங்கள் வழியும் தகவல் தொடர்புகள் மிகப் பெருமளவில் பெருகியுள்ளன.

இந்நிலையில் மின்னணு ஊடகமானது உடனடியாகத் தகவல் தொடர்பை ஏற்படுத்த வல்லதாக உள்ளது. இவையிரண்டையும் எல்லா எல்லைகளையும் தாண்டி உலகின் மறுகோடிக்குக் கண்மூடிக் கண் திறக்கும் நேரத்தில் சென்று சேர்ப்பதாக உள்ளது.

மின்னணு யுகத்தால் ஏற்பட்ட மாற்றங்களை அறிய இன்னுமொரு நிகழ்வைக் கவனிக்கவேண்டும். சீனத்தில் ஏற்பட்ட மாற்றம் மிக முக்கியமான மாற்றமாக உள்ளது. பொதுவுடைமைப் புரட்சி நிகழ்ந்த அரை நூற்றாண்டிற்குப் பின் சீனம் ஒரு மாபெரும் புரட்சியை எதிர் நோக்கி வந்துகொண்டிருந்தது. அது தகவல் தொடர்புப் புரட்சியாகும்.

காலங்காலமாக சீனத் தலைவர்கள் அறிவுக்கும் அரசியல் அதிகாரத் திற்கும் உள்ள தொடர்பை வலியுறுத்தி வந்துள்ளனர். இதனை அது வெகுவாகவே செயல்படுத்தி வந்திருக்கிறது. செய்திகளையும் அரசியல் பிரச்சாரத்தையும் அது தன்வசம் மட்டுமே முற்றுரிமையாகக் கொண்டி ருந்தது. ஆனால், தினாமேன் சதுக்கத்தில் மாணவர்கள் மேற்கொண்ட மாபெரும் கிளர்ச்சிக்குப் பின் அரசியல் மாற்றத்தை முன்வைக்காமல் (மக்களாட்சி) பொருளாதார மாற்றத்திற்குச் சீனம் ஆதரவு தெரிவித்தது.

அதனால், சீனத்தின் கொள்கைப் பிடிப்புடைய முற்றுரிமை நசுங்கத் தொடங்கியது. இதற்குத் துணை போகிய கள்வன் யார் எனில் தொழில்நுட்பம்தான். மழைக்கால காளான்கள், ஈசல்கள் போல இன்று செயற்கைக்கோள்கள் முளைத்துவிட்டன. பிபிசி செய்திகள் முதல் எம்டிவியில் மைக்கேல் ஜாக்சன் நிகழ்வு வரை கண்டுகளிக்கத் தொடங்கிவிட்டனர். சீன நாட்டு நிகழ்ச்சிகளைத் தவிர மற்ற நிகழ்ச்சிகளைக் காண காவல்துறை அனுமதி வேண்டுமென்று கட்டுப்பாடு விதிக்கப்பட்டது. அரசு சார்பில் வெளிவந்த இதழ்களில் வெளிநாட்டு நிகழ்ச்சிகள் பாலியல் சார்ந்தவை என்றும் அரசியல் அளவில் கருத்து மாறுபாடுகள் விளைவிப்பவை என்றும் விளம்பரப் படுத்தப்பட்டன.

ஆனால், மின்னணுக்களின் பயண வழியை யாராலும் தடுக்க முடியாது என்ற நிலையில் சீனர்களுக்குப் புதிய வாயில்கள் திறக்கப் பட்டன. தொலைக்காட்சிக் கருவிகளை விற்பனை செய்தவர்கள், காவல் துறையினர் உங்களிடம் வந்து எந்த நிகழ்ச்சிகளைப் பார்க்கிறீர்கள் என்று கேட்டால் 'நான் சீன மையத் தொலைக்காட்சி மட்டுமே

பார்க்கிறேன் என்று கூறவும்' என விற்பனை செய்தார்கள். இவ்வாறு ஒருவர் கூறினால் அது பொய் என்பதைப் போலீசார் உணர முடிந்தாலும் வெளிநாட்டு நிகழ்ச்சிகளைப் பார்த்திருப்பீர்கள் என்று அவர் வாதிட முடியாது. ஆக, போலீஸ் கண்காணிப்பு மிகுந்த சீன நாட்டில்கூட மின்னணு யுகத்தின் ஆக்கிரமிப்பையும் வெற்றியையும் தடுத்து நிறுத்த முடியவில்லை. தொழில்நுட்ப ஆக்கிரமிப்பால், உலகமே ஒன்றிணைந்து ஒரு சிறு பரிச்சயமுள்ள கிராமமாகச் சுருங்கி விட்டது.

மின்னணு வழியில் ஏற்பட்ட இத்தகவல் தொடர்புப் புரட்சி மூன்றாவது பெரும் புரட்சியைக் குறிப்பதாகும். ஒலிபரப்பும் முறையிலிருந்து இப்புரட்சி தொடங்குகிறது. இந்த மூன்றாவது பெரும் புரட்சியில் ஒருவழித் தொடர்பு, இருவழித் தொடர்பு இரண்டுமே சாத்தியமாக்கப்பட்டன. தொலைபேசி, கணினி வழியிலான தொடர்பு களுடன் (மின் அஞ்சல், குரல் தகவல், இணையதளக் கலந்துரையாடல் போன்றவை) இருவழித் தொடர்பு முறைகளும் (வாக்கி-டாக்கி, செயற்கைக்கோள் வானொலி) உருவாயின. இதில் நாம் மற்றவருடன் தொடர்புகொள்ளலாம். அவரும் நம்முடன் தொடர்புகொள்ள முடியும்.

ஆனால் டெலிஃகிராப், பழைய வானொலி, இன்றைய தொலைக் காட்சி, ஆடியோ-வீடியோ, சாதாரண மின்அஞ்சல், தொலைவரி போன்றவை யாவும் ஒருவழித் தொடர்பு முறைகளாக உள்ளன. ஆக, மின்னணுத் தொடர்பு முறைகள் இரண்டு நிலைகளில் பரிணமித்திருந் தாலும் இவற்றிற்கிடையே பொதுத்துன்மைகள் பல உண்டு. இப்பொதுத் தன்மைகள் மற்ற ஊடகங்களிலிருந்து மாறுபட்டவையாகும். சில முதன்மையான பொதுத்தன்மைகள் வருமாறு:

1. தீவுகளாகவும் திட்டுக்களாகவும் மிகவும் தொலைவான இடங் களில் தனித்தனியாக உள்ளவர்களைக் காலம் வீணாகாமல் ஒரே நேரத்தில் இணைக்கக்கூடியவையாக இவை அமைகின்றன. சிதறலான புலப்பெயர்வுச் சூழலாகிய நிலையில் பல கண்டங் களுக்குச் சென்று வேலை பார்க்கும் நபர்களுடன் தொடர்பு கொள்ளும் இன்றைய இந்தியர்களின் எதார்த்தத்தை இங்கு நினைவுபடுத்திக் கொள்ளலாம்.
2. பழங்காலத்தில் நேருக்கு நேர் உறவாடியபோது ஏற்பட்ட அன்னியோன்ய உணர்வுகளை இப்போது கண்டம் விட்டுக் கண்டம் சென்று பிரிந்திருக்கும் சூழலில் மின்னணுத் தகவல் தொடர்பு அத்தகைய உணர்வு நிலையை வெளிப்படுத்துவதற்கு உதவுகிறது.

எந்த ஒரு தொழில்நுட்பமும் ஒருவரிடமிருந்து மற்றவரைப் பிரிப்பதற்கு வெகுவாகவே பங்களித்து வந்துள்ளது. இதனை அறிவியல் பற்றிய மார்க்சியத் திறனாய்வு நீண்டகாலமாகப் பரிசோதித்து நிரூபித்துள்ளது. இங்குப் பிரிப்பது என்பது குழுவிலிருந்து தனிமைப்படுத்துவதையும், சமூகத்தில் படிநிலைப்படுத்துவதையும் குறிக்கிறது. இணையதளக் கலந்துரையாடல், கைபேசி, மின் அஞ்சல், குரல் தகவல் போன்ற வசதிகளை மேட்டிமைக் குடியினரே பயன்படுத்த முடியும் என்ற வர்க்கக் கட்டுப்பாடு இருந்தாலும், தொலைபேசியானது சாதாரண மனிதனும் பயன்படுத்துமளவிற்கு ஜனநாயகப்பட்டிருக்கிறது. பேருந்து நிலையங்களிலும் இரயில் நிலையங்களிலும் பொருத்தப்பட்டிருக்கிற தொடுதிரைத் தகவல் கணினி எல்லோருக்கும் இலவசம் எனினும், இதனைப் பயன்படுத்தும் அறிவுநிலையில் இத்தொழில்நுட்பம் மக்களை வர்க்கப் பாகுபாடாகப் பிரித்தே வைக்கிறது. எனினும், இன்றைய மின்னணுப் புரட்சியில் எல்லா எல்லைகளையும் தாண்டி உலகனைத்தும் தொடர்புகொள்ளக்கூடிய தொலைபேசி மட்டுமே அதிக அளவு ஜனநாயகத் தன்மையைப் பெற்றிருக்கிறது.

3. மின்னணுப் புரட்சியின் அடுத்த பொதுத் தன்மையை நோக்கும் போது, அது ஓரிடத்தில் நிகழும் நிகழ்வை அந்த நேரத்தில், அந்த இடத்தில் கூடியிருப்போர் மட்டுமே கண்டுகளிக்கக்கூடிய நிலைமையை மாற்றி நேரடி ஒளிபரப்பு முறையில் உலகனைத்துமுள்ளவர்கள் காணும் சூழலை ஏற்படுத்தியுள்ளதால் இது பண்பாட்டுத் தளத்தில் அனைத்துப் பண்பாடுகளையும் கடந்து செல்கிற (transcultural process), எல்லாப் பண்பாட்டினருக்கும் பரிச்சயமாகிற பரவலாக்கத்தை அடைகிறது. மேலும், உலகம் முழுவதும் சிதறலாகக் குடியேறியுள்ள மொழிவழி இனத்தாரை ஓரினப்படுத்துகிறது. மகாமகம் முதல் திருவண்ணாமலை தீபம் ஊடாக, தமிழ்ச் சினிமா கலைஞர்கள் நடத்தும் சிங்கப்பூர் கலை விழா, லண்டன் கலை விழா வரையிலான நிகழ்வுகள் உலகத் தமிழர்களைச் சென்று சேருகிறது. இது உலகந் தழுவிய தமிழ்ப் பண்பாட்டை ஊடுருவிச் செல்கிற (transculture) நிகழ்வாகும்.

மேற்கூறிய மின்னணு ஊடகங்களில் பண்பாட்டுச் சார்புடைய பொதுத்தன்மைகளை நோக்கும்போது மின்னணு ஊடகம் பண்பாட்டின் ஊடகமாகவே பெரிதும் பரிணமித்திருக்கிறது. இது இதற்கு முந்தைய ஊடகங்களைவிட இடம், காலம், இனம், மொழி, நாட்டு எல்லைகளையெல்லாம் கடந்து இணைக்கும் தன்மையைக் கொண்டிருக்கிறது. மேலும், இது வெகுஜனத் தன்மையை மேன்மேலும் அதிகப்படுத்தி வந்திருக்கிறது. பெருமளவு ஜனநாயகத் தன்மையையும் விரிவுபடுத்தியிருக்கிறது.

அச்சு ஊடகமானது புலவர்களின் வாய்மொழி மரபின் அதிகாரத்தைக் கட்டுடைத்து, பரவலாக்கத்தையும் ஜனநாயகத்தன்மையையும் விரிவாக்கியது என்றால், மின்னணு ஊடகம் அதனை மேலும் ஜனநாயகப்படுத்தியுள்ளது. அச்சு நூல்கள், நாளிதழ்கள் படித்தவரால் மட்டுமே அணுகப்படுபவை. மேலும் எழுதுதல் வழி நிகழக்கூடிய தகவல் தொடர்பானது முறைசார்ந்த படிப்பை மையமிட்டது. படித்தவர்களால் மட்டுமே நுகர முடியும்.

ஆனால் இன்றைய மின்னணு ஊடகமானது எழுதும் திறனை மையவிடுவதில்லை. குறிப்பாக, தொலைக்காட்சியும் தொலைபேசியும் மிகக் குறைந்த திறன் பெற்றிருக்கும் எந்த ஒருவராலும் பயன்படுத்தக் கூடியவை. பேசும் திறன் கொண்ட, கேட்கும் திறன் கொண்ட அனைவரும் பயன்படுத்தக்கூடிய ஊடகமாக மாறியிருப்பது இன்றைய தகவல் தொழில்நுட்பத்தின் முதன்மையான படிமலர்ச்சியாகும்; அசுர வளர்ச்சியாகும். மின்னணு ஊடகங்கள் வழி பண்பாட்டுப் புரிதல்களை ஏற்படுத்த முயலும்போது, சமூகத்தின் அமைப்பும் அதனுள் பகுதிகளாக அமைந்திருக்கும் சமூகக் குழுக்களின் பாகுபாடுகளும் எவ்வாறு தகவல் தொடர்போடு உறவுபெறுகின்றன என்பது ஆராய்வதற்குரியது.

இன்றைய தொலைத்தொடர்பு ஊடகத்தில் கணினித் தொழில் நுட்பமும் பிற மின்னணுத் தொழில்நுட்பங்களும் எளிய மக்கள் வரை எளிமையாகச் சேரும் வண்ணம் உற்பத்தி - நுகர்வு முறையில் கடன் வசதியுடன் விரிவாக்கம் செய்யும் வகையில் கட்டமைப்பு உருவாக்கப் பட்டிருக்கிறது. கடன் எல்லோருக்கும் கிடைப்பதற்காகவே வட்டிவீதம் பெருமளவு குறைக்கப்பட்டு வருகிறது. இன்றைய தொழில்நுட்பத்தின் சாதனையில் ஒன்றைக் குறிப்பிட்டுச் சொல்லவேண்டுமாயின், ஒரு இடத்திலுள்ள கருவியை இருந்த இடத்திலிருந்தே இயக்கும் வாய்ப்பை முக்கியமாகச் சொல்லலாம். அதுபோல, எந்தப் புயலிலும் தடங்கலின்றி ஒலிபரப்பைத் தொடரும் இணைய வானொலி இதன் வேறொரு நீட்சியாகும்.

இவ்வகை அமைப்பாக்கத்தைக் கொண்டுள்ள தொடர்பு ஊடகம் பண்பாட்டுத் தளத்தில் நிகழ்த்தும் புறநிலை அமைப்பாக்கங்களும் நம் கவனத்திற்குரியவை. இன்றைய வாழ்வு முறை என்பது தகவல் யுகமாக உள்ளது. செய்திகள் 24 மணிநேரமும் ஒளிப்பரப்பாகின்றன. இதற்கெனத் தனித்தனி அலைவரிசைகள் பெருகி வருகின்றன. இந்நிலையில் பெருந்திரளாக உருவாகியுள்ள வெகுஜன சமூகத்தில் ஏறக்குறைய ஒவ்வொருவரும் மின்னணுத் தகவல் பெறுபவராக மாறிவருகின்றனர். பிம்பங்களாகவும் குறியீடுகளாகவும் கருத்துக் களாகவும் பொழுதுபோக்கு நிகழ்வுகளாகவும் தமிழ் ஊடகங்களை

முழுவதும் நிரப்பிக் கொண்டிருக்கிற சினிமா நிகழ்வுகள் வெகுஜன மக்களைத் தகவல் சூழலுக்குள் சிக்க வைக்கின்றன. மின்னணு யுகத்தின் இப்புரட்சிப் போக்கு, மக்களிடம் 'பொதுக்கருத்து' ஏற்படுவதை முன் எப்போதும் இல்லாத அளவிற்கு விரைவுபடுத்தியுள்ளது. ஒரு நிகழ்வு குறித்துப் பல ஊடகங்கள் வழிச் செய்திகள் உடனடியாக 24 மணி நேரமும் பரப்பப்படுகின்றன. இதன் வழி மக்களிடம் விரைந்து நிகழும் பொதுக் கருத்தைப் பயன்படுத்திக் கொள்ள பல தரப்பினரும் இன்று முனைப்புடன் செயல்படுகின்றனர். அரசியல், சமயம், கல்வி, வணிகம் சார்ந்த தகவல் திணிப்புவழி ஏற்படும் 'பொதுக்கருத்து' உருவாக்கம் இன்றைய பண்பாட்டு அசைவியக்கத்தின் அடிப்படை ஒழுங்குமுறை களைப் பேணுவதில் தாக்கத்தை ஏற்படுத்துகின்றது.

கைது செய்யப்பட்டு நீதிமன்றங்களுக்கு வரும் தலைவர்கள் மின்னணு ஊடகத்தின் வழி கொடுக்கும் பேட்டிகளும் அறிக்கைகளும் அவர்களின் கட்சியினரையும் தொண்டர்களையும் ஊக்கப்படுத்து கின்றன. தகவல்களை வடிவமைப்பதன் வாயிலாக ஒரு மாற்றுக் கருத்து நிலையையும் உருவாக்க முடிகிறது. சதாம் உசேன், பின்லேடன், பாரக் ஒபாமா உள்ளிட்ட சமகாலப் பிரபலங்கள் குறித்த பொதுக்கருத்து மின்னணு ஊடகங்கள் வாயிலாக விரைந்து நிகழ்ந்துள்ளது.

சமகாலப் பண்பாட்டில் மின்னணு யுகம் செலுத்திவருகிற தாக்கத் தைப் பார்க்கும்போது, சமூகங்களுக்கிடையே அவற்றின் தனித்துவங் களைக் காக்கும் சுற்றுச்சுவர்கள் பல காரணிகளால் காக்கப்பட்டாலும் மனரீதியான ஓர் ஒற்றுமையை மின்னணு வெளி முன்னெடுத்துச் செல்கிறது.

அச்சு ஊடகம் சமூகத்தின் தரப்பிரிவுகளையும் அவற்றின் வேறுபாடு களையும் தக்க வைக்கின்றது. ஒவ்வொரு குழுவிற்கென்றும் தனித் தனியான நாளிதழ்கள், பருவ இதழ்கள், புத்தகங்கள், இன்ன பிற வடிவங்களில் அந்தந்தப் பிரிவினருக்கு ஏற்றபடி உருவாக்கப்படுகின்றன. இது ஒரு வகையான தர நிர்ணயம் ஆகும். இன்னொன்றையும் கவனிப்போம். காலங்காலமாகத் தத்துவ போதகர்கள், பலகலைக்கழகப் பேராசிரியர்கள், அரங்கங்கள், தேவாலயங்கள், பிற பண்பாட்டு நிறுவனங்கள் அமைந்த சில நகரங்கள் மட்டுமே பண்பாட்டுக்கான மையங்களாக இருந்தன. இவற்றிலிருந்து விலகிய ஊர்கள் விளிம்புநிலை மையங்களாகவே இருந்தன.

ஆக, அச்சு ஊடகம் தக்கவைத்து வருகின்ற தரப்பிரிவுகளும் சரி, மரபார்ந்த பண்பாட்டு நிறுவனங்கள் கட்டியமைத்த மையங்களும் சரி, இன்று அவை யாவும் மின்னணு யுகத்தால் மறையத் தொடங்கிவிட்டன.

மின்னணு ஊடகங்கள் தரப்பிரிவை நிர்ணயிப்பதில் மாற்று நிலையையே முன்னெடுத்துச் செல்கின்றன. கர்நாடக சங்கீத நிகழ்ச்சிகளை வேண்டுமானால் மிகச் சிறிய குழுவினர் ரசிக்க முடியும். ஆனால் சமூகத்தின் அனைத்துத் தரப்பினருக்கும் விருப்பமுடைய சமன்படுத்தப் பட்ட நிகழ்ச்சிகளே பெரும்பான்மையாக அமைகின்றன. இன்று மிகவும் பெருகி வருகின்ற சேனல்களும் கேபிள்களும் நிகழ்ச்சிகளை மின்னணுப் பெரும்பாதையில் அடுக்கடுக்காய் விடுவதால் இதிலிருந்து தங்களுக்குப் பிடித்தமானவற்றைத் தேர்வு செய்யும் நுகர்வு வாய்ப்பே விரிவுபட்டுள்ளது.

இந்நிலையில் சமூகத்தின் படிநிலை அடுக்குகளின் எண்ணிக்கைக்கும் நுகர்வுத் தேர்வின் படிநிலை அடுக்குகளின் எண்ணிக்கைக்கும் பெரும் வேறுபாடு காணப்படுகிறது. இதன்வழி ஊடகங்கள் சமூகப் படிநிலையை நுகர்வுத் தளத்தில் மேலும் பல நுண்படிநிலைகளாக விரிவுபடுத்தியுள்ளன என்பதை அனுமானிக்கலாம்.

பின்வரும் அட்டவணை ஊடகங்களின் சுருக்கமான வரலாற்றை அறிய உதவுகிறது:

ஊடகங்களின் வரலாறு	
1476	முதல் ஆங்கில நூலை வில்லியம் காக்ஸ்டன் (William Caxton) அச்சிட்டு வெளியிட்டார்.
1702	Daily Courant எனும் ஆங்கில நாளிதழ் வெளியானது.
1785	The Times பத்திரிகையின் முதல் இதழ் (Daily Universal Register எனும் பெயரில்) வெளியானது.
1896	முதல் அசையும் படமானது லண்டனில் காட்டப்பட்டது.
1922	பிபிசி வானொலி (BBC Radio) தொடங்கப்பட்டது.
1927	முழுநீளப் பேசும் படம் வெளியிடப்பட்டது.
1936	பிபிசி தொலைக்காட்சியின் ஒளிபரப்பு தொடங்கியது.
1946	பிரிட்டனில் நேயர்களின் அளவு ஆண்டொன்றுக்கு *1,635* மில்லியன் அளவுக்கு மிஞ்சிவிட்டது.
1962	Telstar எனும் முதல் தகவல் தொடர்பு செயற்கைக்கோள் விண்ணில் நிலைநிறுத்தப்பட்டுச் செயல்பட்டது.
1969	BBC, ITVகளில் வண்ண ஒளிபரப்பு தொடங்கப்பட்டது.
1973	LBC எனக்கூடிய தனியார் உள்ளூர் வானொலி செயல்படத் தொடங்கியது.
1982	Channel Four தொடங்கப்பட்டது.

ஆதாரம்: டிம். ஓ'சுல்லிவன், இன்னும் சிலர் *(1994: 25-26)*

5. இணையச் சமூகம்

உலகளவில் இணையதளத் தகவல் தொடர்பினால் மனித உறவுகளில் ஒரு புதுவகையான அசைவியக்கம் கால்கொண்டு நிலைபேறாக்கம் பெற்று வருகிறது. ஒரு காலத்தில் முற்றிலும் புதிய வகையாக, பிரபலமாகப் பேசப்பட்ட பேனா நண்பர்களைப் போல, அதற்குப் பின் அதே வகையில் சிலாகித்துப் பேசப்பட்ட தொலைபேசிச் சமூகம் போல, இன்று இணையதளமானது 'இணையச் சமூகத்தை' உருவாக்கியுள்ளது. பொதுவான நோக்கத்தையும் இலக்கையும் கொண்ட தனிமனிதர்கள், அல்லது குழுவினர் இணைய இதழ்கள் கொண்ட தனிமனிதர்கள் அல்லது குழுவினர் இணைய இதழ்கள் வழியாக, முகநூல் வழியாக, கலந்துரை அறை (chat room) வழியாகத் தொடர்புகொண்டு, அறிமுகம் பெற்றுத் தொடர்ந்து தொடர்பை வளர்த்துக்கொள்கின்றனர். இவர்கள் சஞ்சரிக்கும் இடம் இணையமாக இருப்பதால் இவ்வெளி 'இணைய வெளி'யாகவும் இவர்களின் சமூகம் 'இணையச் சமூக'மாகவும் வரையறை பெறுகின்றன. முகநூல் வழியும் சமூக வலைத்தளங்கள் வழியும் இவை நன்கு செயல்படுகின்றன.

இணையச் சமூகம் 'சமகுரல் சமூகம்' என வரையறை செய்யப் படுகிறது. இதில் ஒவ்வொருவருக்கும் சம அதிகாரம், சம வாய்ப்பு உண்டு. மானிடச் சமூகத்தில் காலங்காலமாகப் பேசப்பட்டு வரும் மேலாதிக்கமானது இணையச் சமூகத்திற்குப் பொருந்தாது. அண்டோய்னி கிராம்சி கூறுவது போல, அதிகாரமும் மேலாதிக்கமும் செலுத்துகின்ற சிறு குழுவினர், பெருந்திரளாக உள்ள வெகுஜன சமூகத்தின் ஆமோதிப்போடுதான் தங்கள் மேலாண்மையையும் அதிகாரத்தையும் செலுத்துகின்றனர். இதனைத் தக்கவைக்கும் நிலையில் அரசு இயந்திரம் செயல்படுத்தப்படுகிறது. ஆனால், இணையத்தின் வெளியில் அவ்வாறான மேலாதிக்கம் எழுவதில்லை. ஆகவே, மேலாதிக்கத்தாரின் வழக்காறுகளை மற்றவர்களிடம் பரிச்சயமாக்குதல், பரவலாக்குதல் என்னும் சூழல் திணிக்கப்படுவதில்லை. ஆனால், தகவல் தளங்களை உருவாக்குவதில் சில குழுவினர் முனைப்புடன் செயல்படுவதும் அவையே அப்பொருள் பற்றிய உண்மையான தகவல்கள் என்று கருதவைப்பதும் இதன்கண் நடைபெறும் நுண் அரசியலாகும். இணையதளத்தில் எண்ணற்றவை தகவல் தளங்களே. நுகர்வோரின் தேர்விற்கேற்பத் தகவல் தளம் திறக்கப் படுகிறது. அத்தளத்தின் வழக்காறுகள் திறப்பவரிடம் தாக்கத்தை ஏற்படுத்தினால் மட்டுமே அது அசைவியக்கம் பெறமுடியும்.

இன்னும் ஒருபடி மேலே சென்று ஆராய்வோமானால் இணைய தளத்தில் தொடர்புகொள்பவரின் பால், வயது, மணமானவரா இல்லையா, எந்நாட்டைச் சேர்ந்தவர், எந்த இனத்தைச் சேர்ந்தவர்

போன்ற விவரங்களை எல்லாம் அவர் தரத் தயங்கும் பட்சத்தில் அவற்றை அறிய இயலாது. புனைபெயர் கொடுக்க முற்பட்டால் அவரைப் பற்றிய குறைந்தபட்ச உண்மையைக்கூட அறிய இயலாது. அதனால்தான், இணையவெளியானது பால் இல்லா வெளி, அடையாளம் இல்லா வெளி (gender free zone, identity free zone) என்று பலவாறாக அடையாளம் பெறுகின்றது. இதிலிருந்து பண்பாட்டுத் தளத்தின் புரிதலை நோக்குவோமானால் நபரைவிடத் தொடர்பு கொள்ள விழையும் செய்திகளே முக்கியத்துவம் பெறுகின்றன. இதனால், மனித சமூகத்தைச் சேர்ந்த 'குடிமகன்' (citizen) என்பதற்கு நேர்மாறாக 'இணையவெளியின் 'வலைமகன்' (netizen) எனும் பெயர் பெறுகிறார். இணைய சமூகத்தைச் சேர்ந்தவர்கள் மையமிழந்து, வரலாறு இழந்து, சுயமிழந்து, அடையாளமிழந்து காணப்படுகின்றனர்.

இத்தன்மைகளைக் கொண்டதாகவே இன்றைய தொலைக்காட்சிகளில் அறிமுகப்படுத்தப்பட்டிருக்கும் நூற்றுக்கணக்கான விளையாட்டுகள் உள்ளன. இவை பலருக்கும் ஆர்வத்தைத் தூண்டுவனவாக இருக்கின்றன. எனினும், இது பழமையான சிறு வட்டாரத்தின் தனித்தன்மையை விடுவித்து உலகளாவிய பண்பாட்டை நோக்கி நம்மை இழுத்துச் செல்லும்போது அது மேலைப் பண்பாட்டுக் கூறுகளை நோக்கியதாக அமைவதே இதன்வழி ஏற்படும் ஆபத்தாகும். ஆனால் நுகர்வோரின் விருப்பத்திற்கேற்ப, ஏற்பற்ற கூறுகளைத் தவிர்க்க இயலும். இந்நிலையிலேயே மையத் தன்மையை இணையச் சமூகம் ஆதரிப்பதில்லை.

அச்சு ஊடகத்திலிருந்து மின்னணு ஊடகம் பல நிலைகளில் மாறி யிருந்தாலும், எழுதுதல் என்பது இன்றுங்கூட ஒரு முதன்மையான ஊடகமாக இருந்து வருகிறது. இணையதளத்தில் வலம் வரும் கணக்கற்ற தகவல் தளங்கள் அனைத்தும் எழுத்துக்களாகவே உள்ளன.

இந்நிலையில் எழுதுதல் முறைக்கும் தகவல் தொடர்பு முறைக்குமான கருத்தியலை மாறுபட்ட அணுகுமுறையில் அணுக முயலும்போது இதன் தன்மைகளைப் புரிந்துகொள்ள முடியும். அறிவுத் துறையில் 'எழுதுதல்' என்பதால் மட்டுமே நம் புரிதல் அனைத்தையும் எட்டிவிட முடியும் என்ற கருத்து மின்னணு ஊடகத்தின் வருகைக்கு முன்னர் ஆதிக்கம் பெற்றிருந்தது. ஆனால், நவீனத்துவத்தின் ஒரு கூறாக வெளிப்பட்ட மின்னணு ஊடகங்கள், எழுத்து ஊடகத்தை முதன்மைப் படுத்தி, அதனை நடுநாயகமாக மையமான இடத்தில் வைத்துப் போற்றியதைக் கட்டுடைத்து, பண்பாடு எனக்கூடிய பெரும் பரப்பில் மொழியும் அதன்வழி எழுதுதலும் ஒரு பகுதி மட்டுமே என்பதை உணர்த்துகின்றன. மற்ற பகுதிகள் அனைத்தும் சேரும்போது மட்டுமே

பண்பாடும் அதன் வழக்காறுகளும் முழுமை பெற முடியும் என்பது மின்னணு ஊடகங்கள் வந்த பிறகு உணரப்பட்டுள்ள கருத்தாகும்.

பண்பாட்டின் ஒரு பகுதியாக விளங்கும் மொழியும், அதன் வழி எழுதுதலும் எவ்வாறு பண்பாட்டை விளக்கும் முழுமுதலான ஊடகமாக முடியும் என்பார் ழாக் தெரிதா. பண்பாட்டில் எண்ணற்ற வழக்காறுகள் பேசா ஊடகமாகும். பொருள்சார் கூறுகளை மனத்தில் இருத்திப் பாருங்கள். பொருள்களே எங்கும் வியாபித்திருக்கின்றன. அதனால்தான் மேரிடக்லஸ் 'நாம் பயன்படுத்தும் பொருள்கள் எல்லாம் உயிர் வாழ்க்கைக்கு அடிப்படையான தேவைகள் என்று எடுத்துக் கொள்ளக்கூடாது' என்பார். மற்ற பண்பாடுகளிலிருந்து நாம் வேறுபடும் வகையை வெளிப்படுத்துவதற்கும் அதனை நிரந்தரப்படுத்துவதற்கும் அப்பொருட்கள் உள்ளன' என்பார். ஆக, பண்பாட்டில் பேசா வழக்காறு களின் குறிகளே எங்கும் நீக்கமற நிறைந்திருக்கின்றன என்பதும், அவ்வகை வழக்காறுகளும் இணைத்தறியப்படும் போதே நம் புரிதல் முழுமையடையும் என்பதும் இங்கு அனுமானிக்க வேண்டிய கருத்துகளாகும்.

மின்னணு ஊடகங்களில் இன்றைய வழக்காறுகள் அவற்றின் முழு உருவத்தோடும் உள்ளடக்கத்தோடும் வெளிப்படுவதில்லை. நாம் இதுவரை அறிந்து வைத்துள்ள மரபான வழக்காறுகள் அவை தொடர்பான பனுவல்கள் அல்லது கூற்றுகள் யாவற்றையும் அவற்றின் முழுமையோடு வெளிப்படுத்துவதால் மட்டுமே சமூகப் பொருண்மை யைத் தோற்றுவிக்க முடியும் என நம்புகிறோம். இது ஒரு வகையில், டெரிடாவின் கோட்பாட்டுப்படி 'ஓர் அகராதி பொருண்மைக் கோட்பாடாகும்.' அகராதியில் வேறு சொற்கள் கொண்டு ஒரு சொல்லின் பொருண்மை வரையறை செய்யப்படுகிறது. மொழியில் சொற்கள் ஒன்றோடு ஒன்று ஏற்படுத்திக்கொண்டுள்ள உறவால் ஒரு சொல்லுக்கு இன்னொரு சொல்வழிப் பொருண்மை கூறுகிறோம். அதுபோல மரபான ஊடகத்தில், வழக்காறுகள் அதன் சூழல்களில் உறவு கொள்ளும்போது அதன் முழுமையான பொருண்மையை வெளிப்படுத்துகிறது என எண்ணுகிறோம்.

மின்னணு ஊடகங்கள் ஒரு சிறிய மையத்தைத் தேடுவதில்லை. அவற்றின் பரப்பு மிக விரிந்தது. அதனாலேயே வழக்காறுகளின் பொருண்மையை அது பரந்த தளத்தில் அணுகுகிறது. புரபெசனல் கூரியர் விளம்பரத்தைப் பலர் தொலைக்காட்சியில் பார்த்திருக்கக்கூடும். கழைக்கூத்தாடி கம்பிமேல் நடந்து சென்று உரிய நேரத்தில் அப்பொருளை உரியவரிடம் சேர்ப்பிக்கிறார். இவ்விளம்பரம் ஒரு உடைபட்ட குறிபடு முறையாக (divided sign structure) ஆக மாற்றப்பட்டிருக்கிறது. மரபான

வழக்காறான கழைக் கூத்தாட்டம் ஒன்றின் முழுமையிலிருந்து ஒரு சிறு கூறினை மட்டும் தேர்வு செய்துகொண்டு அதனை இன்றைய வணிகத்தின் நேர்மையை விவரிக்கும் இன்னொரு சிறு கூறோடு இணைத்து ஒரு முழுமையை, ஒரு மின்னணு வழக்காற்றினை உருவாக்கியுள்ளனர். இவ்வாறு எண்ணற்ற எடுத்துக்காட்டுகளைக் கூறிக்கொண்டே செல்லலாம்.

இன்று மின்னணு ஊடகம் மிகப் பெரும் ஆதிக்கம் செலுத்துகின்ற ஊடகம் ஆகும். மேலைப் புலத்துச் சமூக வாழ்வின் தன்மையிலிருந்து இதனை நோக்கவேண்டும். மேற்கத்திய நாடுகளில் கடந்த அரை நூற்றாண்டுக் கால வாழ்வென்பது மனித இனத்தவர் முன் எப்போதும் இல்லாத அளவிற்கு ஓரிடத்திலிருந்து இன்னொரு இடத்திற்குப் புலம்பெயர்தலும், மீண்டும் பழைய இடத்திற்கு வந்து திரும்புதலும், கட்டாய இடமாற்றம் என்ற வகையில் மக்களின் சுழற்சி முறை மிகுந்துவிட்ட காலமாகும். அடுத்து, தகவல் தொடர்பினால் தொடர்ப் புரட்சி மிகுந்துவிட்ட காலமாகும். மேலும், பிற தொடர்புச் சாதனங்கள் வழி ஒவ்வொரு கணமும் எராளமான படிமங்கள், பிம்பங்கள், கருத்துக்கள் ஆகியவற்றின் தாக்கத்தைப் பெறுகின்ற காலமாகும். இவை யாவற்றுக்கும் மேலாக, உலகில் ஓர் எல்லையில் உள்ள பண்பாடுகள் மறு எல்லையில் உள்ள பண்பாடுகளோடு நெருங்கிக் கலப்பதற்கான எல்லா வாயில்களும் திறந்துவிடப் பட்டிருக்கின்ற காலமாகும். பல பண்பாடுகளின் வினை புரிதல்கள் எப்போதுமில்லா அளவிற்கு மிகுதிப்பட்டு உலகமே ஒரு பரிச்சயமுள்ள சிறு கிராமமாகச் சுருங்கி வருகிறது. தமிழர்களும் இந்தியர்களும் எண்ணற்ற நாடுகளுக்குச் சிதறலாகப் புலம்பெயர்ந்து வாழ்க்கை நடத்துகின்றனர்.

இவை உலகமயமாதலின் போக்காக இந்தியச் சூழலையும் மாற்றி வருகின்றது. இன்றைய உலகமயத்தின் போக்கில் முதலாளித்துவ நுகர்வுப் பண்பாடும் உலகந்தழுவிய தகவல் பரிமாற்றமும் ஊடகங்கள் வழி இணைக்கப்படுகின்றன. இன்று ஊடகங்கள் தேசிய இன முற்றுரிமையை இழந்து, பன்னாட்டு ஊடகங்களின் நுழைவினால் மேலைத் தேயத்தின் நுகர்வுப் பண்பாட்டு முறையை வெகுவாக உட்செலுத்தி வருகின்றன. இதில் உலவும் வழக்காறுகள் பெரும் மாறுதல்களுக்கு ஆளாகின்றன. மேலும் ஊடகங்களின் ஒவ்வொரு வடிவமும் மற்ற வடிவங்களோடு இடைவினை புரியும் சூழலிலும் மாற்றங்கள் நிகழ்கின்றன. இதன்வழி பின்வரும் சில முதன்மையான மாற்றங்கள் நடைபெறுகின்றன.

மின்னணு ஊடகத்திற்குரிய வழக்காறுகளில் இன்று நமது சூழலை மிகவும் மாற்றம் செய்கிற வடிவமாக விளங்குவது விடலைப் பருவ

இளைஞர்களின் (Gay men) பாலியல் வேட்கையைத் தூண்டும் தகவல்களாகும். கட்டுத் திட்டம் ஏதுமற்ற இந்த நிலை மாறிவரும் நம்முடைய பழைமைச் சமூகத்திற்கு அப்படியே நேரடியாகக் கிடைப்ப தென்பது இப்போதைய சூழலில் பன்முனைப்பட்ட பண்பாட்டுத் தாக்குதலாகும்.

ஒரு விடலைப் பருவ இளைஞர் குறைந்தது இன்னொரு விடலையரை மற்றவருக்கு அறிமுகப்படுத்தத் தவறுவதில்லை என்பதே இந்நிகழ்வின் முதன்மையான அசைவியக்கமாகும். வெரியர் எல்வின் முரியா பழங்குடிகளிடம் கண்டறிந்த இளையோரது பாலியல் வாழ்வுகூட எவ்வளவு ஒழுங்குமுறைக்கு உட்பட்டது என்பதை இணையவழி பாலியல் வாப்புகளை ஒப்பிடும்போது உணரமுடியும்.

விடலையர்களின் பாலியல் வேட்கைகளுக்கு அதீத வாய்ப்பளிக்கும் இணையதளமானது காதலர்களுக்கு ஏற்புடைய தளமாகவே வடிவம் பெற்றிருக்கிறது. மானுடக் காதல் காலங்காலமாக வெவ்வேறு நிலைகளில் பரிணமித்து வந்திருந்தாலும் இக்கால இணையதளக் காதலர்களின் உரையாடலைக் *காதலர் ஒருவரின் உரையாடல்* (*A Lover's Discourse*, 1978) எனும் தமது நூலில் புகழ்பெற்ற அறிஞரான ரோலன் பார்த்தஸ் ஆராய்ந்துள்ளார். இவ்வாய்வு நாட்டார் வழக்காற்றியலைப் பொறுத்தவரை மொழித் தளத்தில் நடக்கும் ஒரு நவீன வழக்காறாகும். இடத்தாலும் உடலாலும் பனுவலானது மற்ற மொழித் தளங்களில் காணப்படுவதைக் காட்டிலும் கருத்துருவமான உடலாக மாறுகிறது என்பதை இரண்டு கருத்தாக்கங்கள் வழி (The Raised Arms, of Desire, The Wide-open Arms, 1978: 16) விளக்குகிறார். இணையவெளியாகிய இப்புதிய ஊடகத்தில் நிகழும் உரையாடலை (Internet Relay Chat - IRC) ஆராய்ந்த ரோலன் பார்த்தஸ், இவர்கள் அனைவரும் இதற்கு அடிமையானவர்கள் என்பதையும் எதார்த்த வாழ்வில் நேருக்கு நேர் பழகாத நிலையில், இவர்கள் அதீத உருவகங்களை மானிட உருவங்களோடு இணையத்தில் தினந்தோறும் முன்னெடுக்க விரும்புவதை மிக விரிவாக ஆராய்கிறார்.

உலகளாவிய நுகர்வுப் பண்பாடு

நாட்டாட்சிப் பகுதிகளைக் காலனி அரசுகளாகத் தொடர்ந்து ஆள முடியாத மேற்கத்திய நாடுகள் காலனி நாடுகளுக்கு விடுதலை அளித்துவிட்ட நிலையில், அதனை ஒரு புவியியல் ரீதியிலான விடுதலையாக மட்டுமே மாற்ற விரும்பின. பொருளியல், பண்பாட்டியல் அளவில் தாரளமயமாக்கம், தனியார்மயமாக்கம், உலகமயமாக்கம் என்னும் வகையில் தங்கள் ஆதிக்கத்தை நிலைநாட்டி வருகின்றன.

பின்வரும் 10 மிக வலுவான பன்னாட்டு நிறுவனங்களின் பொருள்கள் கடப்பாடுடைய சமூக உற்பத்தி கொண்ட அமைப்பை ஒரு நுகர்வுப் பண்பாட்டுக்குரிய அமைப்பாக மாற்றி வருகின்றன:

1. கொக்கோகோலா
2. சோனி
3. மெர்சிடிஸ் பென்ஸ்
4. கோடக்
5. டிஸ்னி
6. நெசில்
7. டயோட்டா
8. மெக்டொனால்டு
9. ஐபிஎம்
10. பெப்சி கோலா

இவையனைத்தும் இந்தியாவிற்குள் நுழைந்த முறையும், இடைக் காலத்தில் ஏற்பட்ட தடைகளும், பின்னர் வணிக ஒப்பந்தம் மூலம் மீண்டும் உள்ளே நுழைந்த முறையும் முதலாளித்துவ நுகர்வுமுறையை ஒடுக்க முடியாததன் விளைவையே காட்டுகின்றன. இன்றைய நுகர்வுப் பண்பாடும் அவற்றுக்கான விளம்பரங்களும் நேருக்கு நேரான உறவோடு உற்பத்தி முறையில் பங்குபெறுகின்றன. இவ்விளம்பரங்கள் யாவும் மக்களின் வழக்காறுகளில் தங்களை இணைத்துக்கொள்கின்றன; அல்லது நவீன, புதிய வழக்காறாக இணைகின்றன.

பின்னுரை

உலகளாவிய மனித வாழ்விற்கும் தொழில்நுட்பத்திற்கும் ஊடகங் களுக்குமான அசைவியக்கத்தை நோக்கும்போது, மனித வாழ்வு தொடர்ந்து முதலாளித்துவத்தின் பிடியில் ஏற்றத்தாழ்வுகளைத் தக்க வைத்துக்கொண்டும் வளர்த்துக்கொண்டும் வருகிறது. காலனி ஆதிக்கக் காலமாகிய 1820 ஆம் ஆண்டில் பணக்காரனுக்கும் ஏழைக்குமிடையே வருமான வேறுபாடு 3:1 என்ற விகிதாச்சாரத்தில் இருந்தது. பனிப்போர் காலமாகிய 1950 இல் அது 35:1 எனவும், உலகமயத்தின் தொடக்கமாகிய 1972 இல் இது 72:1 எனவும் உயர்ந்தது.

மேலும் ஒரு புள்ளிவிவரத்தைக் காண்போம். மிகவும் உயர்ந்த தொழில்நுட்பமாகக் கருதப்படும் இணையதளத்தை எடுத்துக் கொண்டால் ஐக்கிய அமெரிக்காவில் அதனைப் பயன்படுத்தும் ஒருவருக்கு ஆகும் செலவு அவரது மாத வருமானத்தில் 1.2 சதவீதம் ஆகும். அதுவே வங்க தேசக் குடிமகனுக்கு அவரது மாத வருமானத்தில் 191 சதவீதமாகவும், நேபாளத்தில் 278 சதவீதமாகவும் உள்ளது. இதனைக் காணும்போது புதிய தொழில்நுட்பம் மனித வளர்ச்சிக்கான ஒரு கருவி என்று நாம் நேர்மையுடன் கூறமுடியுமா?

உண்மையில் அளவுக்கதிகமாகத் தொழில்நுட்பமாக்குவது ஆபத்தான சமூகத்தையே உருவாக்குகிறது. எனினும், நாம் புதிய, நவீன, உயர் தொழில்நுட்பங்களைக் கைவிடமுடியவில்லை.

ஆனால் உலகில் சில பழங்காலப் பாரம்பரியத் தொழில்நுட்பங்களைத் தொடருவது அவசியமாகிறது. மேலும் சில இடைநிலை, நடுத்தரத் தொழில்நுட்பங்களையும் விட்டுவிடாமல் பேண வேண்டியது அவசியமாகிறது. எல்லாத் தொழில்நுட்பங்களுமே ஒரு குறிப்பிட்ட சூழ்நிலையோடு தொடர்புடையவை; பொருத்தமானவை. அதாவது, இப்போதுள்ள அனைத்துத் தொழில்நுட்பங்களையும் நவீனத் தொழில் நுட்பத்தால் மாற்றிவிடாமல், தொழில்நுட்பப் பன்முகத் தன்மையை நடைமுறைத் தீர்வாகக் கொள்ளவேண்டும். ஒற்றைப் பண்பாட்டைப் போலவே ஒற்றைத் தொழில்நுட்பமும் ஆபத்தானதாகும்.

உசாத்துணை

அன்னகாமு, செ. 1961. *மேல்மலை மக்கள்*. தஞ்சாவூர்: சர்வோதயப் பிரசுராலயம் (விற்பனை உரிமை).

இராஜேஸ் கண்ணன், இ. 2005. யாழ்ப்பாணத்துக் கிராமிய கூட்டு வாழ்வும் மாறுதல்களும். *ஞானம்* (ஜூலை 2005): 6-11.

— யாழ்ப்பாணத்து அடிநிலைச் சாதிய உபபண்பாடாக பணச்சடங்கு. *தாமரை* (நவம்பர் இதழ்): 36-40.

கருணாணந்தன், அ. 2011. *வரலாறு என்றால் என்ன?*. சென்னை: பாரதி புத்தகாலயம்.

கீதா, வ., தர்மராஜன், டி. 2009. *உள்ளூர் வரலாறுகள்*. சென்னை: பாரதி புத்தகாலயம்.

சண்முகலிங்கன், என். (தமிழில் பக்தவத்சல பாரதி). 2013. *துர்க்கையின் புதுமுகம்*. சென்னை: சந்தியா பதிப்பகம்.

சண்முகலிங்கம், கந்தையா & தெ. மதுசூதனன். 2006. *கருத்தியலும் வரலாறும்*. கொழும்பு: விழுது.

சண்முகலிங்கம், கந்தையா. 2010. *கருத்தியல் என்னும் பனிமூட்டம்: வரலாறும் கருத்தியலும் பற்றிய கட்டுரைகள்*. கொழும்பு-சென்னை: குமரன் புத்தக இல்லம்.

— 2011. *இலங்கையின் இனவரைவியலும் மானிடவியலும்*. கொழும்பு-சென்னை: குமரன் புத்தக இல்லம்.

சதீஸ்குமார், தி. 2009. யாழ்ப்பாணத்தின் மரணச் சடங்கில் பாடுதல் மரபும் இசையும். *அம்பலம்* (கலை, இலக்கிய, சமூக இதழ்) 5: 18-20.

சிவசுப்பிரமணியன், ஆ. 2001. *கிறித்தவமும் சாதியும்*. நாகர்கோவில்: காலச்சுவடு பதிப்பகம்.

— 2002. *அடித்தள மக்கள் வரலாறு*. சென்னை: மக்கள் வெளியீடு.

— 2003. 'மாற்று வரலாற்றைத் தேடி', *வல்லினம் இதழ்* 4-5: 11-15.

— 2008. *வரலாறும் வழக்காறும்*. நாகர்கோவில்: காலச்சுவடு பதிப்பகம்.

சிவத்தம்பி, கார்த்திகேசு. 2000. *யாழ்ப்பாணம்: சமூகம், பண்பாடு, கருத்துநிலை*. கொழும்பு-சென்னை: குமரன் புத்தக இல்லம்.

— 2003. *பண்டைத் தமிழ்ச் சமூகம்: வரலாற்றுப் புரிதலை நோக்கி.* சென்னை: மக்கள் வெளியீடு.

— 2009. *சங்க இலக்கியம்: கவிதையும் கருத்தும்.* சென்னை: உலகத் தமிழாராய்ச்சி நிறுவனம்.

சிவலிங்கராஜா, எஸ். 2003. *யாழ்ப்பாணத்து வாழ்வியற் கோலங்கள்.* கொழும்பு-சென்னை: குமரன் புத்தக இல்லம்.

— 2009. *யாழ்ப்பாணத்துப் பண்பாடு: மறந்தவையும் மறைந்தவையும்.* யாழ்ப்பாணம்: யாழ்ப்பாணப் பல்கலைக்கழகம்.

செங்கோ. 1979 - *வனாந்தரப் பூக்கள்: வெட்டக்காடு இருளப்பள்ளர் என்ற கோவை இருளரைப் பற்றிய ஒரு சமூகவியல் அறிமுகம்.* சென்னை: என்.சி.பி.எச்.

சுந்தரவந்தியத்தேவன், இரா. 2011. *பிறமலைக் கள்ளர் வாழ்வும் வரலாறும்.* சென்னை: சந்தியா பதிப்பகம்.

டிரவுட்மன், தாமஸ் (தமிழில்: இராம. சுந்தரம்). 2007. *திராவிடச் சான்று.* நாகர்கோவில்: காலச்சுவடு பதிப்பகம்.

தங்கேஸ், பரம்சோதி. 2007. *யாழ்ப்பாணச் சமூகம்: சாதி, இனத்துவம் முதலாய கட்டுரைகள்.* மலர் வெளியீடு.

தர்ஸ்டன், எட்கர் & க. ரங்காச்சாரி (தமிழில் க. ரத்னம்). 1986-2005. *தென்னிந்தியக் குலங்களும் குடிகளும் (7 தொகுதிகள்).* தஞ்சாவூர் தமிழ்ப் பல்கலைக்கழகம்.

தாப்பர், ரொமிலா. 1972 *வரலாறும் வக்கிரங்களும்.* ஆராய்ச்சி மலர் 2: இதழ் 3.

திலீப் டிசௌசா (தமிழில் ரவி). 2008. *குற்ற முத்திரை.* மதுரை: மக்கள் கண்காணிப்பகம்.

பக்தவத்சல பாரதி. 2002. *தலித் தொன்மங்கள்: நனவு வெளிக்கு அப்பால்.* வல்லினம் 2: 18-21.

— 2002. *தமிழர் மானிடவியல்.* புத்தாநத்தம்: அடையாளம்.

— 2003. *விளிம்புநிலை ஆய்வுகளின் வரலாறு.* வல்லினம் 4-5: 4-10.

— 2011. *பண்பாட்டு மானிடவியல்.* புத்தாநத்தம்: அடையாளம்.

— 2012. *பாணர் இனவரைவியல்.* சென்னை: உலகத் தமிழாராய்ச்சி நிறுவனம்.

— 2013 (2007). *தமிழகப் பழங்குடிகள் (விரிவுபடுத்தப்பட்ட பதிப்பு).* புத்தாநத்தம்: அடையாளம்.

பரமசிவன், அரு. 2005. *பரதவர்: இனமீட்டுருவாக்க வரைவியல்.* சென்னை: காவ்யா.

பரமசிவன், தொ. 2007. *பண்பாட்டு மானிடவியல் நோக்கில் தமிழிலக்கிய ஆய்வுகள்* (அச்சாக்கம் பெறா கட்டுரை).

பன்னீர்செல்வம், மணிகோ. 2009. *குறவர் பழங்குடி.* புதுச்சேரி: வல்லினம்.

பாவெல் பாரதி. 2010. குற்றப்பரம்பரைச் சட்டம்: ஒரு தப்பெண்ண வரலாறு. *குற்றப் பரம்பரை அரசியல்* நூலிலுள்ள கட்டுரை, தொகுப்பாசிரியர் முகில்நிலவன், பக். 213-254. மதுரை: பாலை வெளியீடு.

பிலவேந்திரன், ச. (பதி.). 2004. *சனங்களும் வரலாறும்: சொல்மரபின் மடக்குகளில் உறையும் வரலாறுகள்.* புதுச்சேரி: வல்லினம்.

பெரியாழ்வார், ஆர். 1976, *இருளர் வாழ்வியல்.* சென்னை: தமிழ் நூலகம்.

முகில்நிலவன் (தொகுப்பாசிரியர்). 2010. *குற்றப் பரம்பரை அரசியல்: பெருங்காமநல்லூரை முன்வைத்து.* மதுரை: பாலை வெளியீடு.

மாதவன், இரா. 1995. *தமிழில் தலபுராணங்கள்.* தஞ்சாவூர்: பாவை வெளியீட்டகம்.

மாற்கு. 2001. *அருந்ததியர்: வாழும் வரலாறு.* பாளையங்கோட்டை: நாட்டார் வழக்காற்றியல் ஆய்வு மையம்.

விசாகன், சுப்பிரமணியம். 2010. *இலங்கையில் மனிதக் குடியமைவு.* லண்டன்: தமிழ்த் தகவல் மையம்.

வொயிட்ஹெட், ஹென்றி (தமிழில் வேட்டை எஸ். கண்ணன்) 2009. *தென்னிந்திய கிராம தெய்வங்கள்.* சென்னை: சந்தியா பதிப்பகம்.

ஸ்டீபன், ஞா. 1997. *கொக்கரை: காணிக்காரர் வாழ்வும் பண்பாடும்.* நாகர்கோவில்: திணை வெளியீட்டகம்.

— 2004. வாய்மொழிக் கதைகளும் சமுதாய வரலாறும் ச. பிலவேந்திரன் (பதி) 2004 நூலிலுள்ள கட்டுரை.

Aiyappan, A. 1988. *Tribal Culture and Tribal Welfare.* Madras: University of Madras.

Asad, Talal (ed.). 1992. *Anthropology and the Colonial Encounter.* New Jersy: Humanities Press.

Axtell, J. 1979. Ethnohistory: An Historian's Viewpoint. *Ethnohistory* 26, 1: 3-4.

Banks, Michael. 1960. Caste in Jaffna. In *Aspects of Caste in South India, Ceylon and North, West Pakistan,* E.R. Leach (ed.), pp. 61-77. Cambridge: Cambridge University Press.

Barthes, R. 1978. *A Lover's Discourse* (R. Howard, Trans.) New York: Hill & Wang.

Basham, A.L. (ed.). 1975. *A Cultural History of India.* Oxford: Oxford University Press.

Baun, W. K. 1974. Oral History in the United States. *Oral History* 15-29.

Beck, Brenda E.F. 1972. The Study of a Tamil Epic: Several Versions of the Silappadikaram Compared. *Journal of Tamil Studies* 1: 24-38.

___ 1982. *The Three Twins: The Telling of a South Indian Folk Epic.* Bloomington: Indiana University Press.

Beteille, Andre. 1998. The Idea of Indigenous People. *Current Anthropology* 39, 2: 187-91.

Bird-David. Nurit. 1989. An Introduction to the Naickens: The People and the Ethnographic Myth. In *Paul Hockings* (ed.) (1989), pp. 249-80.

Blackburn, Stuart. 1978. The Folk Hero and Class Interests in Tamil Heroic Ballads. *Asian Folklore Studies* 37, 1: 131-49.

___ 1981. Oral Performance: Narrative and Ritual in a Tamil Tradition: *Journal of American Folklore* 94: 207-27.

___ 1983. Birth Stories, Death Stories: Oral Performance in a Tamil Folk Tradition. (manuscript).

Blackburn, Stuart H. & A.K. Ramanujan, (eds.). 1986. *Another Harmony: New Essays on the Folklore of India.* Berkeley: University of California Press.

Bornat, J. (ed.). 1994. *Reminiscence Reviewed: Perspectives, Evaluations, Achievements.* Buckingham: Open University Press.

Bynum, David Y. 1973. Oral Evidence and the Historian. In *Folklore and Traditional History,* ed. by Richard M. Dorson. The Hague: Mouton.

Carr, E.H. 1973 (1961, 1964). *What is History?* New York: Pelican.

Caunce, S. 1994. Oral *History and the Local Historian.* London: Longman.

Champakalaxmi, R. 1987. *Historiography of South India: New Directions.* Presidential Address, South Indian History Congress, 7th Session, Madras.

Claus, Peter J. & Korom Frank. 1991. *Folkloristic and Indian Folklore.* Udupi: Regional Resources Centre for Folk Performing Arts.

Codrington, H.W. 1994 (1926). *A Short History of Ceylon.* New Delhi: Asian Educational Services

Cohn, Bernad S. 1994 (1987). *An Anthropologist among the Historians and other Essays.* New Delhi: Oxford University Press.

___ 1997. *Colonialism and its Forms of Knowledge: The British in India.* New Delhi: Oxford University Press.

Daaku, Kwame Y. 1973. History in the Oral Traditions of the Akam. In *Folklore and Traditional History,* ed. by Richard M. Dorson. The Hague: Mouton.

___ 1992. The Nexus between Oral and Written Traditions. *Anundam* Vol. I

Datta, Birendranath. 2002. *Folklore and Historiography.* Chennai: National Folklore Support Centre.

Deshpande, M.M. and P.E. Hook. 1979. *Aryan and Non-Aryan in India.* Ann Arbor: Michigan Papers on South and South East Asia, No. 14.

Deliege, Robert. 1985. *The Bhils of Western India.* Delhi: National.

___1997. *The World of the 'Untouchables': Paraiyars of Tamil Nadu.* Delhi: Oxford University Press.

De Lee, N. 1997. Oral History and British Soldiers' Experience: Battle in the Second World War. In *Time to kill; The Soldier's Experience of War in the West 1939-1948.* P. Addison & A. Calder (eds.), pp. 359-368. London: Pimlico.

DeMallie, Raymond J. 1993. These Have No Ears: Narrative and the Ethhohistorical Method. *Ethnohistory* 40: 515-538.

Dirks, Nicholas B. 1989. *The Hollow Crown: Ethnohistory of an Indian Kingdom.* Bombay: Orient Longman Ltd.

___ 2001. *Castes of Mind: Colonialism and the Making of Modern India.* Princeton: Princeton University Press.

Dorson, Richard M. (ed.). 1972. *Folklore and Folklife: An Introduction.* Chicago: University of Chicago Press.

___ 1973a. *Folklore and Traditional History.* The Hague: Mouton.

___ 1973b. Traditional History of the Scottish Highlanders. In *Folklore and Traditional History,* ed. by Richard M. Dorson. The Hague: Mouton.

___ 1978. *Folklore in the Modern World.* The Hague: Mouton.

Dubois, Abbe A. 2001 (1879). *Character, Manners and Customs of the People of India.* ed. by Rev. G. U. Pope. Delhi: Cosmo Publications.

Dundes, Alan (ed.). 1965. *The Study of Folklore.* New York: Prentice-Hall.

___ 1997. *Two Tales of Crow and Sparrow: A Freudian Folkloristics Essay on Caste and Untouchability.* New York: Rowman & Littlefield Publishers, Inc.

Dumont, Louis. 1966. Marriage in India: The Present state of the Question, III North India in Relation to South India. *Contributions to Indian Sociology* 9: 90-144.

___ 1993. North India in Relation to South India. In *Family, Kinship and Marriage in India,* Patricia Uberoid (ed). pp. 91-111. Delhi: Oxford University Press.

Evans, G.E. 1987. *Spoken History.* London: Faber.

___ 1993. *The Crooked Scythe: An Anthology of Oral History.* London: Faber.

Fischer, Claude S. 1992. *America Calling: A Social History of the Telephone to 1940.* Berkeley: University of California Press.

Fiske, John. 1987. *Television Culture.* London: Routledge.

Fruzzetti, Lina. 1990. *The Gift of a Virgin.* Delhi: Oxford University Press.

Furer-Haimendorf, C. von. 1952. Ethnographic Notes on Some Communities of the Wynad. *Eastern Anthropologist* 6: 18-32.

___ 1979. *The Gonds of Andhra Pradesh: Tradition and Change in an Indian Tribe.* New Delhi: Vikas Publishing House Pvt. Ltd.

___ 1989. *Tribes of India: The Struggle for Survival.* Delhi: Oxford University Press.

Ganesh, Kamala. 1993. *Boundary Walls: Caste and Women in a Tamil Community.* Delhi: Hindustan Publishing Corporation.

Goody, Jack and Watt, Ian. 1963. The Consequences of Literacy. *Comparative Studies in Society and History* 5: 304-45.

Griswold, Wendy. 1994. *Cultures and Societies in a Changing World.* London: Pine Forge Press.

Harkin, Michael. 2010. Ethnohistory's Ethnohistory: Creating a Discipline from the Ground Up. *Social Science History* 34: 113-28.

Hatch, W. T. 1976 (1928). *The Land Pirates of India.* Delhi: Concept.

Hockings, Paul (ed.). 1989. *Blue Mountains: The Ethnography and Biogeography of a South Indian Region.* Delhi: Oxford University Press.

Inden, Ronald B. 1976. *Marriage Rank in Bengali Culture: A History of Caste and Clan in Middle Period Bengal.* New Delhi: Vikas.

Jeyaraj, Daniel. 2005. *Genealogy of the South Indian Deities.* London: Routledge Curzon.

Jones, Steven, G. (ed.). 1997. *Virtual Culture: Identity and Communication in Cyber Society.* London: Sage Publications.

Kapp, Dieter B. and Paul Hockings. 1989. The Kurumba Tribes. In *Paul Hockings* (ed.) 1989.

Karve, Irawati. 1965 (1953). *Kinship Organization in India.* Delhi: Munshiram Monharlal.

___ 1993. The Kinship Map of India. In *Family, Kinship and Marriage in India,* Patricia Uberoi (ed.), pp. 50-73. Delhi: Oxford University Press.

Kosambi, D.D. 1969. *Ancient India: A History of its Culture and Civilization.* New York: Meridian.

Levi-Strauss, Claude, 1969. *The Elementary Structures of Kinship.* London: Eyre & Spottishwoode.

___ 1980 (1979). *Myths and Meaning.* New York: Schocken Books.

Lewis, Oscar. 1965 (1958). *Village life in Northern India.* New York: Random House.

Lurie, N. 1961 Ethnohistory: An Ethnological Point of View. *Ethnohistory* 8: 83

Marriott, McKim. 1955. Little Communities in an Indigenous Civilization. In *Village India: Studies in the Little Community,* McKim Marriott (ed). pp. 171-222. Chicago: Chicago University Press.

___ 1960. Social Structure in a U.P. Village. In *India's Villages,* M.N. Srinivas (ed.). Bombay: Asia Publishing House.

Moffatt, Michael. 1979. *An Untouchable Community in South India: Structure and Consensus.* Princeton: Princeton University Press.

Norstrom, Christer & Lawrence Surendra (eds.). 2009. *Livelihood Strategies of Forest Dwelling Tribes of South India: Cases from Tamil Nadu.* Mumbai: Earthworm Books.

O'Sullivan, Tim, B. Dutton & P. Rayner. 1994. *Studying the Media.* London: Arnold.

Pandian, Anand. 2010 (2009). *Crooked Stalks: Cultivating Virtue in South India.* New Delhi: Oxford University Press.

Pfaffenberger, Bryan. 1982. *Caste in Tamil Culture: The Religious Foundations of Sudra Domination in Tamil Sri Lanka.* New Delhi: Vikas Publishing House.

Pocock, D.F. 1954. The Hypergamy of the Patidars. In *Professor Ghurye Felicitation Volume,* K.M.Kapadia (ed.). pp. 195-204. Bombay: Popular Press.

Radhakrishna, Meena. 2001. *Dishonoured by History: 'Criminal Tribes' and British Colonial Policy.* New Delhi: Orient Longman.

Raghavan, M.D. 1969. *The Tamil Culture in Ceylon: A General Introduction.* Colombo: Kalai Nilaiyam Limited.

Ramaswamy, Vijaya. 2013. *The Song of the Loom: Weaver Folk Traditions in South India.* Delhi: Primus Books.

Rao, Velcheru N., David Shulman & Sanjay Subramaniyam. 2001. *Textures of Time: Writing History in South India 1600-1800.* New Delhi: Permanent Black.

Reddy, P.G. 1993. *Marriage Practices in South India: Social and Biological Aspects of Consanguineous Unions.* Madras: University of Madras.

Rubies, J.P. 2000. *Travel and Ethnology in the Renaissance: South India through European Eyes, 1250-1625.* Cambridge: Cambridge University Press.

Russell, Bertrand. 1957. *Understanding History and other Essays.* New York: Philosophical Library.

Russel, R.V. 1975. *Tribes and Castes of the Central Provinces of India.* Delhi: Cosmo Publications.

SDFML - 1984 (1972). *Standard Dictionary of Folklore Mythology and Legend.* Ed. M. Leach. San Fransisco: Harper & Row.

Sheilds, Rob. 1996. *Cultures of Internet: Virtual Spaces, Real Histories, Living Bodies.* London: Sage Publications.

Shulman, D.D. 1980. *Tamil Temple Myths.* Princeton, N.J.: Princeton University Press.

Simmons, W.S. 1988. Culture Theory in Contemporary Ethnohistory. *Ethnohistory* 35: 1-10.

Singer, Milton. 1972. *When a Great Tradition Modernizes.* New York: Praeger.

Singh, K.S. (ed.). 1992. *People of India: An Introduction.* Calcutta: Anthropological Survey of India.

___ (ed.) 2007. Foreword. In *People of India: Tamil Nadu.* Vol. XL, Part I. Calcutta: Anthropological Survey of India & Madras: Affiliated East-West Press Pvt. Ltd.

___ 2011. *Diversity, Identity and Linkages: Explorations in Historical Ethnography.* New Delhi: Oxford University Press.

Sivathamby K. 1984. Towards an Understanding of the Culture and Ideology of the Tamil of Jaffna. *Commemorative Souvenir of the Rebuilt Public Library of Jaffna.*

Skelton, Tracy and Tim Allen. 1999. *Culture and Global Change:* London: Rontledge.

Srinivas, M.N. 1962. *Caste in Modern India and Other Essays.* Bombay: Media Promoters & Publishers Pvt. Ltd.

Srinivas, M.N. and A.M. Shah. 1960. The Myth of the Self-sufficiency of the Indian Village. *Economic and Political Weekly* 12: 1373-78.

Stein, Burton. 1980. *Peasant State and Society in Medieval South India.* Delhi: Oxford University Press.

Sur, Atal Krishna. 1973. *Sex and Marriage in India: An Ethnohistorical Survey*. Bombay: Allied Publishers.

Thaper, Romila. 1966. *A History of India, 1: From the Discovery of India to 1526*. London: Penguin.

___ 1992. *Interpreting Early India*. New Delhi: Oxford University Press.

___ 1994 (1973). *The Past and Prejudice*. New Delhi: Publications Division, Ministry of Information and Broadcasting.

Thompson P.R. 1988. *The Voice of The Past: Oral History*. Oxford: Oxford University Press.

Thurston, E. and K. Rangachari. 1975 (1909). *Castes and Tribes of Southern India* (7 vols.). Numerous reprints. Delhi: Cosmo Publications.

Tonkin, Elizabeth. 1965. *Oral Traditions: A Study in Oral Methodology*. Cambridge: Cambridge University Press.

Trautmann, Thomas R. 1974. Cross-Cousin Marriage in Ancient India?. In *Kinship and History in South Asia*. Thomas Trautmann (ed.). Ann Arbor: University of Michigan.

___ 1981. *Dravidian Kinship*. Cambridge: Cambridge University Press.

___ 2006. *Languages and Nations: The Dravidian Proof in Colonial Madras*. Berkeley: University of California Press.

___ 2009. *The Clash of Chronologies: Ancient India in the Modern World* (read chapter 3 on 'India and the Study of Kinship Terminologies'). New Delhi: Yoda Press.

Vansina, Jan. 1973. *Oral Traditions: A Study in Historical Methodology*. Chicago: Aldine Publishing Company.

Vansina, Jan. 1985. *Oral Tradition as History*. Madison, Wisconsin: University of Wisconsin Press.

Van Exem, A. 1984. Turi Myths of Origin. *South Asian Anthropologist* 5, 1: 49-56.

Venkatachalapathy, A.R. 2006. *In Those Days there was No Coffee: Writings in Cultural History*. New Delhi: Yoda Press.

Venkata Rao, P. 2003. Labels of Tribes and Sub-Tribes of Andhra-Orissa Border: An Appraisal. *Man in India* 83, 3 & 4: 337-47.

Verma, R.C. 1990. *Indian Tribes Through the Ages*. New Delhi: Publications Division.

Whitehead, Henry. 1988 (1907). *The Village Deities of Southern India*. Delhi: Asian Educational Services.

Yang, Anand A. 1985. *Crime and Criminality in British India*. Tuscon: University of Arizona Press.

Ziegenbalg, Bartholomaeus. 1717. *An Account of the Religion, Manners, and Learning of the People of Malabar*. London: W. Mears.

Zvelebil, Kamil. 1998. Problems of Identification and Classification of Some Nilgiri Tribes. In *International Encyclopaedia of Anthropology*, S.M. Channa, (ed.), pp. 166-244. New Delhi: Cosmo Publications.

சுட்டி

அகண்ட தமிழகம் 65
அகமணச் சாதிகள் 11
அகிலன், பா. 167
அச்சு ஊடகம் 194
அச்சுப் புரட்சி 188
அடித்தள மக்கள் 14
அடையாளச் சிக்கல்கள் 67
அண்ணாவியார் 180
அம்பேத்கர் 124
அம்மையப்பகோன் 51
அமெரிக்க வரலாற்றாசிரியர் 39
அய்யப்பன், அ. 62
அழிவுமீட்பு வரலாறு vii
அழிவுமீட்பு வரைவியல் 34, 48
அறநாடன் 75
அஸ்மான், ஜான் 54
ஆயர் 164
ஆரிய மரபு 82
ஆவுரைஞ்சிக் கல் 175
இணையச் சமூகம் 196
இந்தியப் பண்பாட்டு மரபுகள் 81
இந்திய மொழிக் குடும்பங்கள் 81
இந்தியர்-இந்தியர் முரண்பாடு 19
இரட்சண்ய சபை 151
இரவாளர் 69
இராதாகிருஷ்ணா, மீனா 12
இராமநாதன், ஆறு. 50
இராஜேஸ் கண்ணன் 167
இருளர் 72
இலக்கிய வரலாற்றியல் 55

இளையவர்கூடம் 62
இனவரலாறு 46
ஈழத்தமிழர் 153
ஈழத்தில் சம்ஸ்கிருதமயமாக்கம் 163, 179
உயர்குலத் திருமணம் 82
உலகமயச் சூழலில் சாதி 105
உலகமயமாதல் 199
உள்ளூர் வரலாறு 36
உறவுத் திருமணம் 86-94
உறையூர் 44
ஊடகங்களின் வரலாறு 195
ஊராளி 69
எட்டுத் திட்டங்கள் 38
எருக்குலர் 148
எருமையூர் 65
எல்மோர் 137
எழுத்தறிவுப் புரட்சி 188
ஏகலைவன் 63
ஐரோப்பியர் வருகை 128
ஒயிட்ஹெட், ஹென்றி 129, 136
கட்டபொம்மன் 51
கடப்பாடற்ற ஒன்றியம் 186
கடப்பாடுடைய ஒன்றியம் 186
கண்டியச் சட்டம் 175
கண்ணகி வழிபாடு 163, 179
கணேசலிங்கம், கே. ரீ. ix, 168
கணேஷ், கமலா 5
கந்தரோடை 182
கப்புராளை 181

கயர்லாஞ்சி 104-127
கராஷிமா, நொபரு 39
கலப்புற்ற காலகட்டம் 1
கள்ளர் எதிர்ப்பியக்கம் 51
கன்னிகாதானம் 89
காட்டுநாயக்கர் 70
காட்ரிங்டன் 168
காணிக்காரர் 61
கார் 50
கார்வே, ஐராவதி 83, 85-86, 92, 93
கால்டன், பிரான்சிஸ் 133
காலனியத்தின் செயல்திட்டங்கள் 131
காலனியத்தின் வடிவங்கள் 9
காலனியத்தை அழித்தல் 134
காலனியம் 128
காலனியவாத வரலாறு 18
கான், பெர்னார்டு 17, 47
கிக்ரி 61
கிடைநிலை அணிதிரட்சி 24
கிராம்சி, அன்டோனியோ 22
கிராமப் புறமணம் 84
கிருஷ்ணராசா, செ. 167
கிறித்துவத்தின் வளர்ச்சி 129
குகா, ரணஜித் 14-30
குடி 10
குடும்ப வரலாறு 45
குற்றவாளிச் சமூகங்கள் 146
குற்றவாளிப் பழங்குடிச் சட்டம் 146
குறவர் 147-151
குறிச்சன் 59
குறும்பர் 73-75
கூறாக்க முறை 186
கேம்பிரிட்ஜ் அறிஞர்கள் 18
கைலாசபதி, க. 156
கொக்கரை 62
கொடக்கல் 61

கொரச்சர் 148
கோசாம்பி, டி. டி. 39-40
கோட்டுல் 62
கோண்டு 57, 60-62
கோத்தர் 59, 69
கோந்த் 62
சங்கடப் படலை 174
சட்டர்ஜி, பார்த்தா 30
சண்முகலிங்கன், என். ix, 167, 171, 179, 183
சந்திரா, பிபன் 27
சபிண்ட உறவு 83
சமகுரல் சமூகம் 196
சமூக வரலாறு 47
சம்பந்தக் கலப்பு 177
சாதி 10
சாதிகளின் அசைவியக்கம் 33
சாதி பதினெட்டு 171
சாதியின் தோற்றுவாய் 59
சார்ந்திருத்தலும் குறைவளர்ச்சியும் 19
சிங்களர் 168
சிலைகள் உடைப்பு 119
சிவசுப்பிரமணியன், ஆ, 6, 36-37, 50
சிவத்தம்பி, கா. 153-166
சிவத்தம்பியின் புலமைநெறி 155
சிறிகாந்தன், ச. ix, 167
சீகன்பால்க், பார்த்தலோமஸ் 129, 136
சீதனம் 176
சீல், அனில் 25
சீனா 189
சீனுவாஸ், எம்.என். 92
சுந்தரவந்தியத் தேவன், இரா. 151
சுயஎருவாக்கக் கட்டம் 1
சுவலபில், கமில் 74
செங்குத்துநிலை அணிதிரளுதல் 23
சைத்திய பூமி 118

ட்ரவுட்மன், தாமஸ் 2-3, 89
டார்சன், ரிச்சர்ட் 42
டிர்க்ஸ், நிக்கோலஸ் 2
டெலீஜ், இராபர்ட் 5, 97
தண்டனை அளவு 110
தமிழக வழக்காறுகள் 29, 41, 184
தர்ஸ்டன், எட்கர் 59, 140
தலபுராணங்கள் 43
தலித் எழுச்சி 118
தலித் தொன்மங்கள் 98-103
தனி மரபு 4
தாப்பர், ரொமிலா 49
தாலிக்கொடி 178
தானாவதிப்பிள்ளை 46
திராவிடப் பழங்குடிகள் 57
திராவிடர் மரபு 85
திராவிட மொழிகள் 77
துபுவா, அபெ. 130
துய்மோன், லூயி 89
துளுநாடு 66
தூரி 100
தெருக்கூத்து 8
தெல்தும்தே, ஆனந்த் 104
தேசவழமை 175
தேசியவாத அணுகுமுறை 16
தேசியவாத வரலாற்றியல் 21
தேசியவாத வரலாறு 18
தேடிய தேட்டம் 176
தேவேந்திரகுல வேளாளர் 49
தொடர்பு ஊடகம் 193
தொண்டைமான் 2
தொதவர் 68-69
தொழில்நுட்ப வரலாறு 184
தொன்மங்கள் 95, 123
தோட்டி 61
தோண்டுகழி 58
நடுஇரவுக் குழந்தைகள் 21
நவீன இந்திய வரலாறு 18

நாகரிகங்களின் மோதல்கள் 11
நாட்டார் வழக்காறுகள் 29, 184
நாட்சார வீடு 174
நான்கு கோத்திர விதி 83
நினைவு வரலாறு 53
நீலபத்மநாபன் 42
நுகர்வுப் பண்பாடு 200
நுண்வரலாறு 52
பக்தவத்சல பாரதி 7, 10, 47
பஞ்ஞூரா 147
பண்டாரம் 65
பர்தான் 61
பரதவர் 33-35
பரப்பு 174
பரமசிவன், தொ. 66
பழங்குடி 10, 56-64
பழங்குடியியல் ஆய்வு 58
பழங்குடிகளின் பெயர்கள் 67-80
பழைய உலகம் 185
பழையாறை 44
பள்ளர் 97
பளியர் 70
பறையர் 97
பன்னாட்டு நிறுவனங்கள் 201
பாண்டியன், ஆனந்த் 12, 51
பாத பூசை 89
பார்த்தஸ், ரோலன் 200
பார்போசா 128
பாவெல் பாரதி 12
பிந்தைக் காலனியம் 133-138
பிராமணர் 59, 90, 98
பில்லர் 60, 63, 77
பிலவேந்திரன், ச. 6
பிளாக்பர்ன், ஸ்டுவர்ட் 3-4
பிஷர், கிளாட் 189
புத்துலகம் 185
புராணம் 43
புன்னாடு 65

சுட்டி 213

பூட்டேகோவன் 107
பூதவழிபாடு 66
பூம்பூம்மாட்டுக்காரர் 68
பூர்வகுடி 80
பூர்வகுடித்தன்மை 33
பெக், பிரந்தா 3
பெர்ட்டிலன், அல்போன்ஸ் 133
பெரியாழ்வார், ஆர். 72
பேரி, ஜொனாதன் 88
பொதுக்கருத்து உருவாக்கம் 194
பொது மரபு 4
போட்மாங்கே 108
யாழ்ப்பாணம் 167-183
ரவிக்குமார் 154
ராஜநாராயணன், கி. 42
ராஜபுத்திரர் 85
லத்தீன் அமெரிக்கச் சூழல் 19
லம்பாடி 147
லெவிஸ்ட்ராஸ், கிளாட் 8
வட்டார வரலாறு 36
வரலாற்று வரைவியல் 1

வரலாறு எழுதுதல் 1, 36
வளவு 173
வாய்மொழிப் பண்பாடு 187
வான் எக்சம் 100
வான்சினா, ஜான் 42
வாஸ்கோடகாமா 128
விசாகன், சுப்பிரமணியம் 169
விளிம்புநிலை ஆய்வுகள் 14-17
விளிம்புநிலை ஆய்வுகள்
  செய்தோர் 31
வேடர் 64
வேங்கடாசலபதி, ஆ. இரா. 7
வேலன் 66
ஹண்டர் 146
ஹாக்கிங்ஸ், பால் 74
ஹெய்மண்டார்ஃப் 61, 74
ஸ்பைவக், காயத்திரி 30
ஸ்டீபன், ஞா. 62
ஜாட்டுகள் 83, 124
ஷுல்மன், டேவிட் 4